சாமத்தில் முனகும் கதவு

சாமத்தில் முனகும் கதவு
(சிறுகதைகள்)

கே.ஜே.அசோக்குமார்

டிஸ்கவரி புக் பேலஸ்

கே.கே.நகர் மேற்கு, சென்னை - 600 078.
(பாண்டிச்சேரி கெஸ்ட் ஹவுஸ் அருகில்)
Ph: 044-6515 7525 Mobile: +91 87545 07070

சாமத்தில் முனகும் கதவு (சிறுகதைகள்)
ஆசிரியர்: கே.ஜே.அசோக்குமார்©

Samathil Munagum Kathavu (Short Stories)
Author: K.J.Ashok Kumar©

Publisher: Discovery Book Palace
First Edition: May - 2016
Pages: 176 - ISBN: 978-93-84301-76-7
Cover Design: Manikandan
Book Design: R.Prakash

Discovery Book Palace (P) Ltd,
6, Mahaveer Complex, Munusamy Salai,
K.K.Nagar West, Chennai-600 078.
Ph: +91 - 44-6515 7525
Mobile: +91 87545 07070

E-mail: discoverybookpalace@gmail.com,
Website: www.discoverybookpalace.com

Rs. 140

சமர்ப்பணம்

எழுத்தாளர்கள் திரு.பாவண்ணன், திரு.ஜெயமோகன், திரு.வ.ஸ்ரீநிவாசன் ஆகியோர்களுக்கு வணக்கத்துடன்.

முன்னுரை

எழுதுவதைத்தவிர வேறு கதியில்லை என்று வந்தபோதுதான் எழுத ஆரம்பித்தேன். அதுவும் எழுதி என்ன ஆகபோகிறது என்கிறபெரும்தயக்கதோடு. இத்தனைக்கும் என் சிறுவயது லட்சியம் எழுத்தாளன் ஆவதாகத்தான் இருந்தது. சிறுவயதில் என் வீட்டை சுற்றியுள்ள என் வயதொத்த சிறுவர்களுக்கு இட்டுக்கட்டி கதைகளைகூறி சந்தோஷப்படுத்திய இடமான சித்தி விநாயகர் கோவிலில் அமர்ந்து வேண்டிக் கொண்டது இன்றும் நினைவிருக்கிறது. மேஜைமுன் அமர்ந்து பேனா பிடித்து வடக்கே பார்த்து யோசிக்கும் என் சித்திரம் அப்போதிருந்தே என்மனதில் இருக்கிறது. படிப்பு, வேலை, அலைச்சல்கள், என்று தேவையற்ற வேலைகளில் நான் ஈடுபடுவேன் என்று இன்றுவரை நினைத்ததில்லை. எழுத்தாளனுக்குத் தேவையான அகங்காரமும், எந்த வேலையும் சரியாக செய்ய தெரியாமையும் எப்போதும் என் வாழ்வில் தொடர்ந்து வருவதை அவதானித்து இருக்கிறேன். என் சிறுவயதில் என் அம்மா ஒளித்துவைத்து பென்சிலால் பேப்பரில் இருபக்கங்களிலும் கதை எழுதுவதை கவனித்திருக்கிறேன். ரொம்பநாள் வரை கதையெழுதி பிரசுரிக்க அனுப்பியிருக்கிறார். இதுவரை ஒரு கதையும் வந்ததில்லை. இந்த ஒற்றை ஆதாரத்தைத் தவிர என் குடும்பவகையில் எழுத்தாளர் என்று யாருமில்லை. என் அம்மாவின் ஆசை, அவர் மனதோடு கூறிய ஆசிகள் என்னிடம் வந்துவிட்டதாக நான் நினைத்துக் கொள்கிறேன். இத்தொகுப்பு அவர் கைகளில் வரும் நாளில் நிச்சயம் அவர் கண்களைப் பனிக்கச் செய்யும்.

எழுத்தாளன் ஆகாமல் சாகும் நிலைக்கு வராமல் என்னை செய்தது வேலைக்காக வந்து சேர்ந்த புனே நகரம்தான். கொஞ்சம் பணமும் நிறைய நேரமும் என் லௌகீக கவலைகளை மறைத்து என்னை எழுத்தாளனாக்க உதவி செய்தது. சில கதைகளைதவிர

மற்றகதைகள் இலக்கியதரத்துடன் அமைந்திருப்பதாகவே நினைக்கிறேன். கூடவே இனிவரும் காலங்களில் இதைவிட சிறந்த கதைகளை எழுதுவேன் என்கிற இலக்கிய கர்வம் வேறு கொண்டிருக்கிறேன் என்பதால் இத்தொகுப்பை தைரியமாக வெளியிடச் செய்கிறேன்..

முதல் கதை உயிர்எழுத்திலும், இரண்டாவது கதை வார்த்தையிலும் வந்தது (இரண்டாம், முதலாக மாறிவெளியானது), மேலும் சில கதைகள் அவைகளில் வெளியானபின், சொல்வனம், ஜெயமோகன்.இன், மலைகள்.காம். போன்றவற்றில் மற்றகதைகள் வெளியாயின. சொல்வனத்தில் வெளியான அப்ரஞ்ஜி சிறுகதை வம்சி இணைய சிறுகதைப் போட்டியில் (2011) தேர்தெடுக்கப்பட்டு, வம்சி வெளியிட்ட தொகுப்பில் இடம்பிடித்தது. சொல்வனத்தில் வெளியான ‘சாமத்தில் முனகும் கதவு’ என்கிற கதை அதன் ஆசிரியர் குழுவில் ஒருவரான எழுத்தாளர் வ.ஸ்ரீநிவாசன் அவர்கள் சிலாகித்து ‘சாமத்தில் முனகும் கதவு – சிறுகதை குறித்து’ என்று ஒரு விமர்சனக் கட்டுரையை அடுத்த இதழில் எழுதியிருந்தார். இதே கதையை எழுத்தாளர் கீரனூர் ஜாகிர்ராஜா, அவர் தொகுத்த 2000க்கு பின்னான 24 எழுத்தாளர்களின் சிறுகதைகளின் தொகுப்பு ‘21ஆம் நூற்றாண்டின் சிறுகதைகள்’ என்று ஆழிபதிப்பகத்தால் ஆசிரியர்களின் குறிப்புகளுடன் வெளியிடப்பட்டது. ஜெயமோகன்.இன்னில் புதியவர்களின் ஆக்கங்கள் வந்தபோது ‘வாசலில் நின்ற உருவம்’ கதை 12 சிறந்த சிறுகதைகளின் ஒன்றாக தேர்வானது. ஜெயமோகனின் தொகுப்பில் புதியவாசல் என்ற பெயரில் ஜெயமோகனின் குறிப்புகளோடு நற்றினைப் பதிப்பாக வெளியானது. இந்த முதல் தொகுப்பு வெளியாவதற்கு முன்பே மற்றவர்கள் தொகுத்த தொகுப்பில் என் கதைகள் இடம்பெறும் பாக்கியம் பெற்றவனானேன்.

எழுத்தாளர்கள் பாவண்ணன், ஜெயமோகன், வ.ஸ்ரீநிவாசன் போன்றவர்கள் தொடர்ச்சியாக என் எழுத்தின் மீது கவனமும் நம்பிக்கையும் கொண்டு மேம்படுத்த நேரடியாகவும் மறைமுகமாகவும் உதவியிருக்கிறார்கள். பாவண்ணன் அணிந்துரையும் எழுதிக் கொடுத்திருக்கிறார். அவர்களை நன்றியோடு நினைத்துக் கொள்கிறேன், கூடவே அவர்களுக்கு இத்தொகுப்பை சமர்பிப்பதில் பெருமையும், மகிழ்ச்சியும் கொள்கிறேன்.

எழுத்தாள நண்பர்கள் அ.ராமசாமி, போகன், ராமையா அரியா, ரா.கிரிதரன், புதியவன் (ஷாஜஹான்), ந.பாஸ்கரன் (நட்பாஸ்), கோவை வெ.சுரேஷ், சிவா கிருஷ்ணமூர்த்தி, ப்ரகாஷ்

சங்கரன், கணேஷ் வெங்கட் போன்றவர்கள் தொடர்ந்து என் கதைகள் குறித்து கூறிய கருத்துக்கள் வெளியான சமயங்களில் மிகப் பயனுள்ளதாக இருந்தன. அவர்களுக்கு என் நன்றிகளைத் தெரிவித்துக் கொள்கிறேன். முதல்கதையை வெளியிட்டு பின் அடுத்து சில கதைகளையும் வெளியிட்ட உயிர்எழுத்து சுதிர் செந்தில், வார்த்தை இதழ், சொல்வனம், ஜெயமோகன்.இன், மலைகள்.காம் சிபிசெல்வன் ஆகியோர்களை நன்றியோடு நினைத்துக்கொள்கிறேன்.

இத்தனை விரைவில் தொகுப்பாக வெளியிட முன்வந்த டிஸ்கவரி புக் பேலஸ் பதிப்பாளர் வேடியப்பன் அவர்களுக்கு எப்போதும் என் நன்றிகள். ந.பாஸ்கரன் இந்தொகுப்பை செப்பனிட்டு தேவையான மாற்றங்களைச் செய்துக் கொடுத்திருக்கிறார், அவருக்கு மீண்டும் என் நன்றிகள்.

ஒவ்வொரு கதையும் வெளிவரும்போது பெரும் உவகை கொள்ளும் என் முதல்வாசகி அ.ஸ்ரீதேவி அவர்கள் தொடர்ந்தளிக்கும் உற்சாகத்திற்கு என்றென்றும் என் அன்பு.

அன்புடன்,

கே.ஜே.அசோக்குமார்

புனே

kuppa.ashok@gmail.com

அணிந்துரை

கே.ஜே. அசோக்குமாரின் கதையுலகம் – **பாவண்ணன்**

தொண்ணூறுகளின் நடுப்பகுதியில் கணிப்பொறியில் நேரிடையாக தமிழில் எழுதும் முறை பரவலாக அறிமுகமானபோது, அப்போது எழுதிக்கொண்டிருந்த ஒருசிலர் உடனடியாக அந்தப் புதுமுறையைப் பயின்று தேர்ச்சி பெற்றுவிட்டார்கள். தினந்தோறும் கணிப்பொறியைக் கையாளக்கூடியவனாக இருந்தும்கூட, என்னால் அப்படி உடனடியாக மாறமுடியவில்லை. ஒரு படைப்பை முழுமையாக கையெழுத்துப் பிரதியாக எழுதி வைத்துக்கொண்டு, அதற்குப் பிறகு ஓய்வாக அதைப் பார்த்து கணிப்பொறியில் எழுதும் வழிமுறைதான் எனக்கு வசதியாக இருந்தது. கணிப்பொறி என்பதை கிட்டத்தட்ட ஒரு தட்டச்சுப்பொறியாகவே நான் பயன்படுத்தி வந்தேன்.

பல ஆண்டுகளாக தொடர்ந்த அந்தப் பழக்கத்தை என்னால் கைவிடவே முடியவில்லை. இரண்டாயிரத்துக்குப் பிறகுதான் நேரடியாக எழுதத் தொடங்கி மெல்ல மெல்ல அந்தப் பயிற்சியில் தேர்ச்சியடைந்தேன். இரண்டாயிரத்துக்குப் பிறகு எழுதத் தொடங்கிய புதிய எழுத்தாளர்களுக்கு இந்தச் சிக்கலே இல்லை. முதல் படைப்பு தொடங்கி அனைத்தையும் அவர்கள் கணிப்பொறியிலேயே உருவாக்கும் ஆற்றல் உள்ளவர்களாக வளர்ந்தார்கள். அவர்கள் அனைவருமே அச்சிதழ்கள் சார்ந்து இயங்குகிறவர்கள் அல்ல. பெரும்பாலானோர் இணைய இதழ்களையே தம் எழுதுகளமாகக் கொண்டவர்கள். கடந்த பத்தாண்டுகளில் இணையத்தில் வெளியிடப்பட்டு, இணையத்திலேயே வாசிக்கப்படும் இதழ்கள் பல உருவாகின. இவ்விதமாக ஒரு புதிய எழுத்தாளர் தலைமுறையின் வருகை தமிழிலக்கியக்களத்துக்குள் நிகழ்ந்தது. இந்தத் தலைமுறையின் நம்பிக்கை அளிக்கக்கூடிய எழுத்தாளர்களில் ஒருவர் கே.ஜே.அசோக்குமார்.

கடந்த ஐந்தாண்டுகளுக்கும் மேலாக அவர் தொடர்ச்சியாக சிறுகதைகள் எழுதி வருகிறார். தனக்கென ஒரு வலைப்பூவைத் தொடங்கி (www.kjashokkumar.blogspot.in), அ-புனைவு வகை எழுத்துகளையும் எழுதி வருகிறார். இணையத்திலேயே அவருடைய பல சிறுகதைகளை நான் படித்திருக்கிறேன். இது அவருடைய முதல் சிறுகதைத்தொகுதி. மொத்தம் பதினெட்டு சிறுகதைகள். ஏற்கனவே படித்தவையோடு மேலும் சில புதிய சிறுகதைகளும் உள்ளன. இந்த முன்னுரையை எழுதுவதற்காக இவை அனைத்தையும் ஒருசேர இன்னொருமுறை படிக்கும் வாய்ப்பு ஏற்பட்டது.

கே.ஜே.அசோக்குமாரின் படைப்புகளைப் படிக்கும்போது, அவருடைய மனம் இயங்க விரும்பும் முக்கியமான தளத்தை என்னால் உடனடியாகக் கணித்துச் சொல்லமுடியவில்லை. முற்றிலும் எதார்த்த தளத்தைச் சார்ந்த சிறுகதைகளும் உள்ளன. ஃபேண்டசி வகையான சிறுகதைகளும் உள்ளன. சோதனைமுயற்சிகளாக அமைந்த சிறுகதைகளும் உள்ளன. தளவேறுபாடுகளைக் கடந்து, கே.ஜே.அசோக்குமாருடைய சிறுகதைகள் வாழ்வின் வேதனையை முன்வைப்பவையாக அமைந்திருப்பதை என்னால் உணரமுடிகிறது. நல்லதொரு பாடல்வரியை வெவ்வேறு விதமான ராக அமைப்பில் இசைப்பதுபோல வேதனையின் சித்திரங்களை வெவ்வேறு கோணங்களில் நம் பார்வையில் விழும்படி வைத்திருக்கிறார் கே.ஜே.அசோக்குமார். அனைத்துவகையான சிறுகதைகளிலும் அவருடைய கதைமொழி வலிமையுடன் இருக்கிறது என்றே சொல்லவேண்டும். ஒரு சித்தரிப்புக்கு எந்த அளவுக்குத் தேவையோ, அந்த அளவுக்கு மட்டுமே மொழியை கச்சிதமாகப் பயன்படுத்தும் புரிதல் கே.ஜே.அசோக்குமாரிடம் இயல்பாகவே படிந்திருக்கிறது.

'அப்ரஞ்ஜி' இத்தொகுதியின் மிகச்சிறந்த சிறுகதை. அசோகமித்திரன் சிறுகதைகளில் காணக்கூடிய கச்சிதத்தையும் மௌனத்தையும் இந்தச் சிறுகதையில் இருப்பதை உணரமுடிகிறது. மிக இயல்பான முறையில் இவற்றை கே.ஜே.அசோக்குமார் சாத்தியமாக்கியிருக்கிறார். இந்தச் சிறுகதை தொண்ணூறு வயதைக் கடந்த ஒரு பாட்டியைப்பற்றிய சித்திரம். நாலு வீடுகளுக்கு தண்ணீர் கொண்டுவந்து கொடுப்பது, வீடுகளில் வாசல் தெளித்து கோலம் போடுவது, விசேஷ நாட்களில் வேலைகளுக்கு ஒத்தாசை செய்ய தன்னை அழைப்பவர்கள் வீட்டில் எல்லாவற்றையும் இழுத்துப் போட்டுக்கொண்டு ஓய்வில்லாமல் உழைப்பது என

தன் வாழ்க்கையை நடத்திக்கொண்டு வருகிறவள் அவள். மொட்டவீட்டு நாகமணிக்கும் கீழத்தெரு காவேரியம்மாளுக்கும் பத்து பத்து பிரசவங்களைப் பார்த்த அனுபவம் அவளுக்கு இருக்கிறது. மருத்துவமனைப் பிள்ளைப்பேறு அறிமுகமாகி நிலைபெறும் காலம்வரைக்கும் அந்தத் தெருவில் நிகழ்ந்த பிரசவங்கள் அனைத்தையும் பொறுப்போடு பார்த்துக்கொண்டவள் அவள்.

அவளுடைய திருத்தமான வேலைகளைப் பார்த்துவிட்டு, தெருவிலிருந்த ஒவ்வொருவரும் தத்தம் வீடுகளில் சிற்சில காலம் வைத்திருக்கிறார்கள். எல்லோரும் அவளிடம் உரிமையோடு வேலை கொடுக்கிறார்கள். எல்லோருக்கும் அவள்மீது ஆழ்ந்த நம்பிக்கை இருக்கிறது. மூன்று தலைமுறைகள் தாண்டியும் அந்தத் தெரு மனிதர்கள் அவள்மீது பாசத்துடன் இருக்கிறார்கள்.

கதை நிகழும் அன்று அவளுக்கு இரண்டு முக்கியமான வேலைகள் இருந்தன. ஒன்று, இருபத்தைந்து ஆண்டுகளுக்கு முன்பாக இறந்துபோன சிறுமியின் நினைவாக கூழ் ஊற்றும் சடங்கு. இன்னொன்று, மொனப்பொங்கல் வைக்கும் சடங்கு. இரண்டையும் இரு வேறு வீட்டினருக்காக செய்வதாக ஒப்புக்கொண்டிருக்கிறாள். வேலையை ஆரம்பிக்கும் முன்பாக அதிகாலையிலேயே எழுந்து அரசலாற்றில் குளித்துவிட்டு, செய்யவேண்டிய வேலைகளை அசைபோட்டபடி திரும்பிக்கொண்டிருக்கிறாள். சில அடிகள் நடப்பதற்குள் தலைசுற்றல் வந்து, அந்த இடத்திலேயே விழுந்து இறந்துவிடுகிறாள். வெளிச்சம் பரவப்பரவ, அவள் இறந்துகிடப்பதை அனைவரும் பார்க்கிறார்கள். பார்த்துவிட்டு ஏதோ ஒரு அச்சத்தில் ஒதுங்கி ஓரமாக கடந்துபோகிறார்கள். அந்த வழியாகச் செல்லும் பால்வண்டிக்காரன் பார்க்கிறான். டீக்கடைக்குச் செல்பவர்கள் பார்க்கிறார்கள். யாரும் நெருங்கிவந்துகூட பார்க்கவில்லை. பாட்டி மரணமடைந்த தகவல் பாட்டி தங்கியிருந்த வீட்டுக்கும் சடங்குக்காரியங்களை அவளிடம் ஒப்படைத்திருந்த வீட்டினருக்கும் தெரியப்படுத்தப்படுகிறது. ஆனால் அவர்களும் அவளை நெருங்கிவந்து பார்க்கவோ, தொட்டுத் தூக்கவோ, குறைந்தபட்சம் உயிர் இருக்கிறதா போய்விட்டதா என்று பார்க்கவோகூட மனமற்றவர்களாக தள்ளிநின்று வேடிக்கை பார்க்கிறார்கள். யாரோ நகராட்சி அலுவலகத்துக்கு தொலைபேசியில் தகவல் சொல்ல, அவர்கள் வண்டியெடுத்து வந்து அனாதைப்பிணமாக அப்புறப்படுத்தி எடுத்துச் செல்கிறார்கள்.

முதல்நாள் இரவுவரைக்கும் அந்தத் தெருவினரின் பிரியத்துக்கு உரியவளாக இருந்த பாட்டி அதிகாலையில் உயிரிழந்ததும் தேவைப்படாதவளாக மாறிவிட்டாள். அவர்கள் பார்வையில் தங்கம் திடீரென கரியாக மாறிவிடுகிறது.

ஒரு பாட்டியின் வாழ்க்கைச்சித்திரமாக மட்டும் கதை முடியவில்லை. நம் வாழ்க்கைப் பார்வையைப்பற்றிய முக்கியமானதொரு கேள்வியையும் அது முன்வைக்கிறது. உயிருடன் இருக்கும்போது தன் குடும்பத்தில் ஒருவராக நினைத்துக்கொள்கிறவர்கள், உயிரற்றுப் போனதும் தன் குடும்பத்துக்கும் அவளுக்கும் எந்தவிதமான உறவுமில்லை என ஒதுங்கி நிற்பதற்கு என்ன காரணம்? உண்மையில் மரணம் நிகழ்ந்த கணத்தில்தானே, அவர்கள் அவளைத் தன் குடும்பத்தவளாக நினைத்து இறுதிக்கடன் செலுத்தியிருக்கவேண்டும். அப்படி நிகழாமல் போனதற்கான காரணம் என்ன? அன்பு என நாம் நம்பிக்கொண்டிருக்கும் ஒன்று உண்மையில் அன்பே அல்ல. அது தன்னலம் சார்ந்த ஓர் உணர்வு மட்டுமே. பாட்டியின் மரணத்தை முன்வைத்து நமக்குள் மாறுவேடத்தில் உறைந்திருக்கும் தன்னலத்தை அம்பலப்படுத்துகிறது சிறுகதை. இக்கணத்தில் எனக்கு உடனடியாக நினைவுக்கு வரும் மற்றொரு சிறுகதை புதுமைப்பித்தனின் மகாமசானம். அக்கதையில் ஒரு நகரத்தையே மகாமசானம் என எள்ளி நகையாடுகிறார் புதுமைப்பித்தன். தன் சிறுகதையில் தங்கமென மினுமினுக்கும் மக்களுடைய பார்வையில் பொதிந்திருக்கும் கரியை அம்பலப்படுத்தி நகையாடுகிறார் கே.ஜே.அசோக்குமார்.

அப்ரஞ்ஜி பாட்டியைப் போலவே மற்றுமொரு உதிரிப்பாத்திரத்தின் கதை பஸ்ஸ்டான்ட். தனது பெயரையே மறந்துவிட்ட சிறுவன் அவன். பஸ்ஸ்டான்டில் கண்டெடுத்ததால் அவனை வேலைக்கு வைத்திருக்கும் ஓட்டல்காரர்கள் வைத்த பெயர் பஸ்ஸ்டான்ட். சாப்பாட்டுக்கும் தங்குமிடத்துக்கும் பிரச்சினையில்லை என்பதால், அதுபோன்ற வாழ்க்கைக்கு பழக்கப்பட்டுவிடுகிறான் பஸ்ஸ்டான்ட். அவனைப்போலவே பல சிறுவர்கள் இருக்கிறார்கள். வாரம் முழுதும் ஓட்டலில் வேலை. விடுமுறை தினத்தில் ஊர்சுற்றி திரைப்படம் பார்த்து மனம்போன போக்கில் அலைந்து திரிகிறார்கள். வேலை செய்யும் இடத்தில் ஏதேனும் மோதல் உருவானாலோ அல்லது பிடிக்காமல் போனாலோ, சுதந்திரமாக இன்னொரு ஓட்டலுக்குச் சென்று

சேர்ந்துவிடுகிறார்கள். ஓட்டல் மாறுவதை ஒரு சாகசச்செயலாக நினைத்துக்கொண்டு கூட்டாளியுடன் வேறொரு ஓட்டலில் வேலைக்குச் சேர்ந்துகொள்கிறான் பஸ்ஸ்டான்ட். அங்கேயும் நிலைத்திருக்கவில்லை. மற்றுமொரு சாகசமாக நினைத்து அடுத்தவர்களின் சம்பளப்பணத்தைத் திருடிக்கொண்டு ஓடுகிறார்கள். ஆனால் அவர்கள் உடனடியாக நகரத்தை விட்டு வெளியேறமுடியாதபடி ஏதோ கடையடைப்பின் காரணமாக அன்று நகரத்தில் பேருந்துகளே இயங்கவில்லை. ஒருவன் தப்பிவிட, பஸ்ஸ்டான்ட் மட்டும் அகப்பட்டுக்கொள்கிறான். பிடித்துச் சென்றவர்கள் அவனை அடித்து நொறுக்கிவிடுகிறார்கள். வலி தாளாமல் பணத்தை ஒளித்துவைத்திருக்கும் இடத்தைச் சொல்லிவிடுகிறான் அவன். பணம் கிடைத்ததும் அவனை அடித்து வெளியேற்றிவிடுகிறார்கள். பழையபடி கிடைத்ததை உண்டு, பஸ்ஸ்டான்டில் உறங்கி நாட்களைக் கழிக்கிறான். அந்த ஊரைவிட்டே வெளியேறிவிட நினைக்கிறான். இறுதிக்கணத்தில் மனம் மாறி இதற்கு முன்னால் வேலை செய்த கடைக்குச் சென்று முதலாளியின் காலில் விழுகிறான். முதலில் வசைபாடி விரட்டினாலும் கடைசியில் மனமிரங்கி அவனுக்குச் சோறுபோட்டு வேலைக்கு வைத்துக்கொள்கிறார் முதலாளி.

இரக்கத்துக்குரிய சிறுவனாக அவன் எங்குமே சித்தரிக்கப் படவில்லை என்பதிலும் சுரண்டுவதையே நோக்கமாகக் கொண்ட கொடியவர்களாக ஓட்டல் முதலாளிகள் சித்தரிக்கப்படவில்லை என்பதிலும் கே.ஜே.அசோக்குமாரின் ஆளுமை உயர்ந்து வெளிப்படுகிறது. இந்தச் சிறுகதையின் வெற்றிக்கு இதுவே காரணம். திட்டமிட்டு திருடுகிறவனாக அவன் எங்குமே செயல்படவில்லை என்றாலும் திட்டமிடாமல் தற்செயலாக தேவைப்படும்போது திருடிக்கொண்டு செல்வதில் எவ்விதமான மனத்தயக்கமும் அவனிடம் இல்லை. மற்றவர்களின் சம்பளப்பணத்தைத் திருடிக்கொண்டு ஓடிய தருணத்தில் அவன் தற்செயலாகத்தான் அகப்பட்டுக்கொள்கிறான். வீட்டைவிட்டு ஓடிப்போய் உதிரியாய் அலைகிறவர்கள் ஏதோ ஒரு கட்டத்தில் தன்னைப்போல இன்னொரு உதிரியைக் கண்டடைந்து இணைந்துவிடுகிறார்கள். அப்படி இணைந்து உருவான ஒரு கூட்டத்தின் மனநிலையை கே.ஜே.அசோக்குமாரின் சிறுகதை மிகவும் இயற்கையாகச் சித்தரித்திருக்கிறது. எவ்விதத் தர்க்கங்களுக்கும் உட்படாத அவர்களுடைய வாழ்வின் சில பக்கங்களை அவர் இச்சிறுகதையில் முன்வைத்திருக்கிறார். இரக்கத்துக்குரியவனிடம் வெளிப்படும் சுரண்டல் மனநிலையும் சுரண்டல் முதலாளியிடம் வெளிப்படும்

கணநேர இரக்கமும் வெளிப்படும் அபூர்வ கணங்களை தொட்டுக் காட்டியிருக்கும் கே.ஜே.அசோக்குமாரின் முயற்சி பாராட்டுக்குரியது.

'வெளவால்கள் உலவும் வீடு' சிறுகதையும் மனிதமனத்தில் ஒளிந்திருக்கும் தன்னல உணர்வை வெளிப்படுத்தும் தன்மையை உடையது. பெரிய அண்ணனைப் பார்க்க வரும் சின்னத்தம்பியின் வருகையோடு தொடங்குகிறது கதை. சின்னத்தம்பி அவனைத் தன் தந்தைக்கு நிகராகக் கருதுகிறான், ஆனால் அவன் நினைத்தபடி பெரிய அண்ணன் வாழவில்லை. வீட்டின் ஒரு பகுதியிலிருந்து கிடைக்கும் வாடகைப்பணம்தான் அவன் வாழ்வுக்கு ஆதாரம். அதையும் அவன் குடித்து அழிக்கிறான். பராமரிக்கப்படாத அவனுடைய பரம்பரை வீட்டைப் போலவே அவனும் கவனிப்பாரில்லாத ஆளாக அலைகிறான். அடுத்தடுத்த தெருக்களிலேயே சகோதர சகோதரிகள் இருந்தாலும், அவர்களால் அவனுக்கு எவ்விதமான பயனும் இல்லை. தம்பியைப் பார்த்துவிட்ட மனநிறைவோடு அவன் உயிர் பிரிந்துவிடுகிறது. தம்பியே முன்னின்று அவனுக்கு இறுதிக்கடனைச் செலுத்துகிறான். சடங்குகள் முடிவடைந்த பிறகு ஒருநாள் காலையில் வீட்டில் சந்தித்துக்கொள்கிற சகோதரசகோதரிகளுக்கிடையே நிகழ்கிற உரையாடல்கள்தான் கதையின் உச்சம். அவர்களுடைய மனம் வெளிப்படும் இடம் அது. அந்தச் சொத்தைப் பங்கிட்டுக்கொள்ளும் வேகத்தில் அவர்களுடைய ஆழ்மன விழைவு சொற்களாக வெளிப்படுகின்றன. உண்மையில் அச்சொற்களே வெளவால்கள். அவர்களுடைய மனமே அவை உலவும் அசுத்தமான வீடு. அவை இறக்கையை அடித்துக்கொள்வதும் பறப்பதும் கண்ணுக்குத் தெரியாத விதத்தில் அமைந்திருக்கின்றன என்பதாலேயே வெளவால்கள் இல்லாததுபோல நடிப்புடன் நடமாடுகிறார்கள்.

வருகை, வாசலில் நின்ற உருவம், எறும்புடன் ஒரு சனிக்கிழமை போன்ற சிறுகதைகளில் வேறொரு விதமான கூறுமுறையை கே.ஜே.அசோக்குமார் பயன்படுத்தியிருக்கிறார். ஒரு குணத்தை ஒரு பாத்திரமாக உருவகித்து எழுதும் கூறுமுறை. எவ்விதமான குணம் அந்தப் பாத்திரமாக சமைத்து வைக்கப்பட்டிருக்கிறது என்னும் புதிரை அவிழ்ப்பது வாசகன் முன்வைக்கப்பட்டிருக்கும் சவால். அப்புதிரை அவன் அவிழ்த்துவிட்ட பிறகு, கதையின் சுவாரசியம் குன்றிவிடுகிறது. இது ஒரு வகை. இன்னொரு வகையான சிறுகதைக்கு எடுத்துக்காட்டு சாமத்தில் முனகும் கதவு. இச்சிறுகதையில் கதவு ஒரு குணத்தின் படிமமாகவே

வெளிப்படுகிறது. எனினும் இந்தப் புதிரை அவிழ்த்தபிறகும் கதையின் சுவாரசியம் தக்கவைக்கப்படுகிறது. முதல் வகையிலான படைப்புகள் அப்படைப்புகளில் உள்ள புதிரை மட்டுமே நம்பியுள்ளன. இரண்டாம் வகையிலான படைப்புகள் புதிரை ஒரு சின்ன நுழைவுவாயிலாகக் கொண்டு உள்ளே வேறொரு உலகத்தை தக்கவைத்துள்ள தோப்புகளாக உள்ளன.

கே.ஜே.அசோக்குமார் தனக்கென ஒரு கதைக்களனை வடிவமைத்துக்கொள்வதில் திறமை மிகுந்தவராக இருக்கிறார். மானுடரின் வாழ்க்கைநோக்கை பரிசீலனை செய்யக்கூடிய களனாக அதை உருமாற்றிக்கொள்ளும் திறமையும் அவரிடம் வெளிப்படுகிறது. சமநிலையான பார்வையும் கட்டுப்படுத்தப்பட்ட உணர்ச்சிகளுடன் கூடிய கூறுமுறையும் கே.ஜே.அசோக்குமாரின் பலங்களாக இத்தொகுப்பில் வெளிப்பட்டிருக்கின்றன. அவருக்கு என் வாழ்த்துகள்.

பொருளடக்கம்

1. வெளவால்கள் உலவும் வீடு — 19
2. சாமத்தில் முனகும் கதவு — 32
3. அத்திமரம் — 41
4. முகங்கள் — 51
5. அந்நியன் என ஒருவன் — 57
6. வருகை — 66
7. வாசமில்லா மலர் — 74
8. பிணவாடை — 85
9. மாங்காச்சாமி — 97
10. வாசலில் நின்ற உருவம் — 107
11. அவன் — 118
12. பின்தொடரும் காலம் — 122
13. அப்ரஞ்ஜி — 129
14. பஸ் ஸ்டாண்ட் — 136
15. கைக்கு எட்டிய வானம் — 145
16. எறும்புடன் ஒரு சனிக்கிழமை — 155
17. ட்ரேடு — 161
18. கால்கள் — 168

வௌவால்கள் உலவும் வீடு

ஆட்டோவில் வந்து இறங்கியபோது வீடு திறந்திருந்தது. லேசாக கொஞ்சம் திறந்திருக்கும் கதவின் அசைவின்மையும் அதன் அழுத்தமும் அது ரொம்ப நாளாக திறந்து கிடப்பதுபோல் தோன்ற வைத்தன. ஒரு கோணத்தில் அது பழமையான தூசிபடிந்து நிற்கும் ஒரு வீட்டின் ஓவியம் போல் காட்சியளித்தது. கீழே கிடந்து மண்ணும் பேப்பர் குப்பைகளும் அதை உறுதிசெய்வது போலவீடு உறைந்து அப்படியே நின்றுவிட்டிருந்தது. அண்ணே. என்று அழைத்தபடி கதவை தள்ளி உள்ளே சென்றான் வாசு. பதிலேதுமில்லை, அவன் குரல் அவனுக்கே சற்று நடுக்கத்துடன் எதிரோலித்தது, ஆனால் குப்பென்று ஒரு நெடி தூசியும், கரப்பான்கழிவின் நாற்றமும், ரொம்பநாள் கிடந்த செத்த எலியின் நாற்றமும் எல்லாமும் சேர்ந்து நாசியை துளைத்தது. குடலை பிறட்டி வாந்திவந்துவிடும் போலிருந்தது. கைவைத்தால் ஒட்டிகொண்டுவிடும் தூசி கிணற்றடியில் பரவிய பாசிபோல எல்லா இடத்திலும் சமமாக பரவியிருந்தது. மாமர இலைகளும், காகிதங்களும் இறைந்துகிடந்தன. அவைகள் மெல்லிய காற்றிற்கே கதறியடித்து ஓடிக்கொண்டிருந்தன. தாறுமாறாக கிடந்த இரு நீளபெஞ்சில் ஒன்றில் தூசியை ஊதி கையில் வைத்திருந்த நீளபயணப்பையை வைத்துவிட்டு உள்திண்ணை வழியாக சமையலறை வரை சென்றான். தூசில் கால்தடம் கூடவே வந்து கொண்டிருந்தது. சமைப்பதற்கு தேவையான சிதறிக்கிடந்த தூசி படிந்த சாமான்களை தவிரமற்ற சாமான்களெல்லாம் ஏதுமில்லை. பறவைகளில் எச்சமோ ஏதோஒன்று பழுப்பாக ஆங்காங்கே கிடந்தன. வெளிமுற்றத்தில் தண்ணீர் பிடிப்பதற்கு கிடந்த

பித்தளை பாத்திரங்கள், வென்னீருக்காக இருந்த பாய்லர் எதுவும் இல்லை. வெளிமுற்றம் வழியாக கை எங்கும் வைக்காமல் கவனமாக நடந்து வாசல்வந்து, ஒட்டியிருந்த சந்து வழியாக பின்பக்கம் சென்றான். சமையலறை சுவற்றை நீட்டி கொல்லைக்கு செல்லும் வழியை அடைத்து, பின்பக்கம் வாடகைக்கு விடப்பட்டிருந்தது. அதுதான் அண்ணனுக்கு தற்போதைய வருமானமும்கூட.

சரோஜா பாட்டி முறத்தில் அரிசியை கொட்டி குனிந்த தலையும் இரண்டாக மடிந்த உடலுமாக வாசல் படிக்கட்டில் அமர்ந்து கல்லை தேடிக்கொண்டிருந்தாள். அவள் கணவன் தாத்தா வகையில் தாயாதி முறைவேண்டும். புருசன் இறந்தபின் தன் மகள் மற்றும் அவளின் கணவனோடு தன் கொஞ்சம் புத்திசுவாதீனமற்ற மகனோடு வசிப்பவள். பாதிஇருண்ட அவளது வீட்டினுள் வெயிலின் பிரதிபலிப்பில் செல்ஃபில் அடுக்கியிருந்த சில பாத்திரங்கள் மின்னின. அவளின் பேச்சில் வயதானதின் அசிரத்தை தெரிந்தது. யார்யாரோ வராங்க போராங்க யாருக்கு தெரியுது. உங்கண்ணன் எப்பவாவது வருவாரு இல்ல அவங்க கூட்டாளிகளோடு சேர்ந்து எங்கயாவது படுத்து கிடப்பாரு என் பையன் போய் தூக்கிட்டு வருவான் என்றாள். நம்பமுடியாதபடி அவன்தான் அண்ணனை கவனித்துக் கொள்வதாகவும் கூறுவாள். போனமுறைவந்த போது இந்த வீட்டைப்பற்றி அவள் பேசிய பேச்சுக்களும். அவள் செலவிற்கு பணம் கேட்கும் நச்சரிப்புகளும். நினைவிற்குவந்து தொடர்ந்து அவளிடம் பேச மனமில்லாமல் திரும்பி வந்து திண்ணையில் வந்து அமர்ந்து கொண்டான். உள்ளே எலிகளின் கீரீச் கீரீச் ஒலிகள் விட்டுவிட்டு கேட்டுக் கொண்டிருந்தன. தெருவில் மக்கள் நடமாட்டம் இன்னும் வேகம் கொள்ளவில்லை. காலை இளவெய்யில் இதம் நேற்று இரவு பயணத்தின் களைப்பை அதிகரிக்கச் செய்வது போலிருந்தது. அசதியாக கண்களை இடுக்கிக்கொண்டு கொட்டாவி விட்டபடி வீதியை பார்த்து யோசனையில் இருந்தான். காக்கைகள் எங்கோ தொடர்ந்து கரைந்துகொண்டிருந்தன. எதிர்சாரி வீட்டுவாசலில் இரவெல்லாம் திரிந்த களைப்பில் இரண்டு நாய்கள் வண்டியில் அடிப்பட்டதுபோல் படுத்துக் கிடந்தன.

திண்ணையும், திண்ணையின் முனையில் நிறுத்தப்பட்டிருந்த முன்பைவிட அதிகம் ஆங்காங்கே உடைந்திருந்த சாயம் போன தடுப்பு தட்டியையும் அன்னிச்சையாக கவனிக்க இந்த வீட்டைப் பற்றிய நினைவுகள் மனதில் அலைமோதின. அம்மா வெத்தலை மென்றபடி காலை நீட்டி இந்த திண்ணையின் முனையில்

அமர்ந்திருப்பாள். பள்ளிக்கூடம் விட்டதும் ஓடிவந்து அம்மாவின் கால்களில் சாய்ந்துகொண்டு இடுப்பைப் பிடித்துக் கொள்வான். வந்துட்டான், இவன் ஒருத்தன் ஹஹ என்றுவிட்டு சற்று தூக்கிய வெத்தலை மென்ற வாயுடன் சிரித்தபடி அவனுக்கே கேட்டு அலுத்துப்போன அவனின் சிறுவயது பராக்கிரமங்களில் ஒன்றை பேசிக்கொண்டிருக்கும் பக்கத்து வீட்டு பெண்ணிடம் சொல்லாமல் அவளால் இருக்க முடியாது. அதில் ஒரு பெருமையும் அலாதி அன்பும் இருப்பது தெரியும் பக்கத்துவீட்டு பெண்மணி ஒவ்வொரு முறையும் புதிதாக கேட்பதுபோல ஆர்வத்துடன் கேட்டுகொள்வாள். மூன்று மகன்கள் மேல் அதீத கற்பனைகள் அவளுக்கு. ஆனால் எப்போதும் கம்னாட்டி, கழிச்சால போறவனே என்று திட்டிக்கொண்டே தான் இருப்பாள். யாரை அதிகம் திட்டுகிறாளோ அவர்கள்மேல் அதிக பாசம் என்று அவர்கள் எடுத்து கொள்வதே வழக்கம். அதிலும் மிகத் தாமதமாக மூன்று குழந்தைகளுக்குப் பின் பிறந்த வாசுவின் மேல் அதிக பாசம் அவளுக்கு, அதிக திட்டல்களும் அவனுக்குதான்.

வீதியில் சென்றுகொண்டிருந்த பஞ்சுக்காரத்தெரு எலக்ட்ரீசியன் பையன்கள், தீடிரென திரும்பி அண்ணே.. என்று விளித்தபடி அவன் முன் வந்து நின்றார்கள். திரும்பி என்னப்பா என்பதற்குள்,

'நீங்க உங்க அண்ணனதானே பாக்க வந்திருக்கீங்க, இதோ இங்கிருந்து போகும்போது மேளக்காரதெருவத் தாண்டி ஒரு சின்னசந்து வரும் பாத்திருக்கீங்களா, முகனைல பழயபேப்பர்கட இருக்கும் பார்த்திருக்கீங்களா அந்த சந்துல கொஞ்சம் தொலைவுல போனிங்கன்னா ஒரு குப்பத்தொட்டிவரும் அங்கனதான் விழுந்து கிடக்காரு'. வேகமாக சொல்லி முடித்தான். அது அவனுக்கு மிக சாதாரண ஒரு நிகழ்வாக இருந்தது.

சட்டென பதறியது மனம். அவர்கள் இயல்பாக பேச்சை மேலே தொடர்வதில் இருந்த முனைப்பு அவனைச் சற்று எளிதாக்கியதால், அவர்கள் சொல்லப்போவதை கவனிக்க ஆரம்பித்தான்.

ஈபி ஆபிசு இருக்கு பாருங்க அதுக்கு பக்கத்துல என்று விளக்கம் கொடுத்தான் இரண்டாவது சிறுவன்.

அவனால் சட்டென்று அனுமானிக்க முடியவில்லை, அவனின் அமைதியை கண்டு 'வாண்ணே நா காட்றேன்.' என்றான்

'டே அவரு போய்பாருடா'

கே.ஜே.அசோக்குமார்

'இல்லடா.. அவரு அந்த இடமெல்லாம் போயிருக்கமாட்டாருடா, வாண்ணே நா காட்றேன்'.

இருவரும் பேசிக்கொண்டிருந்தபோது கதவை என்ன செய்வதென்று தெரியாமல் லேசாக சாத்திவிட்டு ரோட்டில் இறங்கி நடந்தான். வெய்யில் ஏறிக்கொண்டிருந்தது. பின்னாலேயே ஓடிவந்தார்கள் சிறுவர்கள்.

'எப்போ டிரைன புடிச்சீங்க, இப்போ அங்க மழையா, குளிரா' போன்ற விவரங்களை கேட்டுக்கொண்டே வந்தார்கள். ஒரு பெரிய மனிதனுக்கு பதிலளிப்பது என்ற ஆர்வம் அவர்களிடையே ஒரு சந்தோச மழையை உருவாக்கியிருந்தது. மோரிவாய்க்கால் பாதைபோல இருந்த அந்த சின்னசந்துக்கு வந்து, அதன் உள்ளே நடந்து சென்றபோது தூரத்தில் வேட்டி கழன்று சட்டையெல்லாம் மணலாக ஈக்கள் மொய்க்க அவர் கிடந்ததை ஒரு விபத்தை பார்ப்பதுபோல பார்த்தான். அந்த சந்தின் கடைசியில் ஒரு மதுக்கடை இருக்கிறது என்று நினைவிற்கு வந்தது.

பதற்றத்துடன் அவசரமாகஓடி மண்ணைத் தட்டிவிட்டு உடைகளை சரிசெய்து அவரை தூக்கிக் தோளில் போட்டுக் கொண்டு வந்தபோது அவர்கள் மெதுவாக வந்து சேர்ந்துக் கொண்டார்கள். ரோட்டில் நடந்து வந்தபோதுதான் அவன் அந்தச் சங்கடத்தை உணர்ந்தான். எல்லோர் கண்களும் அவன்மேல் இருப்பதாக தோன்றியது. சின்ன அண்ணணின் உறவுப்பெண், அண்ணியின் பெரியம்மாவின் சின்னமருமகள் கையில் சின்னபையுடன் காய்கறி வாங்க வந்தவள் போலிருந்தாள் அவனைப் பாத்துக்கொண்டே சென்றாள், அவன் கண்கள் சந்தித்தபோது கேலியான ஒரு சிரிப்புடன் வேறுபக்கம் திருப்பிக் கொண்டாள். ஏனிந்த கேலி? எப்போதும் இப்படிதான் என்று அவரை பொதுமைபடுத்தும் ஒருவகை கிண்டல் அது. அந்த பெண்ணிடம் மட்டுமல்ல கூடவரும் சிறுவர்களிடமும் அண்ணன் மீதான எந்த விஷயமும் நகைச்சுவையாக இருந்தது அவர்களுக்கு. அவரை பற்றி சொல்லும் போது அத்தனை சந்தோஷம் அவர்கள் முகத்தில் நடனமாடியது. ஒரு மனிதனின் வீழ்ச்சியில் இத்தனை மகிழ்ச்சியா என எண்ணி மனம் வருந்தியபடியே வீட்டிற்கு வந்தான்.

பெஞ்சில் படுக்க வைத்த போது அவரது கோலம் சட்டென துணுக்குறவைத்தது. இரண்டாண்டுகளுக்கு முன்பு பார்த்ததைவிட பாதியாகிவிட்டிருந்தார். தூக்கிவரும்போது எடையற்றிருந்தார் என்பது இப்போது நினைவிற்கு வந்தது. அவனையறியாமலே

கண்களில் கண்ணீர் முட்டியது. ஏன் இப்படி ஆனார்? யாருக்கும் மனதாரக்கூட கெடுதல் நினைத்ததில்லையே? நெஞ்சு முடிகள் முன்பைவிட வெள்ளையாகிருந்தன, துறுத்திக்கொண்டிருந்த கழுத்து எலும்புகள், வற்றிவிட்ட வயிறு, கைகளில் தோலின் சொறசொறப்பு என முற்றிலும் மாறிவிட்டிருந்தார்.

சிறுவர்களின் பேச்சில் இப்போது இருக்கும் மகிழ்ச்சியைத் தடுக்க விரும்பவில்லை. அண்ணன்கூட அந்த மகிழ்ச்சியை விரும்பி வரவேற்ப்பார் என நினைத்தான்.

'உங்கண்ணன் காலைல கிளம்புவாருண்ணே, காசு இருக்குற நாளுன்ன நல்லா குடிச்சுபுட்டு ரோட்லதள்ளாடிக்கிட்டே வருவாருண்ணே, இல்லாதப்ப... கணேசண்ண வீட்டுக்கோ, இல்ல மாணிக்கம் செட்டியாரு கடைக்கோ போயிருவாரு... அங்க போயி சிரிச்சுக்கிட்டே.... இப்படி நிப்பாரு. '

அவன் செய்து காட்டியதை இப்போது இரண்டாவது சிறுவன் அதீத பாவனையோடு விழுந்து விழுந்து சிரித்தான்.

'மாணிக்கமண்ணே, போடா போடான்னு விரட்டுவாரு... கடேசியா தலையில அடிச்சுகிட்டு இந்தாடான்னு காசு கொடுப்பாரு, அப்ப குடுகுடுன்னு ஓடுவாரு பாருங்க..'

இரண்டாவது சிறுவன் இப்போது நின்ற இடத்திலேயே கால்கள் பிடறியில்பட ஓடிக்காட்டினான். முதல் சிறுவனால் இப்போது சிரிப்பை அடக்கமுடியவில்லை.

'சரக்கு வாங்கிட்டு வந்தோன்ன எல்லோரும் சேர்ந்து அடிப்பாங்க அப்புறம் அவருக்கும் கொஞ்சம் கொடுப்பாங்க...'

இப்போது இரண்டாவது சிறுவன் ஆரம்பித்தான். 'கடத்தெருவெல்லாம் சுத்திசுத்தி வருவாரு இப்புடி இப்புடி தள்ளாடிக்கிட்டே.... அப்புறம் எங்கயாவது விழுந்து கிடப்பாரு, அவரு பிரன்சுங்க பார்த்து தூக்கிட்டு வந்து போட்டுட்டு போவாங்க... ஒரு நாளு ராமசாமி கோயிலு தேர்முட்டி இருக்குது பாருங்க அங்க ரெண்டு நாளு அப்படியே கிடந்தாரு...'

வருத்தமற்ற ஒரு சந்தோசம் அவர்களிடையே ஏறியபடியே சென்றது. அவர்கள் கிளம்பி செல்லும் வரை அண்ணனையே கவனிப்பதுபோல வந்த கண்ணீரை அடக்க இலக்கற்ற பார்வையுடன் அவர்கள் சொல்வதை கேட்டுக் கொண்டிருந்தான்.

சொல்றா தம்பி என்றுதான் அவனிடம் பேச்சை எப்போதுமே ஆரம்பிப்பார். தன்னைவிட 15 வயது மூத்தவர். அப்பாவை

அவனுக்கு நினைவில் இல்லை. கோட் அணிந்தகறுப்பு வெள்ளை போட்டோவில் ஒரு பக்கமாக முறைத்து பார்ப்பதுபோல நெஞ்சுவரை இருக்கும் அவரை அப்படியேதான் நினைவில் வைத்திருக்கிறான். முதலில் பள்ளியில் சேர்த்துவிட்டது, முதலில் சைக்கிள் விட கற்றுக்கொடுத்தது, பம்பரம் சுற்ற கற்றுகொடுத்தது, மீன் தூண்டில் போட கற்றுக்கொடுத்தது எல்லாமே அண்ணண்தான்.

எப்போதும் இத்தனை சந்தோஷமான மனநிலையில் எப்படி அவரால் இருக்க முடிந்தது என நினைத்துக் கொள்வான். ஒரு மெல்லிய நகைச்சுவை உணர்வோடு யாரையும் புண்படுத்தாத ஒரு உரையாடல்கலை அவரிடமிருந்தது. அவர் அருகில் இருக்கும்போது அன்புச்சூழல் ஒன்று நாய்க்குட்டி போல சுற்றிவருவதாக தோன்றும். நீருக்கு அடியில் தெரியும் கூழாங்கல்லைப்போல மின்னும் கண்களோடு உற்சாகத்துடன் அவர் பேசுவதை கேட்க சிலர் எப்போதும் இருப்பார்கள். கடைவாயில் இருக்கும் எத்துப்பல் தெரிய அவர் சிரிப்பில் தெரிக்கும் ஜோக்குகளை ரசிக்க சின்ன கூட்டம் உண்டு. ஆனால் குறிப்பிட்ட ஒரு வயதிற்கு மேற்பட்ட ஆண்களிடத்தில் அவரிடமிருந்து ஒரு விலகல் இருந்தது. வாழ்வில் ஏதோ ஒரு இடம் பிடித்துவிட்டிருந்த நடுவயது மனிதர்களின் உலகத்தில் அவரால் இருக்கமுடிந்ததில்லை. வெட்டிதனமான நடைமுறை வாழ்க்கைக்கு உதவாத பேச்சுகள் கொண்டவன், பணம், பதவி மூலம் பெறும் அதிகாரத்தை இத்தனை வயதிலும் பெறமுடியாதவன் என்று கவனமாகவும் அதே நேரத்தில் கேலியாகவும் விலக்கிவைக்கப்பட்டார். இதை எப்போதும் அவன் கவனித்திருக்கிறான் சின்னண்ணிடமும், அக்காவிடமும், மாமாவிடமும் அவன் எதிர்பார்க்காத இதே விலகல் ஒரு கட்டத்தில் வந்தபோது அவனுக்கு சற்று அதிர்ச்சியாக இருந்தது. ஆனால் அவருக்கு அதைப்பற்றி கவலை இருந்ததில்லை. சிறுவர்களிடமும், வயதானவர்களிடமும் அவருக்கு எப்போதும் அன்பிருந்தது. பெரியவர்கள் சின்னச் சின்ன உதவிகள் ஏதும் கேட்டும், சிறுவர்கள் வாங்கித்தின்ன ஏதும் கேட்டும் அவர் மறுத்ததாக நினைவில்லை.

நண்பர்கள் மூலம் ஆரம்பித்திருந்த குடிப்பழக்கம் மெல்ல பீடி, குட்கா, கஞ்சா என்று மாறி கொஞ்சம் கொஞ்சமாக முழுநேர குடிகாரனாக மாற்றிவிட்டிருந்தது. அவர் முகத்தில் முதுமையின் அறிகுறிகள் முன்பே ஆரம்பித்துவிட்டன. தொங்கிய கன்னங்கள், கண்களுக்குக்கீழ் உப்பியசதைகள், ஒடுங்கிய கழுத்துமாக இருந்தார்.

முன்பைவிட இப்போது அதிகம் முதுமை தட்டியிருந்தது. மேலிருந்த பல்பு வெளிச்சத்தில் நிழல்படர்ந்த கன்னங்களுடன் திறந்த வாயுமாக விகாரமாக தெரிந்தார். காற்றிற்காக சட்டையின் பட்டன்களை கழற்றிவிட்டான், கழற்றும்போது சிறுஅசைவுகளுக்குப்பின் அப்படியே சிலைபோல கிடந்தார். வற்றிவிட்ட உடலில் சதைகள் இல்லா வயிறு மட்டும் மெல்லிய இயக்கத்தில் இருந்தது.

தன்னுடைய வேலைக்காக பலதடவை முயற்சித்தவர் அவருக்கான வேலையை அவர் தேடிக்கொள்ளவில்லை. அம்மா ஒரு சிட்பண்ட் வேலை வாங்கிக் கொடுத்தார். குடித்துவிட்டு வேலைக்கு செல்லவில்லை என்று இருமுறை வெளியே அனுப்பபட்டார். இருமுறையும் அம்மாதான் யார்யாரிடமோ பேசி மீண்டும் வாங்கி கொடுத்தார். அம்மா இறக்கும்வரை கொஞ்சம் கட்டுப்பாடுடன் இருந்தார். பின் சுத்தமாக மாறிப்போனார். தண்ணீரை தெளித்து எழுப்பலாமா, எழுப்பி சாப்பிட ஏதும் கொடுக்கலாமா அல்லது அவர் நண்பர்கள் யாரையாவது அழைத்துவரலாமா என்ற யோசனையில் இருந்தான். கடைக்கு சென்று சாப்பிட்டு வரும்வரை எழுந்திருக்கவேயில்லை. தொடர்ந்து மனம் சலிப்பிலே இருந்தது.

சாப்பிட தம்பி கடைக்கு சென்ற போது அண்ணனின் நண்பர் ராமமூர்த்தி பார்த்ததும் அவர் நீண்டதன் ஆதங்கத்தை வெளிப்படுத்தினார்.

'நல்லா காட்டியிருக்கலாம் தம்பி, எவ்வளவோ வசதி இப்பெல்லாம் வந்திடுச்சி, செலவ பாக்காம, கொஞ்சம் முயற்சி பண்ணியிருக்கலாம், அக்காவும் கோபுவும் பேச்சே கொடுக்கல. இப்ப முத்த விட்டுடிங்களேன்னு, தியாகராஜன் டாக்டருகூட திட்டினாரு, அப்பவே அவர் சொன்ன பெரிய டாக்டர, அதான் அதுலபெசலிஸ்டாமே, பாத்திருக்கலாம். இனிமே ஒன்னும் பண்ணமுடியாதுன்னு கண்டமேனிக்கு திட்டினாரு. நா உங்க அத்தான நேர்ல பாத்து சொல்லியும்கூட, ஒரு மனுசன் எத்தன வாட்டிதான் சொல்லுவான் சொல்லு, கேட்கவேயில்ல, எல்லாம் அவன் தலயெழுத்து போ.'

அண்ணனின் வயது அவருக்கு, அவருடன் படித்தவர், அவரின் மகளின் திருமணப்பேச்சு நடப்பதாக போனமுறை வந்தபோது செய்தி அடிப்பட்டது. ஜவுளி வியாபாரம் புடவை வாங்கி விற்பவர், இவருடன் அண்ணன் கொஞ்ச காலம் துணைவேலைக்கு கூட இருந்தார். போகும்போது நீயாவது பார்த்துக்க தம்பி என கூறிச்சென்றது மனதில் ஏதோ உறைத்தது.

அக்கா திருமணமாகி மடப்புரம் போனாள். சின்ன அண்ணன் வேலைக்காக மும்பைக்கு போனார். சின்னஅண்ணன் தான் அவனுக்கு வேலை வாங்க ஏற்பாடு செய்தார், அதேபோல் அவன் கல்யாணத்தை அக்காவும் அத்தானும்தான் செய்துவைத்தார்கள். அண்ணன் மீதானபொறுப்பற்று இருப்பதாக நினைக்கும் ஏனென்று புரியாத ஒரு சலிப்பு சின்னஅண்ணிடமும் அக்காவிடமும் வந்தது இந்த இடத்திலுருந்து வந்ததாக நினைக்க தோன்றியது. ஆனால் அது ஒரு தற்காலிக நிகழ்வாக நினைத்திருந்தான்.

அக்காவின் இந்த சலிப்பு வேறு ஒருவரிடத்தில் காணமுடியாதது. அவள் பிறருக்கென்று செய்யும் ஒவ்வொரு விஷயத்திலும் ஒரு சுயநலமிருப்பது மிக விரைவாகவே கண்டுணரமுடியகூடியது. நகை அசைவுகளை எப்போது உணர்ந்திருப்பதை கூறலாம். மார்பில் தவழும் டாலர் செயினை, அதன் அசைவுகளை அவள் மனம் அனுமானித்தபடி இருக்கும். மார்பில் தவழும் டாலர் செயின் விலகி செல்வதை எப்போது அவள் மனம் அதன் அசைவுகளை அனுமானித்தபடி இருக்கும். அதை நேர்கோட்டில் கொண்டுவரஅவள் கைகள் பணிக்கப்பட்டிருந்தன போலிருக்கும். அத்தானுக்குகூட அச்செய்கையில் ஒரு பெருமை கொண்டிருப்பது தெரியும். கலாவிடம் பேசும்போது அது நகை குறித்த பேச்சாகவே இருக்கும்.

அக்காவை மிக மெதுவாக புரிந்துகொண்டதாக தோன்றும். அல்லது ஒரு வயதிற்குப்பின் பெண்கள் மாறிவிடுவார்களா? அண்ணனை பெரிய டாக்டரிடம் காண்பிக்கலாம் என்ற பேச்சு வந்தபோதெல்லாம் அக்கா ஏன் அதீத கோபம் கொண்டாள்? சின்னண்ணும் மாமாவும் அதை ஏன் பின் தொடர்ந்தார்கள்? வீட்டை விற்க சொன்னபோது ஏன் தீவிரமாக எல்லோரும் மறுத்தார்கள்?. அப்போதெல்லாம் தேவையற்ற கோபம் அவர்களிடமிருந்து வெளிப்படுவதையும், தனிப்பேச்சில் அண்ணன் மீதான கிண்டல்களும் பொதுப்பேச்சில் அவர் மீதான கோபங்களையும் கண்டிருக்கிறான்.

பலவாறு பித்துபிடித்தவன் போல மாலைமுழுவதும் வீதிகளில் சுற்றியலைந்தான். வீட்டிற்கு வந்தபோது அண்ணன் எழுந்திருக்கவில்லை.

அவன் உறங்கச் செல்லும்போது சட்டென அண்ணனின் முனகல் கேட்டு எழுந்தமர்ந்தான். அவரால் உடனே எழுந்து உட்காரமுடியவில்லை. கைநடுக்கத்துடன், தலைதள்ளாட்டத்துடன் அவனின் உதவியுடன் எழுந்தமர்ந்தபோது கண்கள் சந்தித்த

கணத்தில் அழுத்தி விரிந்த உதடுகளுடன் சிரிக்கும் அதே கண்களை கண்டான். ஆனால் நிதானம் கண்டவுடன் அடிபட்ட பார்வையில் வேறுபக்கமாக பார்ப்பதுபோல் தோன்றியது. பின் மெதுவாக சிரித்தார். அவர் எப்போதும் சிரிப்பது இப்படித்தான் வாய்திறந்து எத்துப்பல்லுடன் கண்களில் கபடமில்லாமல் சட்டென சிரித்துவிடுவார். மனிதர்கள் இவருக்கா துரோகம் செய்ய நினைக்கிறார்கள் என்று ஏனோ மனம் பதைத்தபடி இருந்தது.

என்ன சொல்வதென்று தெரியவில்லை. பீய்ந்த பழம்துணிபோல அவரை கண்டதில் பேச நா எழாமல் திணறினான்.

வந்திட்டியாப்பா என்றார் அதுகூட அதே உற்சாகத்துடன் இருந்தது போலிருந்தது.

எண்ணன்னே இப்படி இருக்கீங்க என்றபோது அவர் கண்கள் ஒரு முறை சந்தித்துக் கொண்டன.

எதுவும் பேச விருப்பமில்லாதவர்போல் கசப்பை தின்றுவிட்ட வாயாக அழுத்திய உதடுடன் மவுனம் காத்தார். பிரசவ வேதனையில் இருக்கும் பசுபோலஎன்னடா தம்பி செய்யறது... என்றார். பலமுனங்களுடன்தான் பேச்சு தொடர்ந்தது. சுற்றுமுற்றும் பார்த்து தன்னை நிதானப்படுத்திக்கொண்டு எப்போதும்போல பேசஆரபித்தார்.

என்வாழ்க்க இப்படியே போச்சு... அத விடு நீ எப்பவந்த கலா எப்படி இருக்கு... பொன்னு எப்படி இருக்கா... என்று ஆடிய கையுடன் நீண்ட முன்வந்த கழுத்துமாக மிக மெதுவாக கேட்டார்.

அவன் அவனையறியாமல் கண்களில் கண்ணீர் பெருக்கெடுத்து ஓடியது. அவரை நேர்க்கொண்டு கண்களை பார்த்து பேசமுடியவில்லை, சிறு விம்மலுடன் அவன் உடல் குலுங்கியது.

எல்லாம் நல்லா இருக்காங்கண்ணே... நீங்கயேண்ணே இப்படி இருக்கீங்க

அத விட்றா என்பது போல கை அனிச்சையாக ஆடி எதையோ தட்டுவதுபோல அசைத்தார். இந்தக் கணம் இங்கேயே முடிந்து ஓடிவிடலாம் எனதோன்றியது.. மூச்சு வேகமாக விட்டு தன்னை ஒருநிலை படுத்திக்கொண்டார்.

'நீ வரமாட்டியோன்னு நினைச்சுகிட்டிருந்தேன். ஆனா எனக்கு தெரியும் நா சாவுறத்துக்குள்ள நீ வருவேன்னு. உங்கிட்ட கொஞ்சம் பேசிட்டேன்னா நிம்மதியா செத்துப் போயிடுவேன்'.என்றார்

அப்படியெல்லாம் சொல்லாதிங்கணே... என சட்டென பெருங்குரலெடுத்து அழுதான்.

தனக்கு சில உண்மைகள் தெரியும் என்பது போலஅவர் உதடுகளில் தெரிந்த மெல்லிய சிரிப்பு மலந்தது.

மெல்லிய குரலுடன் இரவு முடியும் வரை பேசிக்கொண்டிருந்தார். எல்லாம் பழைய நினைவுகள் மட்டும். யாரையும் ஒரு குறைகூட சொல்லவில்லை. குடும்பத்தில் உள்ள அத்தனை பேர்களின் பெயர்களை ஏதோ மந்திரம் போல சொல்லிக்கொண்டார். அவன் எடுத்துவந்த உணவில் பாலைமட்டும் அருந்திவிட்டு உறங்கிபோனார்.

தூசியும் அதீத நெடியும் பழகிவிட்டிருந்தது. நாளை நன்கு சுத்தம் செய்து அண்ணனை நல்ல டாக்டரிடம் காண்பிக்கவேண்டும் என நினைத்துகொண்டான். தூக்கமும், அசதியும் அலைக்கழித்தாலும் ஒருவித முழிப்போடு மீதி இரவு முழுவதும் இருந்தான். வௌவால்களின் ஓட்டம் கூடத்தின் ஒரு மூலையிலிருந்து மற்றொரு மூலையென தொடர்ந்தது. ரேழியின் முற்றத்து வெளிச்சத்தில் அதன் உடலின் மினுக்கம் மின்னல் கோடுகள்போல் தெரிந்து மறைந்தன. வீட்டில் மனித நடமாட்டம் குறைந்ததுமே வௌவால்களின் நடமாட்டம் பெருகிவிடுகின்றன. பின் வீடு அவைகளுக்கானவை.

அக்கா, மாமா, சின்னண்ணன், கலா இவர்களுக்குள் ஒரு திட்டம் இருப்பதாக நினைத்துக் கொண்டேயிருந்தான். அண்ணிக்கு கடவுள் மீது அதீத நம்பிக்கை உண்டு, அதனாலேயே இதில் தலையிடுவதில்லை என தோன்றியது.

அண்ணன் முனங்கள் ஒலிகளோடு தூங்கிக் கொண்டிருந்தார் தீடீரென வௌவால்களின் கூட்டம் அதிகரிப்பதும் அதன் செம்பழுப்பு கண்கள் தன்னை நோக்கி வருவதுமாக இருந்தது. அவைகள் கனவுகள் என தெரியவர நெடுநேரமாகியது. இனிமேல் தூங்க முடியாது என்று நினைத்து எழுந்தபோது படபடப்பு நீங்க சிலநிமிடங்கள் ஆயின. தூக்கத்தில் நாலைந்து முறை தூக்கி போடப்பட்டதை மெல்ல நினைத்துக் கொண்டான். அதற்குள் கிழக்கே வெளிச்ச கீற்றுகள் வருவதை வலது ஓரத்தில் இருந்த இரும்புகம்பியின் ஊடே குளிர்ந்த காற்றுடன் வானம் விடிவதை கவனித்தான். முற்றத்தில் வெண்பழுப்பு நிறமாக தெரிந்த மேகங்களை கவனித்தபடி பாய், தலையணைகளை எடுத்து வைத்தான்.

அண்ணன் புரண்டுகூட படுக்காமல் அந்த பெஞ்சில் அப்படியே படுத்திருந்தார். மெல்லிய குறட்டைஒலி கேட்பதாக தோன்றியது. எவ்வித சிறு அசைவுமின்றி கிடந்தது மேலும் துக்கத்தை ஏற்படுத்தியது. குனிந்து அண்ணனை பார்த்தபோது இதோ இறந்துவிடப்போகிறார் என்று மனம் ஏனோ பயந்து நடுங்கியது.

டீ குடிக்க நிதானமாக வீட்டைவிட்டு நடந்து செல்ல ஆரம்பித்தான். வட்டிகுருக்கள் தெருவின் நடுவில் தெற்குபார்த்திருந்த வீட்டிலிருந்து கிளம்பி இலக்கின்றி நடக்க ஆரம்பித்தான். கல்லூரி சாலைவந்ததும் இடப்பக்கம் திரும்பி நடந்தபோது பூக்கடைகள், மெடிக்கல் என சில கடைகள் மட்டுமே திறந்திருந்தன. ஜெகன்னாத பிள்ளையார் கோவில் வெளிச்சத்தில் கிடந்தது. வாசலில் பூகட்டும் பெண்மணி அவனை ஒரு முறைபார்த்து வாங்க வருகிறாரா என்று நோட்டமிட்டுவிட்டு பூகட்டுதலை தொடர்ந்தாள். கோவிலை கடந்து வந்த மோரிவாய்க்காலின் நாற்றத்தில் அந்த பகுதி திணறியதாக தோன்றியது. வாய்காலில் மாட்டியிருந்த பேப்பர், கயிறு, மண், பிளாஸ்டிக் பொருட்கள் வெளியே ரோட்டோரமாக வீசியெறியப்பட்டிருந்தன. இன்னும் சற்று தூரம் வந்தபோது நாராயணன் காலனி தெருவிலிருந்து வெளிவந்த மதியம் பேசிய ராமமூர்த்தி அண்ணன் அவனை பார்த்து சிநேகமாக பார்த்து சிரித்துவிட்டு சென்றார்.

மகாமகம் மேல்கரைக்கு வந்தபோது வெய்யில் ஆரம்பித்துவிட்டிருந்தது. இத்தனை காலைவேலையிலும் வாட்ச்மேன் கிழவர் ஏடிஎம்மில் காவலுக்கு அமர்ந்திருந்தார். வறுமையை காட்டும் உடலும் உடையும் மனதை அரித்தது. உடல் ஏன் இந்த காலையில் வேர்க்கிறது என்று பதற்றம் ஏற்பட்டது. காலைவெயிலில் நடந்து அண்ணா சிலையருகே வந்தபோது தலைசுற்றியது. முனையில் இருந்த டீக்கடையில் டீகுடித்தான். மாஸ்டர் அவனையே பார்ப்பது போலிருந்தது. ராமமூர்த்தி அண்ணன் சொன்னது மனதில் ஓடியது. எத்தனை ஆதங்கத்துடன் சொல்லிவிட்டார்.

எதிரே மெடிக்கல், பூச்சிமருந்து கடைகள் திறந்துகொண்டிருந்தார்கள். அதன் சத்தம் அக்காலைவேளையில் மிகப் பெரியதாக இருந்தது. தஞ்சைவழிச் செல்லும் பஸ்கள் தறிகெட்டு புழுதியை கிளப்பியபடி தாறுமாறாய் அந்த வளைவில் ஓடிக்கொண்டிருந்தன. ஏன் இப்படி ஓடுகிறார்கள் என்று யோசிக்கும்போதுதான் சுயநினைவு வந்ததாக தோன்றியது.

உடலும் மனமும் ஒரு வரிசையில் வராமல் தவிப்பதை, அதன் அவஸ்தையை உணரமுடியாமல் அபிமுகேஷ்வரர் கோயிலில் மதில் சுவரில் சாய்ந்து கதறியழுதான். அழஅழ அதன் வேகம் அதிகரித்து சென்றபடியே இருந்தது. நேற்றிரவே அண்ணன் பல முனகல்களுடன் இறந்துவிட்டிருந்தார். காலையில் அவரை கண்டபோது கண் திறந்து வாய்மட்டும் சின்ன புன்னகையுடன் சிலைபோல கிடந்தார். கைகளும் காலும் உடலோடு கட்டப்பட்டதுபோல திமிறினான். ஓடிச் சென்று குளத்தில் உயிரை மாய்த்துக்கொள்ள சொல்லி மனம் கதறியபடியிருந்தது. அண்ணே அண்ணே ஏன்ணே போனீங்க. தன்னை கவனித்தப்படி சென்ற சில மனிதர்கள்கூட அவன் மனதில் நிற்கவில்லை.

அரைமணி நேரம் அழுதிருப்பான் தான் எப்படியும் இறக்கக்கூடும் எனற நினைப்பு மாமவிடம் போன் பேசும் முன்புவரை இருந்தது அப்போதுதான் உணர்ந்தான். மாமா உடனே வருவதாக கூறியபின்னே மனம் ஆசுவாசமடைந்தது. மாமாவின் வருகையை அறிந்தபின் மனம் தெளிவடைந்தது. குளிர்சாதன பெட்டிக்கு சொல்லிவிட்டு சின்னண்ணிடம் கலாவையும் அழைத்துவர சொன்னான். கூடவே அலுவலகத்துக்கு போன் செய்து லீவ் சொன்னான் ஒரு புயலுக்குப் பின்னேயான மரம்போல அவன் மனம் ஒருநாள் அமைதியாக கிடந்தது. இத்தனை நினைவில்லாமல் இருந்துகூட வேறொரு மனதால் உலகத்தை கவனித்து கொண்டிருப்பது போலிருந்தது.

மாமா, சின்ன அண்ணன், கலா அவனை பார்த்த பார்வையில் அவர்கள் பயந்திருக்கிறார்கள் என தோன்றியது ஏதோசில உண்மைகள் அவன் அறிந்திருக்கிறான், எந்நேரமும் அதனால் தன்னை அதுபற்றி கேட்க அல்லது காயப்படுத்தக்கூடும் என்பதுபோல் கண்களை சந்திப்பதும்பின் விலக்கி கொள்வதுமாக இருந்தார்கள்.

கொள்ளி அவனேதான் வைத்தான். சின்னண்ணனும் மாமாவும் பதினோராம் காரியத்திற்கு வந்துவிட்டு உடனே போய்விட்டார்கள். அண்ணியும் கலாவும் அவர்கள் அம்மா வீட்டிற்கு சென்றுவிட்டார்கள். அக்கா மட்டுமே இருந்தாள். அக்கா எதுவும் நடக்காதுபோல அவனுடன் எப்போதும்போல பேசிக்கொண்டிருந்தாள். எப்போது கேட்டாலும் அதற்கு சரியான பதிலைத்தர காத்திருப்பதுபோல அவனை அவளால் சமாளித்துவிட முடியும் என்பது போல் வீட்டை சுத்தப்படுத்துவதில் முனைப்புடன் இருந்தாள். மாமாவும் சின்னண்ணும், அண்ணியுடன், கலாவுடனும் வீட்டிற்கு ஒரு ஞாயிற்று கிழமை வருவதாக போன் செய்தார்கள்.

ஞாயிறு அன்று மதியம் அனைவரும் வந்து கூடியபோது எல்லோருக்கும் சகஜநிலை திரும்பியது போலிருந்தது. மெல்ல பேச்சுகள் வீட்டைச் சுற்றி வந்தன. அந்த மகிழ்ச்சி ஒரு பங்கு அதிகம் கிடைப்பதில் இருக்கலாம். மாமாவின் உறவுக்காரர் ஒருவர் வீட்டை வாங்கிக்கொள்ள தயாராக இருப்பதாக தெரிந்தது. பாயில் அமர்ந்து சட்டென எல்லோரும் வீட்டை விற்பதையும் பங்கையும் பற்றிய பேச்சை ஆரம்பித்தபோது, தீர்க்கமாக வாசு, அனைவரையும் சற்று காத்திருக்க சொல்லிவிட்டு வெளிவாசல் வழியாக பின்பக்கம் சென்று சரோஜா பாட்டியை கைபிடித்து அழைத்துவந்து பாயில் அமர வைத்து தானும் அமர்ந்து கொண்டான்.

• • •

சாமத்தில் முனகும் கதவு

உறங்கம் தெளிந்தும் தெளியாத மந்த காலை நேரத்தில் தோன்றும் அக்கனவு, ஒரு கலவியின் உச்சம்போல, எப்போதும் இருக்கும் ஒரு நினைவின் பகற்கனவுபோல, தோன்றும் ஒவ்வொரு சமயமும் அதே அதிர்ச்சியுடன் விழிப்பு ஏற்பட்டு விடுகிறது. சில நேரங்களில் விழிப்புக்கு பின்னும் இது கனவு எனப் புரிவதற்கு சில நிமிடங்களேனும் ஆகிவிட்டிருக்கும். பிறகு அந்த தாக்கத்தின் அதிர்ச்சி நீங்க வேறு எதாவது வேலையில் தீவிரமாகக் கவனம் கொள்வது போல் செயல்படவும் வேண்டியிருக்கும். அப்படியும் அதிலிருந்து முழுமையாக வெளிவரமுடிவதில்லை என்பதை அன்றைக்கு இரவு தூங்கச் செல்லும் வரை உணர முடியும்.

அன்று காலையில் எழுந்த கூத்தையனுக்கு எப்போதும்போல நேற்றைய கனவில் தோன்றிய முகம் மிக பரிச்சயமானதும், மிக அன்னியமானதும் போலத் தோன்றியது. அதேவேளையில் குழப்பமாகஅது இறந்துபோன வாசுகியின் முகமல்ல என்றும் பட்டது. பல நேரங்களில் இப்படி அனுமானிப்பது சலிப்பாகவும், அவஸ்தையாகவும் இருக்கும். கனவில் வந்தவளின் முகஅமைப்பு வேறுமாதிரியாக நீள்சதுரமாகவும், கீழுதட்டில் மச்சத்தோடும் இருந்தாள். ஆனால் கிட்டத்தட்ட வாசுகிபோலவே குலுங்கும் மார்புகளுடன், ஆனால் விரிந்து வெளித் தள்ளிய யோனியுமாக நிர்வாணமாக இருந்தாள். அவளின் உதடுகளும், யோனியும் ஒரே மாதிரி வெளிர் நிறத்தில் இருந்தது அவனுக்கு அருவருப்பளிக்கவில்லை. அவளை நெருங்கும் சமயத்தில்

அது கனவு என்று தோன்றிய ஒரு கணத்தில் முழிப்புகொண்டு வெளிவர முடியவில்லை. அவளைப் புணர்ந்து உச்சம் கொள்ளும் சமயத்தில் காற்றில் அசைந்த அடுப்படி கதவு இருட்டில் அகோரமாக முனகியது. அக்கதவு பலநாட்களாக – அதுவும் பவானி ஊருக்கு போனபின், தாளில்லா கதவிற்கு முட்டுகொடுக்க மறந்துவிடுகிறது – அப்படியே உச்சத்தில் வாசுகி கொள்ளும் குரலாக தொடர்ந்து முனகுகிறது. அது அப்போது வேண்டுமென்றே முனகியதாக தோன்றிய ஒரு கணம் அதிர்ச்சியில் கால்களை உதறியபடி எழுந்தமர்ந்தான்.

அதே நினைவுகளுடன், தொடரும் நெஞ்சு படபடப்புடனும், தலைவலியுடனும் வீட்டிற்கு முன்னால் உள்ள வாய்க்காலை பார்த்தபடியே பல்துலக்கினான். தான் சிறுவயதாக இருந்தபோது வாய்க்காலாக இருந்தது இப்போது சாக்கடையாக மெல்ல மாறிவருவதை அனுமானித்தபடியே அதன் மீது சிறுகல்லைத் தூக்கி எறிந்தான். வளையங்கள் சுழலும் பம்பரத்தின் மையம்போல சுழன்றமர்ந்தது. கூரையில் ஒட்டடைகள் வெளித்திண்ணைவரை பரவி தொங்கி கொண்டிருப்பதை இப்போதுதான் கவனிப்பது போலப் பார்த்தான். சுத்தம் செய்யவேண்டும் என்று மனதில் தோன்றினாலும் செயல்படுத்த முடிவதில்லை என்பதை எண்ணியபடியே மீண்டும் ஒருவித அலுப்போடு கவனித்துக் கொண்டே பல்துலக்கினான். பின்பக்கமாகச் சென்று குளித்து ஈரத்துண்டோடு உள்ளே அடுப்படி வந்து ஓரமாய் இருந்த நீராகாரத்தை எடுத்து தட்டில் போட்டுக் கொண்டு, அடுப்படிக் கதவிற்கு முட்டுக் கொடுக்க வேண்டும் என்று பகலில் மட்டுமே நினைவில் வருவதை யோசித்தபடியே தொட்டுக்கொள்ள அவன் கடை ஊறுகாய் அட்டையிலிருந்து ஒன்றை பிய்த்துக்கொண்டு சாப்பிட ஆரம்பித்தான். பவானி இருந்தால் வேண்டாவெறுப்பாகவாவது எடுத்து வைப்பாள். கனத்த மெட்டி ஓசையுடனும், வளையல் குலுங்கல் ஓசையுடனும் அங்குமிங்கும் நடமாடுவதுபோல் மனதில் நிழலாடியது.

வளையத்தில் தொங்கிகொண்டிருந்த சட்டையும் வேட்டியும் அழுக்கடைந்திருந்தது தெரிந்தது. சட்டை அணிந்ததும் பாக்கெட் மேலும், மடித்துக் கட்டிய வேட்டியின் தொடைப் பகுதியிலும் அதிக அழுக்காகத் தெரிந்தது. கடை எண்ணெய் தினமும் பார்த்துப் பழகி சாதாரணமாகி விட்டிருப்பதை உணர்ந்தபடி சைக்கிளை எடுத்தான்.

வீட்டிற்கும் தெருவிற்கும் நடுவில் வாய்க்காலின் மேலிருந்த தென்னைமரப் பாலத்தில் சைக்கிளைத் தூக்கிக் கொண்டு நடந்து இந்தப் பக்கம் வந்தபோது அவன் வருவதை ஒரு விநாடி கவனித்து புன்முறுவலிட்டு தலையசைத்தபடி கடந்து சென்றான் செல்லையா. கூத்தையனின் கண்கள் வேறு எங்கோ நிலைகுத்தியிருப்பதை ஒரு பொருட்டாக அவன் நினைக்கவில்லை. அந்தச் சிரிப்பு தன்னைக் காயப்படுத்த வேண்டும் எனச் செய்யப்பட்டது என்று அறிந்திருந்தாலும் தன்னைப் பாதிக்காதது அவனைச் சங்கடப்படுத்தியது. பலசமயம் வாசுகி செய்திருக்கிறாள். அவளிடம் குளிர்ச்சியோடு கூடிய மண்ணின் மெல்லிய மணம் எப்போதும் இருந்தது. அது அவனை முகம் இளகவைத்து புரியா வெறுப்பில் தொடங்கி எப்போதும் களிவெறியில் முடிவதை எண்ணிக் கொண்டான்.

சைக்கிளில் ஏறிஅமர்ந்தபோதே அவன் சுமை தாங்காது திணறியது. இந்த சைக்கிள் அவன் அப்பா அவரின் இளவயதில் வாங்கியது. அவர் இறந்ததும் அவன் கைக்கு வந்துவிட்டது. நினைவிலும் கனவிலும் மிதந்து அவன் தலைகுனிந்து பின்னோக்கி ஓடும் ரோட்டை பார்த்தபடி வண்டியோட்டினான். நிறங்கள் மங்கி எப்போது வேண்டுமானாலும் தனித்தனியே தன்னை பிரித்துக் கொண்டு தற்கொலை செய்துகொள்ள தயாராக இருப்பதுபோல் இருந்தது. உன்னை சுமந்து செல்லமுடியாது என சொல்லும்படி வளைந்த முன்சக்கரம் ஆடியாடி மறுப்பு தெரிவித்தபடி சென்றது. மடப்புரத்தின் முக்கியக் கடைத்தெருவான மேலவீதியில் அவன் கடை இருந்தது. அவன் அப்பா காலத்திலிருந்து இருக்கிறது. தினமும் தவறாமல் வந்து கடையைத் திறந்து அமர்ந்துகொள்ளும் அவனுக்கு மாணிக்கம் மட்டுமே துணை. நாலு கடை தள்ளி அமைந்திருக்கும் வாடகை சைக்கிள் கடைக்குச் சொந்தகாரன். மனைவியை இழந்தவன்.

விஜயபுரத்திலிருந்து கொஞ்சம்போல சரக்குகள் எப்போதாவது கொள்முதல் செய்துவருவான். இருண்ட அவன் கடையில் முன்பக்கத்து பாட்டில்களில் சிலவகை மிட்டாய்களும், பின்பக்கத்து அலமாரி டப்பாக்களில் சீரகம், கடுகு, மிளகு, என்று எதாவது இருக்கலாம் என சிலசமயம் நினைத்துக்கொள்வான். பெரிய கூட்டம் ஏதும் வந்துவிடப்போவதில்லை. ஒருநாள் என்றும் கடைக்குவராத முட்டுத் தெரு மணி ஏதோ ஒரு அவசரத்திற்கு அவன் கடைக்கு வந்து விரலி மஞ்சள் கேட்டான். உள்ளே போனவன் ஏதோ மயக்கத்தில் மேலே பார்த்தபடி அங்கேயே நின்றுவிட்டான்.

காத்திருந்து அலுத்துபோன மணி திட்டிக்கொண்டே போனான். இப்படி ஏதோ வியாபாரம் ஓடிக்கொண்டிருந்தது.

வாசுகியை நினைக்கும் தோறும் அவன் உடல் இறுக்கம் கொள்வதை அறிந்திருந்தான். அவள் ஸ்பரிசத்தின் மென்மையில் ஒரு பெண்மையைக் கையாள்வது இத்தனை எளிதானதா என்ற எண்ணம் ஓடுவதைத் தவிர்க்க முடியவில்லை. போகத்தில் ஒவ்வொரு சமயமும் அவள் இளகுவது எந்த உண்மையை அறியும் பொருட்டு என்று கடையின் இருண்ட அறையில் அமர்ந்து யோசித்திருக்கிறான். உச்சத்தில் அவள் கண்களில் தெரிவது வெறிகொண்ட மிருகத்தின் கண்கள் என்பதை பிறகு உணர்ந்து பயந்திருக்கிறான். அச்சமயங்களில் அவள் உடல் கொள்ளும் நெளிவுகூட ஒரு திமிரும் மிருகத்தினுடையதுதான், ஆனால் போகத்தின் முடிவில் உருகிச் சமனமாகிவிடுவாள்.

இப்போதும் நினைவில் இருக்கும் ஒரு மழைநாளில்தான் அவளை திருமணம் செய்துகொண்டான். அதற்காக ஊரின் ஐதிகப்படி ஊறவைத்த அரிசியைத் தின்றிருப்பாள் என்ற கிண்டல்களை அவள் எதிர் கொள்ளவேண்டியிருந்தது. அம்மாவின் உற்சாகம் அன்று அவனுக்கு புதிராக இருந்தது. தன்னை பிரசவித்த கொஞ்ச நாளிலேயே காதுமந்தமாகி அதனால் அவளிடம் ஒரு நிரந்தர மௌனம் குடிகொண்டுவிட்டிருந்தது. அது உடைந்து உற்சாகமாய் பெருகுவதை வேடிக்கையாகப் பார்த்துக் கொண்டிருந்தான். அவன் திருமணத்திற்குபின் அந்த உற்சாகம் கொஞ்சம் கொஞ்சமாக குறைந்து முடிவில் வாசுகிமீது வெறுப்புடன் மீண்டும் மௌனம் கொண்டு விட்டதையும் கவனித்திருந்தான். அதற்கு வேறு காரணங்களும் இருந்தன. நாள் முழுவதும் வாசுகி அதிருப்தியில் வீடுமுழுவதும் அலைவதை அவள் கண்டிருக்கவேண்டும். அவளின் ஒவ்வொரு செயலிலும் அவனை இழிவுபடுத்தும் முயற்சியிருந்தது. அது போகத்தில் கிடைத்த திருப்தியின்மையைக் குறிக்கிறது என்ற உண்மையை நாளெல்லாம் அவன் மனம் ஏற்க மறுத்தபடியிருந்தது. அவளை வெறுக்கும் ஒவ்வொரு சமயமும் அது அவனை அவளிடம் நெருக்கத்தை அதிகரிக்கச் செய்தது. மேலும் மேலும் போகத்தை அதிகரிக்கச் செய்தது. அதனால் மீண்டும் வெறுப்பையே அவளுக்கு உண்டுபண்ணியது.

பள்ளிச்சிறுவன் ஒருவன் அவன்முன் நிற்பதை அப்போதுதான் அறிந்தான். 'அண்ணே, இங்க் கொடுங்கண்ணே,' என்று அழுத்திக்

கே.ஜே.அசோக்குமார்

கூறிய தொனி, இரண்டாவது, மூன்றாவது முறையாக கேட்டதால் இருக்கலாம். சிறுவன் சென்றபின் மெல்ல அவனிடமிருந்து மீண்டும் அவன் மனம் விலகுவதைச் செய்வதறியாது நின்றபடியிருந்தான். மீண்டும் அதே முக்காலியில் அமர்ந்து எதிரே உள்ள சுவரைப் பார்க்க ஆரம்பித்தான்.

நாலுவீடுகளுக்குத் தள்ளியிருக்கும் சிவகுருவை நினைக்கும் தோறும் அவன் உதடுகள் வலிந்து கோணலாகி முகம் விகாரமடைவதை அவன் நினைத்தாலும் தவிர்க்கமுடியவில்லை. அவனின் அதீத உடல்மொழியும், பெரிதான சிரிப்பும், தடையற்ற பேச்சும் பெண்களை ஈர்க்கும் காரணிகள் என்று ராஜு சொன்னதை இப்போது ஏற்க ஆரம்பித்திருந்தான். சிவகுருவை நேரில் சந்திக்கும்போது அவன் கண்கள் இப்போதும் தாழ்ந்து வேறொன்றில் கவனம் செலுத்துவதுபோன்ற பாவனையை அவனையறியாமல் செய்தான். சிவகுருவிடம் வாசுகிக்குத் தொடுப்பிருப்பதை அறிந்து அம்மா அடைந்த அதிர்ச்சியை பாவனை காட்டி அவள் சொன்னபோது, சொல்லவும் முடியாமல் மெல்லவும் முடியாமல் அவனை நோக்கும் அந்தஅடிபட்ட பார்வையே அவனை அதிகம் பாதித்தது.

அதை நேரில் கண்ட முதல்நாளில், அவன் கடைசென்றிருந்த சமயம், வீட்டைவிட்டு வெளியேறி தூரத்து உறவினர் வீட்டிற்கு சென்றுவிட்டாள். மற்றவர்கள் பேசுவது கேட்க முடியாவிட்டாலும் தன் பேச்சு மற்றவர்களிடம் எடுபடும் என்று அவள் நினைத்தது தவறு என உணர்ந்தது அப்போதுதான். கண்களில் கண்ணீர் அவள் கேட்காமலேயே வந்தது. 'இந்த பொண்ணு வேண்டாம்டா உனக்கு,' என்று கூறிய போது அவள் இயலாமை வாசுகியின் மீதான் அன்பையும் மீறி, அவனுக்குப் பெரும் சங்கடத்தை ஏற்படுத்தியது. சிறுவயதிலேயே கணவனை இழந்துவிட்டுத் தன் மகனுக்காவும் அவன் வாரிசுக்காகவும் அவள் உயிர் காத்திருப்பதை புரிந்துகொள்ள முடிந்தது.

விஷயம் கசிந்த அடுத்தநாள் யாரும் எதிர்பாராத ஒன்றைச் செய்தாள் வாசுகி. விஷமருந்தி வயிற்றைப் பிடித்தபடி கூடம் முழுவதும் உருண்டு இறந்து போனாள். அவனோ அவன் அம்மாவோ கொஞ்சமும் எதிர்பார்க்கவில்லை. மரணம் எல்லா அழுக்குகளையும் போக்கிவிடும் போல. உண்மை அல்லது பொய்யைத் தெரியாமலிருக்க அவள் செய்த தந்திரம் போல் அவர்களை ஊர்க்காரர்களின் பழிக்கு ஆளாக்கியது.

இனிப்பை நெருங்கும் எறும்புகளைப்போல் வீடு முழுவதும் ஜனங்களாக, எங்கெங்கும் மனிதத் தலைகளாக நிறைந்திருந்தார்கள் உறவுக்காரர்களின் கேள்விகளுக்குப் பதில் சொல்லி மாளவில்லை. இறந்தபோது பாதிக் கண்கள் மூடியநிலையில் தூங்குவது போலிருந்தாள் வாசுகி. கூடத்தில் கிடத்தப்பட்டிருந்த அவளையே பார்த்தபடியிருந்தான். எந்நேரமும் எழுந்து வந்துவிடுவாள் என்றே அவனுக்கு தோன்றியது. வாசுகியின் இழப்பின் பாரம் நெடுநாள் மனதை அழுத்தியது. அவள் எப்படிப்பட்டவள் என்பதையும் தாண்டி, அந்த உறுத்தலுக்கு தான் காரணமோ என தோன்றியது. வெறுமையும், தனிமையும் கண்களில் திரையிட்டு மனதை மௌனமாக்கியது. அவன் அம்மாவைப் போல், அவனின் தொடர் மௌனம் அங்கிருந்து ஆரம்பித்ததாக நினைத்தான்.

மற்ற கடைகளில் விளக்கு ஏற்றப்பட்டிருப்பதை எப்போதும்போல் தாமதமாகக் கவனித்து விளக்கைப் போட்டான். வீட்டின் ஞாபகம் வந்தது. யாருமற்ற தனிமையின் இருப்பு அவன் வீட்டை மனதின் அந்தரத்தில் நிறுத்தியது. அதில் அந்த அடுப்படிக் கதவை நினைத்துக் கொண்டான். அக்கதவு தன் மனதிற்கு நெருக்கமானதாகவும், வெறுக்கத் தக்கதாகவும் ஒரே சமயத்தில் தோன்றுவதைப் புரிந்து கொள்ள முடியாமல் தவித்தான். பல சமயம் நெருக்கமாகப் பேசுவது போலவும், அமைதியாக உற்றுநோக்குவது போலவும் உணர்ந்து வந்தான். சரியாக இன்றாவது முட்டுக்கொடுக்க வேண்டுமென்று ஒவ்வொரு நாளும் நினைத்துக் கொள்வது வாடிக்கையாகி மறந்து போவது ஏனென்று அவனுக்கே புரியவில்லை.

அம்மாவின் தொடர் வற்புறுத்தலின் காரணமாக இரண்டாண்டுகளுக்குப் பின் பவானியை இரண்டாம் தாரமாக்கி வந்தபோது சிறு கோழிக்குஞ்சை அழைத்துவருவது போலிருந்தது. அவளின் கைகள், இடை, கால்கள் சின்ன குழந்தையினுடையது போலிருந்தாள். வறுமையில் எந்தவித எதிர்பார்ப்புமின்றி வந்திருந்தாள். நோயுற்றவளை நெருங்குவது போலிருந்தது அவனுக்கு. முலைகள் இல்லா அல்லது சின்ன குமிழ்கள் மட்டும் இருந்த அவள் நெஞ்சு அம்மியை எப்போது நினைவுறுத்தியது. அவளுடனான போகம் சுயவதையாக இருந்தது. பலசமயங்களில் அவனை அது சுயபோகத்திற்கு வெறுப்புடன் இட்டுச் சென்றது.

பவானியை வெளியே அழைத்துச் செல்ல அடிக்கடி சொல்லுவாள் அம்மா. அதிலிருக்கும் சங்கடம் அம்மாவிற்கு புரியாமலில்லை. எப்படியும் ஓர் அன்னியோன்யம் வந்து ஊர்

வாயை மூடிவிட முடியும் என்று தோன்றியது. ஆனால் எந்த அன்னியோன்யமும், எதிர்பார்ப்பும் நிறைவேறும் முன்பே பலவித உடல், மன வலிகளுடன் காலமானாள்.

அம்மா சொல்லும் ஏதாவது வார்த்தைக்குக் கோபம் கொண்டு அடிக்கடி பிறந்தவீடான புலிவலத்திற்கு சென்றுவிடுவாள் பவானி. கடைக்கு சென்றுவிட்டு மதிய இடைவேளையில் சைக்கிளிலேயே சென்று சமாதானம் கூறி அழைத்து வருவான். ஆனால் அம்மா இருக்கிறவரை அவனிடம் சண்டையிட்டதில்லை. அம்மா போனபின் கொஞ்சநாளிலேயே அவனிடம் சண்டையிட்டுப் பிறந்தவீடு போய்விட்டாள். இரவு வீட்டிற்கு வந்ததுமே சாதம் வடித்து ஒரு ரசமோ, குழம்போ அலுப்புடன் செய்யவேண்டியிருந்தது. அவள் இருந்திருந்தால்கூட அவ்வளவுதான் செய்வாள். அலுப்பாவது இல்லாதிருக்கும். இன்றைய பனியும், குளிர் காற்றும், மழையும் அதை மேலும் அதிகரிக்க செய்தது. பழகிய இருட்டில் சரியாக கைவைத்து விளக்கை எடுத்து ஏற்றி வைத்தான். பாம்பு ஊர்வதுபோல இருட்டில் மின்னி ஓடிக்கொண்டிருந்த வாய்க்கால்நீர் விளக்கொளியில் தெரிந்தது. உலை வைத்துவிட்டு வந்து வெளியே நின்று பார்த்துக்கொண்டிருந்தான். அதற்குள் பத்துமணிக்கு மேல் ஆகிவிட்டிருந்தது ஜனநடமாட்டம் துளிகூடஇல்லை.

இருட்டில் நாக்கை தொங்கப் போட்டபடி கைகளை அகண்டு விரித்து தலைவிரிகோலமாக ஒற்றை காலைத்தூக்கி நிற்கும் யட்சியை போன்று நின்ற கருவேலமரத்தைப் பார்த்தபடியே நின்றிருந்தான். மெல்லிய மட்கிய வாசனை ஒனறு எழுந்து வந்தது. அந்த மரம் தனனை விழுங்கிவிடக்கூடும் என்ற எண்ணம் தோன்றி மறைந்தது. தொங்கிக் கொண்டிருந்த மஞ்சள்நிறக் காய்கள் பிய்த்து தொங்கும் சதைப் பிண்டங்கள் போலிருந்தன. ஏன் பயம் எப்போதும் பெரும் அலை ஒன்று மூடுவதுபோல தன்னை ஆட்கொண்டபடியே இருக்கிறது என்பது புரியவில்லை.

இருபக்கமும் தலையளவு உயர்ந்த செடிகள் அடர்ந்த ஒற்றையடிப் பாதையில் ஏதோ ஒரு அசம்பாவிதத்தை எதிர்பார்த்து மிக நீண்ட நேரம் செல்கையில் எதிர்பாராத இடத்தில் ஒரு பழுப்புநிறப் பூனை தன் மேல் பாய்வதாக முடியும். அப்படியே உதறியபடி எழுந்தமர்வான். அக்கனவு பவானியை கட்டியபின்னே ஆரம்பித்தது எனவும் ஊகிக்க முடிகிறது. அக்கனவை யோசிக்கும் சமயம் முடிவில் மியாவ் என்று கத்துவற்கு பதிலாக வாசுகியின் முனங்கலை வெளிப்படுத்துவதாக தோன்றும். பயத்தில் விழித்துக் கொள்ளும் சமயங்களில் அக்கதவருகே பூனை நின்றிருக்கும்.

கனவும் பயமும் எளிய பிணைப்பில் அவனை வைத்திருப்பதாக தோன்றும்.

மெல்லிய குளிர்க்காற்று இலைகளை அசைத்து அந்தபெரும் மரத்தின் இருப்பை அவனுக்கு காட்டியது. அதன் ஓரங்களின் வெளிச்சக் கீற்றுகள் பவானியின் அவள் கண் கருவளையத்தின் ஓரத்தில் தெரியும் வெளிச்ச கீற்றை நினைவூட்டியது. அவளை நினைத்ததும் இருட்டு நீரில் அமிழும் மீன்போல அவனை உள்ளே இழுத்துக் சென்றது. பயத்தில் அவன் கால் தொடைகள் நடுங்கின என்பதை சற்று நேரங்கழித்து அறிந்துகொண்டான். அச்சமயங்களில் நெஞ்சில் பெரிய பாரம் அழுத்த நெஞ்சுக்கூடு உடைந்துவிடும் போலிருந்தது. இதற்குமுன்னால் இப்படி அனுபவித்ததேயில்லை. சமயங்களில் சிவகுரு தன்னை மறைந்திருந்து புன்சிரிப்போடு பார்ப்பதாய் தோன்றும்.

அவனுக்கும் பவானிக்கும் எத்தனை மனவேறுபாடுகள். அவளை உதாசீனப்படுத்துவதை அவள் அறிந்த கணம் மெல்ல அவன் கண்களில் நிழலாடியது. அந்த இடத்திலேயே அது பயமாக மாறுவது ஏனென்று புரியாதது மனவேதனையை அளித்தது. இத்தனைக்கும் அவள் தன்னை எதிர்த்துப் பேசியதில்லை சொல்மாறி நடந்ததில்லை என்பதை உணர்ந்தேயிருந்தான்.

இன்றிரவு உணவு உண்டபின் அடுப்படி கதவை பெயர்த்துவிட வேண்டுமென ஏதோ ஒரு கணத்தில் திடீரென முடிவெடுத்தான். பவானியால் மட்டும் எப்படி சரியாக கதவிற்கு முட்டுக்கொடுக்க முடிகிறது. அவள் இருக்கும் வரை கதவு கிரீச்சிடுவதே இல்லை. அது எதனால் என்பதை புரிந்து கொள்வதற்கு அவன் தனியாகப் படித்துவர வேண்டும் என தோன்றியது. அம்மா அடிக்கடி கூறும் 'சூசமமா இருந்துக்கோடா,' என்பது அந்த நேரத்தில் நினைவில் வந்து வெறுப்பை ஏற்படுத்தியது.

சிறுவருத்தத்துடன், மெல்லிய அதே அகோர கடைசி முனகலுடன் கழன்று வந்தது கதவு. ஆணிகளைக் கீழிலிருந்து நீக்கும்போதே அவள் இல்லாமல் கதவு எதற்கு என்று ஏனோ தோன்றியது. நெடுநேரம் உறுத்தலுக்கு பின்னால் வெளிவரும் ஏப்பத்தைப்போல மனதின் பெரும் பாரம் ஒன்று குறைந்ததை உடனே உணர்ந்தான்.

என்றுமில்லாத தொடர்ச்சியான ஆழ்ந்த உறக்கம் கொண்டான் அன்று. காலையில் மிக மெதுவாக எழுந்து சிறுபுன்முறுவலுடன்

இருப்பதை கண்ணாடியில் பார்த்தபடி அங்குமிங்கும் சிறிது நேரம் உலாத்தினான். மெல்ல நடந்து சென்று பக்கத்தில் உள்ள சிறுவயதில் குளித்த ஐயன் குளத்தில் குளித்தான். உற்சாகம் ஏற்பட்டு குளத்தின் பாதிவரை நீந்திச் சென்றுவந்தான். பவானி உடலில் வீசும் பவுடரும் வேர்வையும் கலந்த கவுச்சி வாடையை நினைத்தபடி படியேறினான். வீடு வந்ததும் எண்ணை தடவி, பவுடர் பூசி, புதுத் துணி அணிந்து கொண்டு ஓரமாய் சாய்த்து வைத்திருந்த அடுப்படி கதவை அதே இடத்தில் வைத்து ஆணியால் முறுக்கிவிட்டு சைக்கிளை எடுத்துக்கொண்டு உற்சாகமாகக் கடைக்குப் புறப்பட்டான்.

● ● ●

அத்திமரம்

அத்திமரத்தின் வேர்கள் மிக வலுவானவை. மரத்திலிருந்து பல அடிகள் தூரம்வரைக்கூட அதன் வேர்கள் பரவியிருக்கும் என்பதை சம்பத் சின்ன வயதிலிருந்தே உணர்ந்திருந்தான். ஒரு முறை சின்ன மாமாவின் வயலில் கிணறு வெட்டும்போது மிகதூரத்தில் இருந்த ஒரு அத்திமரத்தின் வேர்கள் கிணறு தோண்ட இடைஞ்சலாக வந்துகொண்டே இருந்தன. கிளைகளில் கொத்தாக தொங்கியிருக்கும் காய்களின் வனப்பும், பெருமழைக்கும் அசைவற்று நிற்கும் அதன் கம்பீரமும் எப்போதும் விசித்திரமானது. கண்டு காய் காய்க்கும் காணாமல் பூப்பூக்கும் என்று அத்திமரத்தைப் பற்றி ஒரு சொலவடையை அடிக்கடி கூறுவான் பழநி. அதற்கான விளக்கத்தையும் எப்போதும் கூடவே கூறிவிடுவான். அப்படிக் கூறாமல் அவனால் இருக்க முடியாது என நினைக்கத் தோன்றும். மந்திரம் போலவும், தனக்குத் தெரியும் என்ற அறிவுரை கூறும் மனநிலை உடையவன் போலவும், அதன் பெருமைகளைச் சொல்பவன் போல கேட்காமலேயே அதைப் பற்றிச் சொல்லிக் கொண்டிருப்பான். அத்திமரத்தை ஒட்டிய மேட்டு நிலத்தில் சம்பத் வந்து நின்றபோதுதான் அதன் முழு உருவத்தையும் அவனால் காணமுடிந்தது. தூரத்தில் வரும்போது அதன் தலைப்பகுதி ஒரு குடை விரிந்து கிடப்பதுபோலத் தெரிந்தது. இலையுதிர் காலத்திற்குரிய பெரும்பாலான இலைகள் உதிர்ந்ததால் அதன் சலசலப்பு அதிகரித்து மரம் ஒரு மயக்க நிலையில் இருப்பதுபோலத் தென்பட்டது.

குறுகலான ஒற்றையடிப்பாதையில் அதன் சறுக்கல் காரணமாக பிடித்துத் தள்ளியதுபோல இறங்கி வந்தான்

சம்பத். மரத்தை நெருங்கும்தோறும் அது பெரிதாகி வர, மரத்தைச் சுற்றி பூச்சிகள், சிலந்தி வலைகள் பறக்கும் உணர்வை ஏற்படுத்தின. மரத்திலிருந்து உதிர்ந்த காய்கள் ஆங்காங்கே கிடந்தது அந்த சூழலைக் களேபர இடமாக மாற்றிவிட்டிருந்தது.

மரம் அவனைவிட நான்கு மடங்கு பெரியதாக இருந்தது. மரத்தின் உச்சிவரை அண்ணாந்து பார்த்துக்கொண்டான். உச்சியில் சில சில்வண்டுகள் பறந்துகொண்டிருந்தன. நீர்போன்ற தெளிந்த நீலவானத்து பின்னணியில் அது தெளிவாகத் தெரிந்தது. மரத்தைச் சுற்றி, ஒரு அவசரத்தில் அமைக்கப்பட்டிருந்தது போலிருந்த, கல்தளத்தில் மண்ணை நன்கு ஊதிவிட்டு அமர்ந்துகொண்டான். அமர்ந்ததும் அதன் தொடர்ச்சியாக ஆசுவாசப்படுத்தும் தோரணையில் மூச்சை வேகமாக வெளியேற்றி சுற்றுமுற்றும் பார்த்தபடி கால்களை இருமுறை தேய்த்துக்கொண்டான். சின்ன மாமாவிடமிருந்து கற்றுகொண்டவைகளில் இதுவும் ஒன்று. அணிந்திருந்த புதிய தோல் செருப்பின் தன்மை அழகாக, தடித்த தரையில் தேய்க்கும்தோறும் ஏற்படும் ஒலி கிளர்ச்சியாக இருந்தது. நடந்துவந்தபோது அது ஏற்படுத்திய கிளுகிளுப்பு அவன் மனதிலிருந்து இன்னும் அடங்கவில்லை.

பழநி ஒரு தொடர் பேச்சாளன் என நினைக்கத் தோன்றும் அல்லது பாடிக்கொண்டெ இருக்கும் தொடர் பாடகன். எல்லோரிடமும் தன் ஆளுமையை சற்றேனும் காட்ட நினைப்பவன். பெரிய உதடுகளைக் குவித்து, சுருங்கிய வட்ட சின்ன கண்களோடு பேசுவது பார்ப்பதற்கு சற்று வித்தியாசமாக இருக்கும். உருண்டையான தோள்களுடன் அதன் பளுவிற்கு உயரம் குறைந்தவன்போல தெரிவான். ஒரு விஷயத்தை ஒரு அளவிற்குமேல் அவனால் புரிந்துகொள்ள முடியாது என்று அவனை கவனிக்கும் கொஞ்ச நேரத்திலேயே தெரிந்துவிடும். சம்பத்தைவிட அண்ணன் ரவி இரண்டு வயது பெரியவன். ரவியைவிட பழநி இரண்டு வயது பெரியவனாக இருப்பான். ஆனால் மூவரும் ஒருசமயத்தில் நண்பர்களாக இருந்தார்கள். இந்த வித்தியாசம் பழநியை எப்போதும் துன்புறுத்தியதாக தெரியவில்லை.

பழநிக்குக் கூட எப்போதும் நண்பர்கள் இருக்க வேண்டும். துள்ளிக்குதித்துக் கொண்டு அதீத உடல் அசைவுகளுடனும் மற்றவர்களிடம் எதையாவது சொல்லியோ செய்தோ காண்பித்துக் கொண்டிருப்பான். தன்னை உற்சாகமானவனாக காட்டிக்கொள்ள அவன் செய்யும் சேட்டைகளை ரவி தனக்கு எப்போதும் மகிழ்ச்சியளிப்பவை எனக் காட்ட நினைப்பான். பின் ரவி செய்பவை அப்படியே பழநியை பின்பற்றுபவையாக இருக்கும்.

கால்களுக்கு கீழே கருப்பு மரவட்டை ஒன்று தலையை திருப்பி இருபக்கமும் பார்த்தபடி வேகமாக ஓடிக்கொண்டிருந்தது. கவனமின்மை போன்ற ஒரு பாவனையில் செருப்பு காலால் மண்ணை பக்கவாட்டில் சீண்டி அதன் மேல் விழச் செய்தான். அதிர்ச்சியில் துள்ளி வந்தவழியே திருப்பி ஓடியது. உடனே இனி இப்படிச் செய்யக்கூடாது சற்று முதிர்ச்சியாக நடந்துகொள்ளவேண்டும் என கூடவே நினைத்தான். சுற்று வட்டத்தில் யாருமில்லை, அதுவே அவனைப் பெரும் அமைதியில் திளைக்க வைத்தபடியிருந்தது. கூடவே அப்போதைய வெய்யிலின் மிதமான வெம்மை பிடித்திருந்தது.

தன்னை நிதானப்படுத்திக்கொள்ள ஒரு பெருமூச்சை இழுத்துவிட்டுக் கொண்டான். சின்ன மாமா இழுப்பது போல மூச்சை இன்னும் ஆழமாக இழுத்து கண்களைச் சுருக்கிக் கொள்ள வேண்டும் என நினைத்துக் கொண்டான். அவர் கற்றுக் கொடுத்தவைகளில் பலவற்றை இன்னும் அவன் முழுமையாகப் பின்பற்றவில்லை என்பதை எப்போதும் நினைவில் கொண்டான். திரும்பிப் பார்த்தபோது சற்று தூரத்தில் ஆறுமுகம் கைலியை தூக்கிக் கட்டிக்கொண்டு, கூட மணியோடு பிராக்கு பார்த்தபடி நடந்து வந்து கொண்டிருந்தது தெரிந்ததும் சற்று ஆசுவாசமானான். மெல்லிய நகைச்சுவை உணர்வோடு இருப்பான் ஆறுமுகம். சமயங்களில் அதிதீவிரமான முகபாவனையில்கூட நகைச்சுவை மிளிர்வதுபோல தெரியும் அவன் முகத்தில். ஆறுமுகம் கிட்ட வரும்வரை அவன் பக்கம் திரும்பவில்லை. அவன் புதியதாகக் கற்றிருக்கும் கலைகளில் ஒன்று அது. ஆறுமுகம் வந்ததும் அப்போது கண்டவன்போல் கட்டியிருந்த கைலியை அவசரமாக இறக்கிவிட்டு வணக்கம் முதலாளி என்றான். பொதுவாக அண்ணன் என்றுதான் விளிப்பான். இன்றைய சந்திப்பு ஒருவாரம் முன்பே பேசிவைத்தது என்றாலும், ஒரு சின்ன இடைவெளிக்குப் பின் பார்க்குபோது ஏற்படும் அன்னியோன்யமின்மையைக் கடக்க முயற்சிப்பது போலிருந்தது. மிகச் சமீபமாக அப்படி அவ்வப்போது அழைக்கிறான். உடல்மொழியிலும் பேச்சிலும் அவன் காட்டும் அதீத மரியாதை சம்பத்திற்கு அதன் நோக்கம் தெரிந்திருந்தாலும் பிடித்திருந்தது. அதனால் கிடைக்கும் ஆதாயத்தை கருதிச் செய்யும் இச்செயல்கள் சம்பத்திற்கு நன்கு தெரிந்திருந்தாலும் மிக அவசியமானதாகவும், தன் ஆளுமைக்குத் தேவையான ஒன்றாகவும் நினைத்தான். கூடவே ஆறுமுகத்தால் எந்தப் பெரிய விஷயமும் நடந்துவிடப் போவதில்லை, அப்படி ஒன்றை உருவாக்கி நடத்திவிடுவதுபோல் பாவனை மட்டுமே செய்பவன்,

மற்றபடி அவன் எது செய்தாலும் சொதப்பலாகவே இருக்கும் என நினைத்தான்.

பழநியும் ஆறுமுகமும் எதிரெதிர் கோணத்தில் இருப்பவர்கள் என சிலசமயம் நினைத்துக் கொள்வான். பழநியைவிடப் பெரியவனாக இருப்பான் எனத் தோன்றும் உடல்வாகு ஆறுமுகத்திற்கு. ஆறுமுகத்தின் வயதைக் கணிப்பது கடினம். ஒவ்வொரு வகுப்பிலும் இரண்டு மூன்று வருடம் உட்கார்ந்து வந்திருந்தான். ஆறுமுகத்தின் தாடைகள் சற்று அகன்றதாக இருக்கும். அகம் நோக்கும் சின்ன, குறுகிய கண்கள், எண்ணெய் காணாத தலைமயிர் தாறுமாறாய் கலைந்திருந்தது. எப்போதாவது எண்ணெய் தேய்த்து படியவாரி வரும்போது முகம் சிறியதாக கோழி குஞ்சு மாதிரி பார்க்க வேடிக்கையாக இருக்கும்.

கூடிவரும் அமைதியைக் குலைக்க ‘ஏதாவது வாங்கிட்டு வரணுமா முதலாளி, சிகரெட் வாங்கியறட்டுமா’ என்றான். சற்று தள்ளிப் போடுகிறான் அல்லது இயல்பாக்க முயற்சிக்கிறான் என தோன்றியது. சிகரெட் சமீபமாகதான் குடிக்க ஆரம்பித்திருப்பதை அறிந்திருந்தான். இல்லை என்று மறுப்புத் தெரிவிக்க முடியாதபடி அவன் கேட்கும் கேள்விகளைக் கூட சம்பத் ரசித்திருக்கிறான்.

ஏதோ யோசிப்பவன் போல் சற்று காக்க வைத்தான். இமைக்காத கண்களும் உடல் விறைப்பும் சம்பத்திற்கு உதவி செய்தன. நினைவு வந்தவன் போல சின்ன சிலிர்ப்பின்மூலம் உணர்த்திக் காசு எடுத்துக் கொடுத்தான். சொல்லத் தேவையில்லை பிராண்ட் கூடஅவனுக்கு தெரிந்திருக்கும். அடிக்கடி செய்யும் இந்த மௌன இடைவெளியை சம்பத் எப்போதுமே ரசித்து வந்தான்.

உடனே பதில் அளிப்பதில் ஒரு தேர்ந்த முதலாளி இல்லை என்பதை ஆறுமுகமே உணர்ந்திருப்பான். அதற்காகவே அந்த மௌனத்தை அங்கீகரிப்பதுபோல் தலையசைத்து ஏற்றுக்கொண்டான். மணியிடன் ‘இங்கேயே இருடா’ என்று போக இருந்தவனிடம் ‘அவனுக்கு ரெண்டு பொறய அப்படியே வாங்கிக்க’ என்றான் சம்பத். ‘சரி வாங்கிக்கலாம் முதலாளி, அவனும் ரொம்ப சோகமா இருக்கான், அவனுக்கு இன்னிக்கு பிரண்டு கிடைகலையோ என்னமோ’ என்று கூறிச் சிரித்துவிட்டு ஏதோ அவசரமாகப் போகவேண்டியவன் போலப் போனான். அவன் எதை நினைத்துக் கூறுகிறான் என யோசித்தபடி அவன் போவதையே கவனித்துக் கொண்டிருந்தான் சம்பத்.

மணி, சுந்தரம் வீட்டு நாய். சுந்தரம் தவிர சம்பத், ஆறுமுகம் இருவருடனும் சுற்றிக் கொண்டிருக்கும். பனம்பழக் கூட்டை

நடுக் குளம்வரை வீசி எறிந்தாலும் நொடியில் சென்று உடனே காலடியில் போடும் திறன்படைத்தவன். அது அவனையே பார்த்துக் கொண்டிருந்தது. சின்னதாகத் தலைகோதினாலும் திரும்பி அமர்ந்தாலும் சட்டென வேறுபக்கம் இருக்கும் கண்களை திருப்பி அவன் கொடுக்கப் போகும் கட்டளைக்குக் கீழ்ப்படிய தயாராய் இருந்தது. கண் ஓரத்தை ராவியபடி 'என்னடா' என்றதற்கு ம்நூ.. என்று சீழ்க்கை ஒலி போல ஒரு ஒலியை எழுப்பியபடி வாலை வேகமாக ஆட்டி முழு விசுவாசத்தை காட்டினான்.

பழநிக்கும் ரவிக்கும் நாய்களைப் பிடிப்பதில்லை. ஒரு முதலாளிக்கு நாய் அவசியம் என்பதை அவர்கள் தவறவிட்ட மற்ற எல்லா விஷயங்கள் போலவே இதை அவர்கள் உணரவில்லை என்று நினைத்துக் கொண்டான். அவர்களைத் தாண்டி வந்துவிட்டதை அவர்களேகூட உணரவில்லை என்பதை குறிப்பால் பலமுறை அவர்களுக்கு உணர்த்தியிருக்கிறான். அவர்களிடம் அதுபற்றிய புரிதலை அவன் இதுவரை காணவில்லை. தற்போது புதிய மோஸ்தர் செல்போன் வாங்கியிருந்தான். நினைவுவந்தவனாக வேட்டியின் படிப்புகள் அளுங்காமல் உள்டிராயரில் வைத்திருந்ததை எடுத்து அதன் பளபளப்பை ஒரு முறை ரசித்து விட்டு, சில பகுதிகளை கண்டபின் மீண்டும் வைத்துக்கொண்டான்.

ஆறுமுகம் மிகத்தாமதமாகதான் அவனிடம் நட்பாக வந்து சேர்ந்தான். பால்யத்தில் அண்ணன் ரவியுடன் சேர்த்து பழநி மட்டுமே நண்பர்கள். மூவரும் ஒன்றாகச் சுற்றியிருக்கிறார்கள். கில்லிதண்டா, பளிங்கு, பம்பரம் என்று எல்லா விளையாட்டுகளையும் ஒன்றாக விளையாடியிருக்கிறார்கள். பழநிதான் எல்லாவற்றிலும் வெற்றி பெறுவான். ரவி எப்போது பழநியின் வலதுகை போலவே செயல்படுவான். பழநிக்கு எப்போதும் வெற்றி பெறவேண்டும் சின்ன சறுக்கல்கள்கூட் அவன் கௌரவத்திற்கு இழுக்கு என்பதுபோலக் காட்டிக் கொள்வான். கொஞ்சம் முயற்சி செய்தால் பழநியை எளிதாக வீழ்த்திவிடலாம் என்று தோன்றும். ஒரு சின்ன தொழிற்நுட்பம் அவன் பேச்சிலும் செயலிலும் உண்டு அதை புரிந்து கொண்டாலோ அல்லது அதனினும் விஞ்சும் ஒரு தொழிற்நுட்பத்தைக் கொண்டு அவனை வெல்வது எளிது. பழநி இல்லாத சமயத்தில் அந்த இடத்தை ரவி எடுத்துக்கொள்வதை சம்பத் கேலி செய்திருக்கிறான்.

பழநிக்கு அண்ணன் மேல் எப்போதும் பாசம் உண்டு. அதேபோல் அம்மாவிற்கும் அண்ணன்மேல்தான் பாசம். அண்ணன் மீதான சம்பத்தின் விமர்சனங்களை அம்மா மிகக் கவனமாக எதிர்கொள்வாள் அப்பா இருந்தவரை அப்படித்தான். அம்மாவின்

எதிர்கொள்ளல்களைச் சில சமயங்களில் சாதாரணமாக எடுத்துக் கொண்டாலும், பல நேரங்களில் அவை அவனுக்கு எரிச்சலையே உண்டு பண்ணியிருக்கின்றன.

ரவியின் மெல்லிய உணர்வுகளை அம்மாவால் ஏற்றுகொள்ள முடிவதில்லை என தோன்றும். இன்னும் கம்பீரமாக இருக்கஅதை எப்போது சரிசெய்ய முயற்சிப்பதுபோல அவனுக்கு அறிவுறுத்திக் கொண்டேயிருப்பாள். அதை சம்பத் கண்டுகொண்டாலோ, ஏதும் சுட்டிக் காட்டினாலோ அம்மாவிற்கு எரிச்சல் ஏற்படுவதைக் கவனித்திருக்கிறான். ஒன்றைச் செய்வதற்கு அண்ணன் எடுக்கும் முயற்சிகள், அதை ஒட்டிய அவன் நிலைப்பாடுகள் மிக மெல்லிய உள்ளம் படைத்தவனுக்குரியதாக இருப்பதை சம்பத் கவனித்திருக்கிறான். அதைச் சொல்லி எள்ளி நகையாடும்போது, அம்மா சம்பத்தை கண்டிப்பதைத் தொடங்கிவிடுவாள்.

அவன் மனம் ஓரிடத்தில் நிலை கொள்ளவில்லை, அவன் வந்திருக்கும் விஷயம் அவன் மனதில் ஒரு படம்போல நிழலாடுவதைத் தவிர்க்க மணியைக் கண்கொட்டாமல் கவனிப்பதிலிருந்து வேறு இடத்தில் மனதைக் குவிக்க முயற்சித்தான்.

மேற்கே சூரியனின் கதிர்கள் மெல்ல அடங்குவது கைகளைச் சுருக்கிக் கொள்ளும் ஆக்டோபஸ் போல இருந்தது. புதர்கள் மண்டிய நீண்ட பொட்டல் வெளி வானத்தை பிரதிபலிப்பது போலிருந்தது. ஆங்காங்கே தெளிக்கப்பட்ட கருமை மேகங்கள் சூழ்ந்த வானம், மழை வரும் போலிருந்தது. போனவருடப் பெருமழை நாளில்தான் ரவிக்கு பெரிய காய்ச்சல் வந்தது. மிக நீண்ட காய்ச்சல். அப்போது அம்மாவின் அதீத செயல்கள் இன்று நினைத்தாலும் எரிச்சலை உண்டாக்குபவை. அப்போது அவளின் நோக்கங்களையும் ஆசைகளையும் தெரிந்துகொண்டான். கிடைத்த சந்தர்ப்பத்தை விடாமல் பிடிக்க அவள் இவ்வளவு முயற்சி செய்வாள் என்று அவன் நினைக்கவில்லை.

அலோபதி பெருவைத்தியரையெல்லாம் கண்டு குணமாகாமல் கடைசியில் அம்மாவின் தோழிகளெல்லாம் சேர்ந்து அவனுக்கு பேய் அடித்திருப்பதாகக் கண்டுபிடித்தார்கள். எந்தத் தேர்வு கடைசியாக இருக்கிறதோ அதை எடுத்துக் கொள்வார்கள். இதற்கு முன்பு அப்படி ஒன்று ரவிக்கு ஏற்பட்டது. கால்வீக்கத்திற்கு சுளுக்கு என்று வைத்தியம் பார்க்க கடைசியில் அது எலும்புமுறிவாக இருந்தது. காய்ச்சலின் போது எப்போதும் போல அவன் நண்பர்கள் யாரும் அருகில் இல்லை. கடைசியில் சம்பத்தான் அவனை டாக்டரிடம் அழைத்து செல்லவேண்டியிருந்தது.

ரவி தன் தொண்டையைவிட ஒரு பெரிய பொருளை விழுங்கப்பட்டவன் போல அப்போது காணப்பட்டான். வாயின் ஓரங்களில் கோடாகக் கோழை வழிந்தது. புறங்கையில் இருந்த முடிகள் அவனை தொட்டு தூக்கும்போதெல்லாம் சங்கடப்படுத்தியது. இங்குமங்கும் குறுக்கே செல்லும் அம்மா இருக்கும் வீட்டில் அக்குள் முடிகளின் நசநசப்புடனும், ஒரே வேட்டியில் ரவி நாளெல்லாம் பாயில் கிடந்தது, அவன் அந்தரங்கத்தை அம்மா கவனித்துவிடுவாள் என்று பயமாக இருந்தது.

ராஜன் மாமாவிடம் காண்பிக்கச் சொன்னது நீலவேணி பாட்டிதான். இதற்காக ஒரு நாள் காலையில் தொங்கிய கழுத்தும் தளர்ந்த உடலுமாக கைத்தாங்கலாக ரவியைத் தாங்கிக் கொண்டு அம்மாவுடன் சென்றான் சம்பத். மீசையற்ற தடித்த உதடுகளில் மேலுதட்டு பள்ளம் அவரை அழுத்தமானவர் என காட்டியது. வேட்டியும் மேலே ஒரு துண்டும் மட்டுமே அணிந்து காணப்பட்டார். அந்த நேரத்தில் பலபேர் அவர்வீட்டில் இருந்தது ஆச்சரியமாக இருந்தது. அவர்கள் வேறு ஏதேதோ விஷயத்திற்காக வந்திருந்தனர். திண்ணை, தாழ்வாரம், முற்றம் என ஆங்காங்கே அமர்ந்திருந்தனர். முற்றத்தைச் சுற்றிய எட்டு தூண்களில், தூணுக்கு ஒருவராக அட்டை கொடுத்து அமர்ந்திருந்தனர்.

'அம்மா முதல்நாளே சொல்லிவிட்டதனால் போனதும் வாங்க உங்களுக்காகத்தான் பார்த்துகிட்டு இருக்கேன்' என்றார். நெற்றி நிறைய விபூதி நடுவில் ஒரு காசு அகலக் குங்குமம். வெற்றிலையில் சிவந்த வாயில் கொஞ்சம் முன்பு போட்டுத் துப்பிய தாம்பூலத்தின் பாக்குத் துணுக்குகளை நாவால் துளாவிக்கொண்டிருந்தார். ரவியைப் பார்த்த ஒரு வினாடியில் இரண்டாவது அறைக்கு அழைத்துவரச் சொன்னார். நிறைய அறைகள் ஒவ்வொன்றிலும் சாமான்கள், புத்தங்கள், அலுமினிய பித்தளைப் பாத்திரங்கள் என இருந்தன. இரண்டாவது அறை ஒரு கோயில்போல இருந்தது. நடுவில் அரையாள் உயரத்திற்கு ஒரு தலைமட்டும் உடைய அம்மன் சிலை. சுற்றிலும் குங்குமத்தால் மெழுகியதுபோன்றதரை. சுவர் முழுக்கப் பலவகைக் கண்ணாடி சட்டத்தில் அம்மன் படங்கள். எல்லாமே எதோ ஒருவகையில் உக்கிரமாக இருப்பது போலிருந்தது.

அம்மாவிடம் எல்லா வம்புகளையும் பேசிவிட்டுப் பூசைகளை ஆரம்பித்தார். கைத்தாங்கலாக பிடிக்கப்பட்டிருந்த ரவியை அவ்வப்போது கவனித்தாலும் சம்பத்தை முற்றிலும் தவிர்த்தார். கண்களைச் சந்திக்கப் பயப்படுவது ஏன் என்ற ஆச்சரியம்

கே.ஜெ.அசோக்குமார்

அவனை உறுத்திக்கொண்டே இருந்தது. எறும்புக்கூட்டங்கள் சிதறுவதுபோல மந்திரங்கள் பதற்றமாக ஒலித்தன. ஏற்றமும் இறக்கமுமாக துள்ளிக் குதித்து ஓடின. உள்ளே சென்று வணங்குவது வருவதுமாக இருந்தார். ஒரு சொம்பில் தண்ணீர் கொண்டு ரவியின் முகத்தில் அடித்தார். ரவியின் நெற்றியைப் பிடித்துக்கொண்டு மந்திரங்களை தொடர்ந்தார். பின் சாந்தமடைந்து உள்ளே சென்றார். வெளிவந்தவர் அம்மாவிடம் 'வயித்த கடபுடன்னு எதோ புரட்டுதும்மா வயித்துலதான் ஏதோ பிரச்சன' எதாவது புதுசா சாப்பிட்டானா? மாமிசம் கறின்னு வெளியில பிரன்சுங்ககூட எங்காவது சாப்பிட்டானாமா? வெளி போக்குவரத்து எதாவது உண்டா?' என்று கேட்டுக்கொண்டேயிருந்தார்.

ரவியைப் பார்ப்பதும், அவசரமாக, தெரியலையே சாமி என்பதுமாக இருந்தாள். கொஞ்சம் இருங்க என்று கொல்லைக்கு சென்றார். அங்கிருந்தபடியே அம்மாவை அங்கேயே இருக்கச் சொல்லிவிட்டு சம்பத்திடம் ரவியை அழைத்துவரச் சொன்னார்.

கொல்லையின் நடையின் நடுவில் வலதுஓரமாக ஒரு தொட்டி இருந்தது. அதன்முன் அவனைப் பிடித்துக்கொள்ள சொன்னார். அந்தப்பக்கம் நின்று 'ட'வடிவ நீண்ட குழாயை அவன் வாயினுள் நுழைத்தார். கவனம் என்று சொல்லிவிட்டு முதலில் ஒரு ஊது ஊதிவிட்டு கன்னங்கள் குழிவிழ சட்டென காற்றை உள்ளிருந்து இழுத்தார். காலையில் அம்மா கொடுத்த தோசைகள் முழுசாக பெரிய துண்டுகளால் அப்படியே வெளியே தொட்டியில் கொட்டின. சம்பத் எதிர்பாராமல் ஒரு நிமிடம் பதறிப்போனான்.

அவனுக்கு நீ தம்பியா? அண்ணன் எப்படி, தப்புத் தண்டா ஏதும் போவானா? கேட்டுக்கொண்டே கண்களை தாழ்த்தி நிதானமாக வெளியே வந்தவைகளை ஆராய்ந்தார். முன்பே எதிர்பார்த்ததுபோல ஒரு முகபாவனையுடன் ஒரு குச்சியின் கிளறி 'இதோபார்' என்றார். தடித்த முடி ஒன்று பின்னிபிணைந்து தோசையோடு கிடந்தது. அப்போது தான் அறுவருப்பு கூடியது போலிருந்தது அவனுக்கு. செம்பட்டை நிறம் கொண்ட கோரைப்புல் போல விரைத்து நின்று ஒரு நுனி ஆடியது. இனிமே சரியாயிடுவான் என்றார். அது காதோடு கிசுகிசுத்தது போலிருந்தது. ஆனால் முடியைப் பற்றி அம்மாவிடம் ஏதும் கூறவில்லை. பத்தியச் சாப்பாட்டை மட்டும் சொல்லிவிட்டு அனுப்பிவிட்டார்.

அரக்க பரக்க வந்து நின்றான் ஆறுமுகம். பெரிய வேலையை செய்து முடித்த திருப்தி அவன் முகத்தில். 'இந்தாங்க பொறய

நீங்களே போடுங்க மணி பாத்துகிட்டு இருக்கான்' என்றான். மணி சட்டென் துள்ளி எழுந்து நின்றது. இரண்டு பொறையை ஓரமாக போட்டதும், உடலே மனமாக ஓடிவந்து தின்றான்.

சீக்கிரம் நாம வந்துட்டோம் முதலாளி, கொஞ்சம் இருட்டட்டும் போயிடுவோம். முன்னமே பேசிட்டேன்.

புரியுது புரியுது என்று சம்பத் தலையை ஆட்டியபடி லாகவமாகச் சிகரெட் ஒன்றைப் பற்ற வைத்து ஒரு இழுப்பு இழுத்துவிட்டுக் கூறினான்.

அம்மாவிற்கு ஐம்பது வயதிற்கு மேல் ஆகிவிட்டிருந்தாலும் இன்னும் கருமையான முடிதான். அத்தனை நீளமான செம்பட்டையான முடி எங்கிருந்து வந்தது என்று ஆச்சரியமாக நினைத்துக்கொள்வான். பின் ரவி எழுந்து உடல் தேறி எப்போதும் போல் நடக்க ஆரம்பித்தும் அந்த சம்பவம் நடந்தததை மறக்காததுபோல காணப்பட்டான்.

வெய்யிலின் தாக்கம் குறைந்து மணி பொன்னிறமாக மாற ஆரம்பித்திருந்தான். சற்றுநேரத்திற்கெல்லாம் கருமையின் வேகம் அவன் உடலில் பரவதொடங்கியிருந்தது.

ஆறுமுகம், முதலாளி இருங்க வாரேன் என்று கைலியை தூக்கியபடி அசைவைக் கண்ட பூனையைப் போல முன்னோக்கிச் சென்றான். இருபதுஅடி சென்றபின் லேசாக சரிவில் இருந்த அந்தப் பகுதியில் அதுமட்டுமே இருந்த குடிசையின் முன் நின்று சைகை செய்தான்.

சட்டென சம்பத்தின் இதயத்தின் வேகம் அதிகரித்தது. ஒரு ஆளுமையை வெளிக்காட்ட அதுவரை அடக்கி வைத்திருந்த அவனின் சிறுபிள்ளைத் தனங்கள் முளைத்து வெளிவருவதுபோல் பூரிப்படைந்தான். எவ்வளவு நினைத்தாலும் அவனுள் வெளிப்பட்ட படபடப்பை நிறுத்தமுடியவில்லை. கிளம்பி மெதுவாக தரையைக் கவனித்தபடியே நடந்து சென்றான்.

அந்த குடிசையை அவனும் ரவியும் பழநியும் சிறுவயது முதலே பார்த்து வருகிறார்கள். ஒரு கிழவியும் தன் பேத்தியான சிறுமியும் வாழ்ந்து வருகிறார்கள். அழுக்கடைந்த சட்டையும் பாவாடையும் அணிந்திருப்பாள் அவள். கண்களில் பயமும் உடலில் சிறு துள்ளலுடன் இருப்பாள். அவன் அருகே செல்லச்செல்ல ஆறுமுகம் வேகமாக கையை ஆட்டினான். மழையில் நனைந்திருப்பதுபோல சிறு மினுமினுப்புடன் அந்த குடிசை புதிய ஓலைகளால் தற்போது கட்டப்பட்டது போல தெரிந்தது. முன்சென்றபோது லேசான

மறைவிலிருந்து அவள் வெளிப்பட்டாள். அதுவரை நின்றிருந்த படபடப்பு மீண்டும் வேகம் கொண்டது.

பாத்துக்குங்க முதலாளி என்றான் ஆறுமுகம். அவன் கண்களை சந்தித்தபோது அவன் முகத்தில் தெரிந்த சிரிப்பு தானும் அப்படிதான் வழிகின்றேனோ என நினைத்தான் சம்பத்.

அவளுடைய புன்சிரிப்பு அவனைக் கண்டதும் பூவிரிவதுபோல விரிந்தது. பொன்னிற உடல் மாலை இருட்டில் ஜொலித்தது. பொன்னிறத்தில் சேலை. சின்னசின்னப் பூக்கள் தங்கவெள்ளி நிறத்தில் அதே நிறத்தில் ஜாக்கெட்டும் முந்தானையை இழுத்து இடுப்பில் சொருகியிருந்தாள். சொருகிய இடத்தில் உடல் நிறம் சற்று வெண்மையாக மாறியிருந்தது. உருண்டையான பூரிப்பான கைகள். தோய்ந்த ஆனால் பந்துபோன்ற மென்மையான முலைகள். லேசான விலகிய முந்தானையில் அது இறுகி இருந்தது. அகன்ற தோள்கள் ஆனால் தோள்களைவிட இடை சிறியதாக் தோன்றியது. செந்நிற உதட்டில் கீழுதடு சற்று பருத்திருந்தது. சின்னது எதுவும் தனக்கு உவப்பானது என்பதுபோல் சின்ன கண்களைக் குறுக்கி நோக்கினாள். சுற்றிக் கட்டிய தலைமயிர் முடிச்சு வேப்பம்பூ போல் விரிந்திருந்த கொண்டையின் செம்பட்டை நிறம் விளக்கின் வெளிச்சத்தில் அபரிமிதமாகமின்னியது.

‘எப்படி இருக்க’ என்றான் ஆறுமுகம்.

‘இதோ இருக்கோம்ல’ என்றாள் அவள். அந்த பதிலில் அவள் மிக மென்மையாக அதேவேளையில் உற்சாகமானவள் என்பது காட்டியது. அவர்கள் இருவரிடமும் நல்ல பழக்கம் இருக்கும் என தோன்றியது.

‘பேசிட்டேன் அக்கா, ஆளு பெரிய இடம், நல்லா பாத்துக்க’ என்று ஆறுமுகம் கூறிவிட்டு கண்ணடித்தான்.

ஆறுமுகத்தின் முன் முதன்முதலாக தான் சிறுவனாகத் தோன்றியது சம்பத்திற்கு.

சட்டென ஒரு சிரிப்பு சிரித்தாள். அந்த சிரிப்பு வெகுவாக அவனை வெட்கப்படவைத்தது. அந்த சிரிப்பினுடே சம்பத்தைப் பார்த்தபடி ‘இதோ பாத்துட்டோம்ல’ என்று ராகமாக சொன்னாள்.

• • •

முகங்கள்

சமீபகாலமாகதான் முகங்களை கூர்ந்து கவனித்து வருகிறேன் என்று நான் உறுதியாக நினைக்கிறேன். அதற்கு முன்பு எப்படியிருந்தேன் சரியாக நினைவில்லை. ஆனாலும் ஒரளவிற்கு கவனித்தேன் என்பதை ஒத்துக் கொள்ளதான் வேண்டும். நிச்சயம் இந்த அளவிற்கு மோசமாக இருக்காது என நினைக்கிறேன். முகங்களை கவனிப்பதென்பது வெறுமனே கவனிப்பது மட்டுமல்ல. நான் நினைப்பது அதன் வளர்ச்சியின்/வளர்ச்சியின்மையின் பரிமாணங்களை பற்றி நம் அபிப்ராயங்கள் எவ்வளவு தூரம் வளர்ந்திருக்கின்றன என்பதை கவனிப்பதுதான்.

மனித முகங்கள்மேல் இருக்கும் வசீகரம் வேறொன்றின் மேல் இல்லை என்று சொல்லலாம் எனக்கு. முகங்களை வட்டமுகம், நீளமுகம், சதுரமுகம் என்று வகைப்படுத்தி ஒரு வரிசை ஒன்றை மனதிற்குள் வைத்துக்கொள்கிறேன். அதன் தொடர்ச்சியாக சந்திக்கும் முகங்களை அந்த வகைமைகளுக்குள் பொருத்தி மாதிரிகளை உருவாக்கி கொள்கிறேன். இந்த வகைகளை தாண்டி முன்பு எப்படி இருந்திருக்கும், இப்போது எப்படி மாறியிருக்கிறது என்பதுவரை ஆராய்ச்சியும் செய்து கொள்கிறேன். இதை இத்தனை சிரமப்படுத்தி புரிந்துகொள்ளவேண்டாம் என நினைக்கிறேன். அது எளிதானதுதான். ஆனால் எனக்கும் சரியாக விளங்குவதில்லை எந்த இடத்தில் இதை நான் செய்கிறேன் என்று. இதெல்லாம் என்னை அறியாமல் தானாக நடந்துவிடும்தான், இதைக்கூட பின்னாளில் இருண்ட வானத்தில் சட்டென தோன்றி மறைந்துவிடும் சின்ன ஒளிக்கீற்று போலதான் தெரிந்துகொண்டேன். பலவருடங்கள் முன்பு ஒரு கணநேரத்தில் கண்ட நபரைகூட

அவர் முகஅடையாளங்களைக் கொண்டு அவர் பெயரைச் சொல்லி சரியாக அந்தநபர் இவர் என்று கணித்திருக்கிறேன். ஆனால் முகங்களைப் படிப்பதினால் – என் தினப்படி வாழ்வின் சுவாரஸ்யங்களைத் தவிர – பெரியதாக எதுவும் என் வாழ்வில் நான் அடைந்துவிட்டேன் என்று சொல்ல முடியவில்லை.

மற்றவர்களுக்கு கிடைக்காத இந்த விஷயம் நான் ஓவியனாக இருப்பதனால் அமைந்திருப்பதாக நினைத்துக் கொள்வேன். தனியார் துறையில் முதன்நிலை பொறியாளராக இருந்தாலும் ஓவியங்கள் வரைவதில்தான் அதிக ஆர்வம். சிறுவயதில் இருந்தே வரைய ஆரம்பித்துவிட்டேன். ஆனால் ஓவியத்தை ஒரு பிற்சேர்க்கையாகதான் வைத்திருக்கிறேன் என்பதை யாராலும் நம்பமுடிவதில்லை. என் மனைவிகூட ஓவிய ஆர்வத்தை தீவிரமாக செய்திருந்தால் இந்நேரம் பெரிய ஓவிய கலைஞனாக ஆகியிருக்கமுடியும் என்று கூறியிருக்கிறாள். சிலநேரங்களில் நான் அலுவலக வேலையில் அதிக கவனம் கொள்ளவில்லை என்ற ஆதங்கத்திலும், அநேக நேரங்களில் அவள் சாமான்கள் வைக்க இடம்விடாமல் வீடுமுழுவதும் நான் ஒட்டியிருக்கும் படங்களின் மேலுள்ள வெறுப்பினாலும், சிலநேரங்களில் நிஜ அக்கறையுடனும் கூட சொல்லியிருக்கலாம்.

நிலக்காட்சிகள், விலங்குகள், பறவைகள் என்று பலவகை ஓவியங்களை இதற்கு முன்னால் வரைந்துகொண்டிருந்தேன். கொஞ்சம் கொஞ்சமாக முகங்கள் மட்டுமே என்று சுருங்கிப் போனது. தூசு விழுந்ததால் கையால் முகம்சுருங்க துடைக்கும் முகம், சிரிக்கும் வயதடைந்த கிழவன் முகம், இரவில் பேயைக் கண்டு அலறிய முகம், வெட்கப்படும் குழந்தையின் முகம் என்று பலவகை முகங்கள் மட்டுமே கொண்ட ஒரு தொகுப்பு ஒன்று என்னிடம் உண்டு. ஆயில் பெயிண்ட் போன்ற அதீத வகைகளுக்கும் இப்போது செல்வதில்லை, முழுவதும் பென்சில் கோட்டோவியங்கள் தான். அவைகள்தாம் அழகான நாம் விரும்பும் அந்த உணர்ச்சிகளை அளிக்கமுடியும் என நினைக்கிறேன்.

முகஓவியங்கள் வரைய முகங்களைப் பற்றிய சில நுணுக்கங்கள் தெரிந்திருக்க வேண்டும். ஒருவரின் கைசாண் அளவே அவரின் முகம் இருக்கும். அவர் உடம்பின் எட்டில் ஒரு பகுதியே அவரின் முகம். இடது கன்னத்தின் அளவைவிட ஒருவரின் வலது கன்னத்தின் அளவு பொதுவாக சற்று பெரியதாக இருக்கும். சிலருக்கு இடது பெரியதாக இருக்கும். இது அவரின் உணவு பழக்கத்தால் ஏற்பட்டது.

முகங்கள் அவற்றின் மாற்றங்களைப் பற்றி கூறும்போது என் முகத்தின் மாற்றங்களையும் நான் கவனிக்க தவறியதில்லை. முதலில் வாயின் இருபக்கங்களிலும் கோடுகள் விழ ஆரம்பிக்கின்றன. உதடுகள் கருத்து சற்று உள்ளடங்கிவிடும். கண்கள் கீழே கருவளையங்களும், சிரிக்கும்போதும் கண்களை சுருக்கும்போதும் கண் ஓரங்களில் பூனையின் மீசைபோல கோடுகள் விழ ஆரம்பிக்கும். முகத்தின் தாடைகள் பெரிதாகி காதுகளை சற்று பின்தள்ளியதுபோல் ஆகிவிடும். குறிப்பாக மற்றொன்றையும் சொல்லவேண்டும் ஆற்றின் இருகரைகள்போல புருவங்களின் மத்தியில் இருகோடுகள் வளர்ந்து நிற்க ஆரம்பிக்கும். இதில் மற்றொன்று கழுத்தில் ஊர்வனவின் தோல் அடுக்குகள் போல் கருமைக்கோடுகள் தெரிய ஆரம்பிக்கும்.

இந்த கவனிக்கும் பழக்கம் என்னோடு இருக்கும்வரை பெரிய பிரச்சனைகள் வருவதில்லை மற்றவர்களையும் அவர்களின் முகநுணுக்கங்களையும் கவனித்து சொல்வது, என்னை அறியாமல் நடந்துவிடுவதாக இருந்தாலும், சமயங்களில் எனக்கு சங்கடமானதாகவே முடிந்திருக்கிறது. நண்பர்கள், உறவினர்களை ஒரு பெரிய இடைவெளிவிட்டு சந்திக்கும் போது அவர்களின் முகத்தில், தலையில் ஏற்படும் மாற்றங்களை பகிர்ந்து கொள்ளும்போது பொதுவாக அவர்கள் நான் மிக நன்றாக கவனிப்பதாகவும், நுட்பங்களை அறிந்திருக்கும் திறன் கொண்டவனாக இருப்பதாகவும் எச்சிலை விழுங்கி கொண்டே கூறினாலும் மகிழ்ச்சியாக இருக்கும். சிலர் சட்டென விலகிசெல்வது நடந்திருக்கிறது.

இந்த முகங்களை வகைப்படுத்தும் முறையால் தான் முகஓவியங்கள் சாத்தியமாகும். முகங்களை ஏன் வரைய வேண்டும். ஏனெனில் அவைகளில்தான் நாம் தேடும் அத்தனை பாவங்களையும் பார்த்துவிட முடியும். உடல்மொழியில் தெரியாத வார்த்தைகளில் தெரியாத ஒரு பாவத்தை ஒரு கண்ணசைவில் அல்லது உதட்டு நெளிவில் நாம் கண்டுவிடமுடியும்.

சிலரைப் பற்றி அப்படி நேரடியாக எதையும் சொல்லிவிடமுடியாது என்பதையும் சொல்லியாக வேண்டும். உடன் வேலைப்பார்த்த சகஊழியர் ஒருவருக்கு கழுத்து இல்லாமல் தலை தோளோடு சேர்ந்தது போலிருக்கும், ஊரில் இருக்கும் ஒரு நண்பருக்கு ஒரு கண் மட்டும் நேர்க்கோட்டிலிருந்து சற்றுவிலகி சாய்ந்திருக்கும், மற்றொருவருக்கு வாய் ஒருபக்கம் தள்ளியது போலிருக்கும். முன்பக்க நெற்றிபுடைத்த காதுகள் படர்ந்த நண்பர்கள் இருக்கிறார்கள்.

இவர்களை போன்றவர்களை மறைமுகமாக கூறுவதுகூட அவர்களை அவமதிப்பது போலாகிவிடும். கஷ்டப்பட்டேனும் அச்சமயங்களில் நாவை அடக்கி கொள்வேன். ஆனால் சிலர் சற்றும் மாறாமல் அதே புன்னகையோடு அதே முகத்துடன் இருக்கும் நபர்களை காணும்போது ஆச்சரியம் ஏற்படுவது தவிர்க்க முடிவதில்லை. ஒருவகையில் மாற்றமில்லாததை மனித மனம் விரும்பிகொண்டுதான் இருக்கிறது.

முன்பு ஒரு அலுவலத்தில் இருந்தபோது என்னுடன் வேலை பார்த்த ஒரு பெண்ணை, இரண்டு ஆண்டுகள் கழித்து பார்த்தபோது அவள் உடலும் முகமும் சுத்தமாக மாறியிருக்கிறது என்பதை என் கண்களைக் கொண்டே அவள் புரிந்துகொண்டு இரண்டு வார்த்தை மட்டும் பேசிவிட்டு வெட்கமடைந்தபடி ஓடியது நினைவிருக்கிறது.

கல்லூரி நண்பன் ஒருவனை கொஞ்சநாள் முன்பு சந்தித்தேன். மிக ஒழுக்கவாதியாக அப்போது அறியப்பட்டவன் குடியும் கும்மாளமுமாக தொப்பை சரிந்து ஆளே மாறியிருந்தான். அவன் முகத்தில் தெரிந்த சோர்வு ஆச்சரியம் அளித்தது. நிஜமாகவே அது அவன்தானா என எண்ண தோன்றியது. ஏனெனில் அத்தனை உற்சாகமான மாணவனாக ஆசிரியர்களிடமும் நண்பர்களிடமும் பழகியவன். பாட புத்தகத்தையும் தேர்வையும் தவிர வேறு ஒன்றை அவன் பேசியதாக நினைவில்லை. இன்று அவனின் பேச்சுகள் முழுவதும் குடி, போதை, பேதை என்று சுற்றிசுற்றியே வந்தது. இப்போதெல்லாம் தினம் விஸ்கி இல்லாமல் இருக்க முடியாது என்றான். அதேபோல் குடிகாரனாக இருந்த ஒரு கல்லூரி நண்பன் திருமணத்திற்குபின் மிக நல்லவனாக மாறியிருந்தான். ஆனால் பின்னதைவிட முன்னதே அதிகம் ஆச்சரியம் அளிக்கிறது.

என் பள்ளிக்கால தோழன் ஒருவன் இணையம் வழியாக அறிந்தபோது இதுவும் முந்தைய அனுபவங்கள் போன்றதாக இருக்கும் என்று நினைத்ததற்கு மாறாக அமைந்தது. நான் எதிர்பார்த்ததைவிட வேறு மாதிரியாக ஆச்சரியமாக இருந்தது. அறிவியல் பயன்பாடு நம்மை சுருக்கியிருந்தாலும் இன்னமாதிரியான நன்மைகளை பயப்பது ஏற்புடையதாகதான் இருக்கிறது.

மடப்புரத்தில் ஆறிலிருந்து ஒன்பதாவது வரை அவனுடன் படித்த நாட்கள் மறக்க முடியாதவை. என் அருகில் அமர்ந்திருந்தான். அவன் பெயர் கண்ணன், ஆனால் நாங்கள் அழைத்ததோ பூனைக்கண்ணா என்று. பூனைக் கண்களில் தெரியும் சிநேகிதம் நெகிழ்ச்சி அடையசெய்வது. அடர்ந்தியானமுடி, உருண்டைமுகம்,

வேகமாக நடந்துவரும் அவனின் மேனரிசங்கள் எப்போதும் கேலிக்குள்ளாயின. நண்பர்கள் வட்டதில் அவன் மேல் எப்போது பாசம் உண்டு. தொட்டதற்கெல்லாம் கோபப்படுவான். அதுவே அவன் குணமாக எடுத்து சிரித்திருக்கிறோம். அவனுடன் எப்போது நட்பாக இருப்பதால் நான் ரொம்ப யதார்த்தமாக இருப்பதாக கூறுவான். பின் மாற்றலாகி வேறு ஊர் வந்தபோது கண்ணீர் விட்டு அழுதான்.

கல்லூரி படிப்பு, வேலை என்று வேறுவேறு ஊர் வந்து புனே வந்தடைந்தேன். கடைசியில் அவன் மனைவி, குழந்தைகளுடன் புனேயில் இருக்கிறான் என்பதை அறிந்ததில் எல்லையில்லா மகிழ்ச்சியில் இருந்தேன். இருவரும் அவரவர் நிலைகளை பற்றி இணையத்தின் வழியே பேசி சந்தோஷம் அடைந்து கொண்டோம்.

முதலில் தொலைபேசியில் என்னை தொடர்ப்பு கொண்டபோது சற்று சிலிர்ப்பாகவே இருந்தது. இந்த தொழிற்நுட்பம் எவ்வளவுதூரம் நம்மை இணைத்துவிடுகிறது. அவரின் பேச்சுகள் தொடர்ந்து கேட்கவேண்டும்போல வசீகரமாக இருந்தது. அவரின் இரு குழந்தைகள் அமெரிக்க பள்ளியில் படிப்பதாக கூறினார். ஆப்சோரிங் எனப்படும் உள்நாட்டு வேலைக்காக ஒருவருடமாக இங்கிருப்பதாக கூறினார். இந்த வாரத்தில் போய்விடுவதாகவும் கூறினார். அதற்குள் தன்னை வந்து பார்த்துவிடுமாறும் கூறியிருந்தார்.

நானும் அவர் அளித்த முகவரியில் அந்த வாரம் வெள்ளிக்கிழமை அவர் திரும்ப வெளிநாடு போகும் ஒருநாளுக்கு முன் தினம் கிளம்பிவிட்டேன். ஊரெல்லாம் சுற்றி பல புதிய பாதைகள் இந்த நகரத்தில் இருப்பதை அறிந்து கொண்டே பயணித்தேன். பயணம் என்னவோ சுளுவாகத்தான் இருந்தது. கண்ணனை எப்படி எதிர்கொள்ளப் போகிறேன் என்று காணப்போகும் அந்த முகத்தை மனக்கண்ணில் கண்டு நான் இதற்குமுன்பு அறியாத ஒரு சின்ன பதற்றத்துடனே சென்றேன்.

வயது ஏறஏற முகங்கள் விகாரமடைகின்றன, சிலருக்கு கனிவடைகிறது அவர்கள் தோல்வியை ஒப்புக்கொள்வதால் இருக்கலாம். எதைப்பற்றிய அகவினா என்பதைப் பொருத்து முகங்கள் மாறுதல் அடையலாம். நான் சின்ன வயதில் படித்த ஒரு கதையில், பலநாள் அலைச்சலுக்குப்பின் சாத்தானுக்காக ஒரு ஓவிய மாடலை தேர்ந்தெடுப்பார் பின்பே தெரிந்துகொள்வார் பல ஆண்டுகளுக்கு முன்பு குழந்தை ஏசுவிற்கு மாடலாக நின்றவரும் அவரே என்று.

வெறும் முகமாற்றம்தான் வாழ்க்கையா என ஓவியம் வரையும் ஒவ்வொரு சமயமும் யோசித்திருக்கிறேன். உடல்மொழியைவிட முகமொழி விசேஷ குணங்கள் கொண்டவை என நினைக்கிறேன். உடல்மொழியை மெனக்கெட்டால் மாற்றிக் கொண்டுவிட முடியும், ஆனால் முகமொழியை என்ன செய்தும் மாற்றமுடிவதில்லை.

இது மேற்கு புனே பகுதி, புதியதாக வளர்ந்துவரும் பகுதிகள். ஆகவே யாருக்கும் முகவரி சரியாக தெரிந்திருக்கவில்லை. சவுக்கி என்று கூறப்படும் நாற்சந்திப்பை ஒவ்வொன்றாக கடந்து வந்தேன். பேட் என்று கூறப்படும் பல பெயர்களின் குழப்பத்தால் சுற்றிசுற்றி வரவேண்டியிருந்தது. மாலை இருட்டு வேறு அது பனிக்காலம் என்பதால் வேகமாக இருட்டு சூழ ஆரம்பித்திருந்தது. மேப் எடுத்து வந்திருக்கலாம், பல தெருக்கள் ஒரே மாதிரி இருந்தன.

ஒரு கடையில் நின்று வடபாவும் டீயும் குடித்து கொண்டேன். கடைகாரரிடம் கேட்டபோது சரியான இடத்திற்கு வந்திருப்பது தெரிந்தது. அவர் குறிப்பிட்ட அந்த எதிர்சாரியில் சென்றால் இடப்புறம் அவர் இருக்கும் சொசைட்டி வந்துவிடும்.

ஆனால் நேரெதிர் திசையில் திருப்பி வீட்டை நோக்கி வண்டியை செலுத்தினேன்.

• • •

அந்நியன் என ஒருவன்

எதிர்ச்சாரியில் சைக்கிளை வைத்துவிட்டு திரும்பும் போது மழைபெய்து ஓய்ந்திருந்த அந்த மாலை வெய்யிலின் மினுமினுப்பில் நாகேஸ்வரன் கோயிலின் கோபுரம் பொன்னிறமாக தங்கத்தில் குளித்ததுபோல மின்னிக் கொண்டிருந்தது. அதன் பின்புறத்தில் அசைபோட்ட எருமைகள்போல கருப்பும் செம்பழுப்புமான மேகங்கள் மெல்ல நகர்ந்து கொண்டிருந்தன. எதிர்ச்சாரியில் ஒருகடை எப்போதும் மூடியே கிடக்கும், அதன் வாசலில் சைக்கிளைக் காசு கொடுக்காமல் வைத்துவிடமுடியும். கோபுரத்தின் வலப்புற ஓரமாக தனது பிய்ந்த ரப்பர் செருப்பை வைத்தான் ரவி. மேலுள்ள வெள்ளைநிறம் தேய்ந்த நீலநிறம் ஆங்காங்கே தெரியும் செருப்பை யாரும் எடுக்கப் போவதில்லை. கோபுரத்தை பார்த்தபடி நடந்தபோது காலில், கீழே பாவப்பட்ட கருமையான கருங்கற்களின் தோய்ந்த பள்ளத்தில் இருந்த மழைநீர் இடறியது. குளிர்ச்சிக்காக வேண்டுமென்றே மழைநீரை எத்திவிட்டபடியே சென்றான். இடப்பக்கம் இருந்த செருப்பு வைக்கும் அறையும், பூ விற்கும் கடைகளும் அவனை அழைப்பதும், கண்டுகொள்வதும் இல்லை. வலப்பக்கம் இருக்கும் பிச்சைக்காரர்கள் அவனிடம் கேட்க எதுவும் இருப்பதில்லை என்பதால் அவசரமில்லாமல் நிதானமாக உள்ளே சென்றான்.

கோபுர முற்றத்தை கடக்கும்போது அந்த பெரியவர் இருக்கிறாரா என்று ஓரக்கண்ணால் கவனித்துக்கொண்டே சென்றான். இன்றைய மழையில் அவர் வந்திருக்கமாட்டார். கோபுரத்தை தாண்டியதும் இடப்பக்கம் விநாயகர், துர்க்கை சன்னிதிகளில் எறும்புகள் உணவைச் சுற்றி

வட்டமிடுவதுபோல ஒரு மக்கள் கூட்டம் அலைமோதிக் கொண்டிருந்தது. வெளியில் நின்றிருந்த காரில் வந்திருந்த சற்று வசதியுடைய குடும்பம் ஒன்று அந்த சந்நிதியை சுற்றி வந்துகொண்டிருந்தது. தாழ்வாக இருந்த கருவறை தூரத்தில் அமைதியாக தியானத்தில் இருப்பதுபோல இருட்டில் மூழ்கியிருந்தது. ஒரு முறை கண்களை மூடி உதட்டிற்கும் நெஞ்சிற்குமாக கையை ஆட்டிக்கொண்டான். வலப்பக்கத்தில் சில மண்டபங்கள் இருந்தன. அவற்றில் சிலவற்றைத் தாண்டி கடைசியாக இருந்த ஒரு மண்டபத்திற்கு சென்றான். மழை பெய்து ஓய்ந்துவெய்யில் சாய்வாக நீளநிழல்களாக விழுந்து அனைத்தையும் ஓவியம் போல பாராங்கல் தரையில் காட்சிப்படுத்திக் கொண்டிருந்தது. மாலை வெய்யில் எப்போதும் லேசாகத் தலைவலிக்கச் செய்துவிடும். பின் படிக்க இடைஞ்லாக இருக்கும். புத்தகத்தால் இடப்பக்க முகத்தை மூடியபடியே வந்தான். கடைசி மண்டபத்தை ஒட்டி நிழல்படுமிடமாகத் தேடி அமர்ந்தபோது சைக்கிள் மிதித்து வந்த களைப்பு நீங்கி சற்று நிதானமாக இருந்தது.

புத்தகத்தைப் பிரித்து அடையாளத்திற்கு வைத்திருந்த காய்ந்த இலையிருந்த பக்கத்திற்கு வந்தபோதுதான் கவனித்தான் சற்று தொலைவில் அந்த பெரியவர் அமர்ந்திருக்கிறார் என்பதை. கவனிக்காமல் அமர்ந்துவிட்டதை சங்கடமாக உணர்ந்தான். வெவ்வேறு இடங்களில் அமரும் அவன் ரொம்பநாள் கழிந்து இந்த பக்கம் வந்திருக்கிறான். இங்கு கோயிலில் யாரும் அருகருகே அமர்வதில்லை. ஒருவர் மற்றொருவரை இடைஞ்சல் செய்யாமல் இருக்கும் உத்தி. எழ முயற்சித்தான். ஏதோ ஒன்றை நிறுத்துவதுபோல அவசரமாக கையைக் காட்டி பரவாயில்லை என்பதுபோல தலையை அசைத்தார்.

அவர் உட்கார்ந்திருந்த பகுதி சுற்றிக் காய்ந்து மற்ற பகுதிகள் ஈரமாக இருந்தன. மழை ஆரம்பித்தபோது வந்திருப்பார் அதாவது மதியத்திலோ அல்லது காலையிலோ வந்திருக்க வேண்டும். கோபுர முற்றத்துக் குளுமை நிறைந்த வலது திண்ணையில் எப்போதும் அமர்ந்திருப்பார். பிச்சைக்காரரர் என முதலில் நினைத்திருந்தான். ஆனால் இல்லை என்றும் சொல்லமுடியாது. யாரிடமும் யாசகம் என்று கேட்கமாட்டார். கடந்து செல்லும் நபர்களிடம் ம்.. என்று அடித்தொண்டையில் வேறு எங்கோ பார்த்தபடி அல்லது உள்ளங்கைகளில் எதையோ கண்டுபிடித்தவர் மாதிரி தேடிக்கொண்டு கனைப்பார். எல்லோரிடமும் அவர் சத்தங்களை எழுப்புவதில்லை. யாரிடம் அப்படி கேட்கவேண்டும் என்று

அவருக்கு தெரிந்திருந்தது. அவன் முதலில் ஒருமுறை வந்தபோது அப்படி ஒலி எழுப்பினார். அப்புறம் அதை அவன் கேட்டதில்லை. கடந்து செல்பவர்கள் பொதுவாக மிகச் சிலரே அவர் காசு கேட்கிறார் என்று புரிந்துகொள்வார்கள். திரும்பிபோகும்போது அவர் பக்கத்தில் காசுகளைப் போட்டுவிட்டு செல்வார்கள். பிச்சை கேட்பதில் இருக்கும் சங்கடம் அவருக்கு இருந்தது. ஆனால் அதில் அவர் வெட்கப்படவில்லை எனத் தோன்றியது.

பக்கத்தைத் திருப்பி மெதுவாகப் படிக்க ஆரம்பித்தான். மேற்கிலிருந்து ஆற்றின் நிதானத்துடன் வந்த காற்று சுழித்து பின் வேகமெடுத்தது வடப்பக்கமாக கடந்து சென்றது. அவன் உதட்டசைவு வேகத்துடன் பின்னால் இருந்த ஒரு பெரிய அரசமரம் விட்டுவிட்டு சலசலத்துக்கொண்டிருந்தது. கிழவிபோல தொடர்ந்து பேசிக்கொண்டேயிருக்கும் அதன் அருகில் பெரிய இலைகள் கொண்ட மற்றொரு மரம் எந்த சலசலப்புமின்றி அதை வேடிக்கைப் பார்ப்பதுபோல அமைதியாக நின்றிருந்தது. பொத் என்று ஒரு தடித்த இலை ஒன்று அதிலிருந்து அவன் முன்னே வந்து விழுந்ததும் கவனம் இதுவரை புத்தகத்தில் நிலை பெறவில்லை என அறிந்தான். அவனையும் அறியாமல் திரும்பி பார்த்துக்கொண்டான். படிப்பவனை தொந்தரவு செய்யக்கூடாது என்று குனிந்து அமர்ந்திருந்தார் பெரியவர். கைவிரல்களில் இலைகாம்பை சுருளவிட இலை அவர் கையை இடம்வலமாகச் சுற்றிச்சுற்றி வந்து கொண்டிருந்தது.

சுமாராக துவைக்கப்பட்ட சட்டை வேட்டி அவரது மெல்லிய உடலை இறுகப் பிடித்திருக்கும். வேப்பமரப் பட்டை போல சுருக்கங்களோடு உடைய கழுத்தில் தலை லேசாக ஆடிக்கொண்டிருப்பது போலிருக்கும். அயன் செய்தவுடன் துணிகளிலிருந்து வரும் ஒரு வாசனைபோல் அவரிடம் வீச்சம் ஒன்று அடிக்கும். வயதானதால் இருக்கலாம். உதடுகள் மென்மையான வெளுப்புடன், மூக்கு லேசாக சிவந்து காணப்படும். மங்கிய ஆனால் ஓரங்களில் மட்டும் ஒளிரும் கண்கள். அவற்றில் பார்வை இருக்கிறதா என சந்தேகமாக இருக்கும். ஈக்களின் தாவல்போல எப்போதும் அவசரமாக சிமிட்டிக்கொள்வார். தன் படிப்பை குலைத்துவிடக்கூடாது என்று கவனமாக மடிந்து அமர்ந்து இலையை கவனித்துக் கொண்டிருக்கும் அவரின் செய்கை ஒரு வகையில் அவனுக்குப் பெருமையாக இருந்தது. அவரிடமிருந்து கவனத்தை திருப்பி மீண்டும் வேகமாக பாடங்களைப் படிக்க ஆரம்பித்தான். விதிகளை அச்சுமாறாமல்

எழுதவேண்டும் இல்லையென்றால் மதிப்பெண்கள் கிடைக்காது. உருப்போட்டு மண்டையில் ஏற்றி பின் மறக்கவேண்டிய கட்டாயம் இப்போது. சற்று தொலைவில் இருந்த மண்டபத்தில் ராஜு வந்துவிட்டிருந்தான். அவன் உதடுகளில் அசைவுகள் எதையோ அவசரமாக மெல்வதுபோலவும், வேகமாக ஓடவிடப்படும் சினிமாவில் உதட்டு அசைவுகள் போலவும் பார்க்க வேடிக்கையாக இருந்தது. தானும் அப்படி படிக்கிறேனோ என நினைத்து சட்டென சிரித்துவிட்டான். பெரியவர் கவனித்திருப்பார் என கூச்சத்தோடு அவரை பார்த்தான். நல்ல வேளை பெரியவர் கவனித்ததாகதெரியவில்லை.

யாசகமாக கிடைக்கும் காசுகளை அன்று மாலை அல்லது இரவு தங்களுடன் வரும்போது டீக்குடிக்க பயன்படுத்திக் கொள்வார். அவர் குடிக்கும் டீக்கு எப்போதும் அவர்தான் காசு கொடுப்பார். டயமண்ட் டாக்கீஸ் இறக்கத்தில் இருந்த ஒரு சின்ன நூலகத்தில் அடிக்கடி அவரைக் காணலாம். வேகமாக அங்குமிங்கும் அலைந்து கொண்டிருப்பார். யாருக்காவது புத்தகம் பேப்பர் எடுத்து கொடுப்பதில், பிரிந்து கிடக்கும் பேப்பர்களை ஒழுங்காக அடுக்கி மேலே கல்லை வைப்பதில் என்று அது தனக்கு இடப்பட்ட வேலைபோல கவனமாக ஈடுபட்டிருப்பார்.

சிறுகோபுரத்தின் நிழல் ஏறிவருவதைக் கவனித்துக் கொண்டிருந்தான். அது எதிர் மதில் சுவரை அடைந்தபின் அங்கு சென்று அமர்ந்துக்கொள்ள முடியும். சூரியன் மங்கியபின் மேலேயுள்ள ஹாலஜன் விளக்கு எரிய ஆரம்பித்துவிடும். சிலநாட்களுக்கு முன்பு பின்னால் இருந்த ஒரு மண்டபத்தில் படித்துக் கொண்டிருந்தபோது திடீரென கரெண்ட் போய்விட்டது, ஒரே இருட்டு. அவனும் ராஜுவும் பேச ஆரம்பித்தவுடன் இருட்டில் அவர்களுடன் பேச்சில் ஒருவர் கலந்து கொண்டார். எல்லாவற்றிற்கும் சாதகமாக இருவார்த்தை, எதிராக இருவார்த்தை என்று ஒரு சின்ன பொதுமாதிரி ஒன்றை வைத்திருந்தார். எல்லா விஷயமும் அவருக்குத் தெரிந்திருந்தது அல்லது தனக்குத் தெரியாத பகுதி எதிராளிக்கு தெரியும் என்பதுபோல பேச்சை முடித்து ‘உங்களுக்கு தெரிஞ்சிருக்குமே’ என்பது மாதிரி ஆவலாக எதிராளியை பேசவைக்கும் ஒரு பாவனையும் கொண்டிருந்தார். சரி என்று சீக்கிரம் முடித்துவிட்டு டீ குடிக்க செல்லலாம் என முடிவெடுத்து வெளிவந்தபோது அவரும் கூடவே வந்தார். வெளிச்சத்தில் வந்தபோதுதான் தெரிந்தது அவர் கோபுர முற்றத்தில் எப்போதும் அமர்ந்திருக்கும் பெரியவர் என்று.

அவருக்கு பெரியவர் என்று பெயர் வைத்தது ராஜுதான். ஆனால் ராஜுவுக்கு அவரைப் பிடிக்கவில்லை, தொந்தரவாக, பல் இடுக்கில் ஒட்டிக் கொண்டிருக்கும் தேவையற்ற ஒரு பொருளாக, எப்படியும் அவரை கழற்றிவிடவேண்டும் என நினைத்தான். ஆனால் அதற்கெல்லாம் அவர் புரியாதவர் போன்றோ அல்லது நிஜமாகவே அப்படிதான் என்பதுபோலோ நடந்துகொண்டார்.

நல்லெண்ணம் கொண்ட ஒரு முதிய முனிவர்போல நடக்கும் அவரின் செய்கைகள் பல வேடிக்கையாக அர்த்தமற்று இருப்பதாக தோன்றும். அவர் இல்லாத சமயங்களில் அவரைப்பற்றி கிண்டல் அடித்து கொள்வதில் ஒரு இன்பம் இருக்கவே செய்தது. வீட்டு தோட்டத்தில் வளர்ந்தது என்று ஒரு நாள் மாங்காய்களையும், படிப்பவர்களுக்கு உகந்தது என்று மற்றொரு நாள் மயிலிறகுகளையும் கொண்டுவந்து கொடுப்பார். வேண்டாம் என மறுக்க விடாமல் வைத்துவிட்டு போய்விடுவார். மாங்காய்களை அவர் முன் சாப்பிட சங்கடமாக இருந்தாலும் காய் சுவையாக இருந்தது. ஆனால் ராஜு சங்கடமில்லாமல் உடனே தின்று தண்ணீர் குடிக்க ஓடினான்.

கிழக்கு கோபுரத்தை பறவைகள் சுற்றி வரும் வேகத்தை கவனித்துக் கொண்டிருந்தான். தனக்கு முன்பு தரையில் சில சிட்டுக்குருவிகள் தத்தித் தத்தி வந்துகொண்டிருந்தன. அவற்றின் தொடர் இரைச்சலுடன் சட்டென பறந்து பெரிய இலை கொண்ட மரத்தில் சென்றமர்ந்தன. பத்தாம் வகுப்பு படித்துக் கொண்டிருக்கும் அவனுக்கு நல்ல மார்க்குகளால் மட்டுமே அடுத்த படிப்பை தொடரமுடியும். குறைவான மதிப்பெண்களைப் பெற்றால் இன்று இருக்கும் குடும்ப சூழ்நிலையில் அப்பா நண்பர்களின் கடையில் வேலைக்கு அனுப்பிவிடுவார் என்கிற கலக்கம் நாளெல்லாம் இருந்தது.

ஆனால் பெரியவர் அப்போதைய எஸ்எஸ்எல்சி படித்திருந்தார். ஒரு பிரபலமான லாரி கம்பெனியில் வேலை பார்த்துள்ளார். நான்கு பெண்கள் மூன்று பையன்கள். மிகச்சுமாரான வருமானம்தான். தான் நேர்மையாக, நியாயமாக மனசாட்சிபடி இருந்ததால் பெரியதாக சம்பாதிக்க முடியவில்லை என்று அடிக்கடி கூறிக்கொள்வார். தன் வேலைப் பற்றியும் தன் குடும்பத்தைப் பற்றியும் அந்த வயதினருக்கே உரிய அழுத்தத்துடன் கூறிக்கொள்வதில் மகிழ்ச்சிகொள்வார். தன் பெரிய குடும்பத்தை நடத்தியது அவர் மனைவி என்றும், அவளாலே தன் குடும்பம் நிலைத்து நின்றதாக அவளின் சாமர்த்தியமே தன் குடும்பத்தை

காத்ததாகவும் ஒவ்வொரு பேச்சிலும் சொல்லிக்கொள்வார். ஆனால் அவள் தற்போது காசநோயில் கஷ்டப்படுவதாகவும் கடைசியில் கூறிவிடுவார்.

மாலை வெய்யிலின் ஊடே மீண்டும் மழைத்தூறல்கள் விழுந்தன. நூல்வாயல் புடவைக்குப் பின்னால் தெரியும் அசைவுகள் போல உருவங்கள் மங்கலாயின. சற்று நகர்ந்து பின்னால் அமர்ந்துகொண்டான். பெரியவரும் பின்னால் வந்து வானத்தைப் பார்த்துக்கொண்டிருந்தார். மீண்டும் படிக்க ஆரம்பித்தான் ஆனால் அது பாவனையாகவே இருந்தது. அவருக்கு பயந்தே படிப்பதுபோலிருந்தது. அவருக்கு ஏன் பயப்படவேண்டும் என உள்மனம் கேள்வி கேட்டாலும் இரண்டு பக்கங்களாவது முடித்துவிட வேண்டும் என அவசரப்பட்டான், ஆனால் அவரைப் பற்றிய எண்ணங்கள் அலைகழித்தபடியே இருந்தன. பெரியவர் கொஞ்சம் கொஞ்சமாகதான் அவர்களுடன் நெருக்கமானார். மூன்று மகன்களில் ஒருவர் வளைகுடா நாடுகளில் ஒன்றில் இருக்கிறார். ஒருவர் கும்பகோணத்திலும் மற்றவர் சென்னையிலும் இருக்கிறார்கள். பெண்களில் ஒருவரைத்தவிர மற்றவர்களை இங்கேயே கட்டிக்கொடுத்திருக்கிறார். வெளியில் பார்ப்பதோடு சரி அவர் வீட்டிற்கு வந்தாலும் பேச்சோடு முடிந்துவிடும். பணம் அல்லது உதவி என எதுவும் அவர்கள் கொடுப்பதில்லை. மகன் அல்லது மகளுக்கு குடும்பம் என்று வந்ததும் அவரின் மருமகனோ, மருமகளோ தன் குடுப்பத்தைக் கவனிப்பதை விரும்புவதில்லை, பணத்தையும் கொடுப்பதை தடுத்துவிடுகின்றனர் என்பார். ஆனால் அதை அவர் குறையாக சொன்னதேயில்லை. மிகச் சாதாரணமாக அது பரவாயில்லை என்பது போல் சொல்வார் மிககுறைந்த பென்சன் பணம் ஒன்றைத் தவிர அவருக்கு வருமானம் இல்லை. ஏழு பிள்ளைகள் இருந்தும் கிட்டதட்ட பிச்சை பெறும் நிலையில்தான் இருக்கிறார். ஒருவரும் கவனிக்கத் தயாராக இல்லாத நிலை. அவனுக்கு இது உறுத்தலாக ஆக தன் மனம் நினைத்த ஏதோ ஒன்றை இழந்தவனாக, யோசித்துக்கொண்டு இருந்தான்.

என்றாவது ஒருநாள் தங்களிடம் பெரிதாக காசு கேட்கப் போகிறார், அதற்கான பாவனைதான் இதெல்லாம் என்பான் ராஜூ. அவர் பேசுவதெல்லாம் நம்மை அவர்பால் கவனிக்க வைக்கத்தான் உண்மையில்லை என்பான். சில நேரங்களில் ராஜூ சொல்வது உண்மை என நினைத்துக் கொள்வான். ஆனால் அவரைப் பார்த்ததும் அந்நினைப்புகள் மாறிவிடும். அவரிடம் கேட்க நிறைய கேள்விகள் அவனிடம் இருந்தன.

எல்லா கேள்விகளுக்கும் அவரிடம் பதில்கள் இருக்கும். மிக சாமர்த்தியமாக சமாளிக்கும் திறன் கொண்டவராக தெரிந்தார். இக்கேள்விகளை தன் மனதில் விதைக்கவே அவர் இத்தனை பாடுபடுகிறார் என்று கூட அவன் நினைத்தான்.

அவரின் பிச்சைகேட்கும் செயல்கள் அவனுக்குப் பிடிக்கவில்லை. அந்த கவுரவமற்ற செயலை மறைக்க அவர் செய்யும் செயல்களாக தோன்றியது அவரது பேச்சு. அதை ஒரு கவுரமான யாசகமாக மாற்றிக்கொண்டும் அவர் செயல்படும் விதம் ஒரு தேர்ந்த மனிதர் மேல் ஏற்படும் பொறாமைபோல எரிச்சலையே ஏற்படுத்தியது. அவரின் ஒவ்வொரு அசைவுகளிலும் தன்னை கவனிக்கச் செய்யும் உத்தியில் அவர் வெற்றிப் பெற்றவராகத் தெரிந்தார்.

ராஜூ பக்கத்தில் வந்து தோளை தொட்டதும் நிதானித்து திரும்பிப் பார்த்தான். டீ குடிக்க போகலாம் என்ற போதுதான் இருட்டிவிட்டிருப்பதை கவனித்தான். குடித்துவிட்டு திரும்பவந்து தொடர வேண்டும் அல்லது வீட்டிற்குதான் செல்லவேண்டும். போகலாம் போகலாம் என்று அவரும் கிளம்பினார்.

மக்கள் தொகை பெருக்கம், ரோடுகளின் பராமரிப்பின்மை, தயாரிப்புகளின் தரமின்மை என பலவாற்றையும் பேசிக்கொண்டே வந்தார். டீ குடிக்க ஆரம்பித்தபோதுதான் இன்று கேட்டு விட வேண்டும் என நினைத்தான். 'ஏன் உங்க பிள்ளைங்க யாரும் உங்கள கவனிக்கிறதில்ல' என்று அவன் சொன்னதும், டீயின் ரசிப்பையும் மீறி உற்சாகம் பொங்க பேச ஆரம்பித்தார்.

'நம்ம வாழ்க்கதான் முடிஞ்சு போச்சுல்ல; அவங்க வாழ்க்க ஆரம்பத்துல இருக்கிறதாலஅப்படிதான் இருக்கும்' என்றார்.

அவன் உற்று கவனிப்பதைகூட அறிந்தவராக தன்னை அவர் காட்டிக் கொள்ளவில்லை. அடுத்த கேள்வி அவரை மடக்கும்விதமாக இருக்கவேண்டும் என யோசிக்க ஆரம்பித்தான். 'நேர்மையாவும் அடக்கமாவும் இருக்குறீங்க நீங்க, உங்கள மாதிரி உங்க பிள்ளைகளும் இருக்கனும்ல' ரோட்டில் சென்று கொண்டிருந்த மனிதர்களைக் கவனித்து அவன் கூறியதைப் பற்றி சிந்தித்துக் கொண்டிருப்பதுபோல காணப்பட்டார். 'அப்ப அவங்களுக்கும் இந்த நிலமை வராதுன்னு சொல்ல முடியாதுல்ல, அது தெரிஞ்சுதானே இருக்கும்' என்று முடித்தான்.

புத்திசாலித்தனமான கேள்வியாக அவனுக்கு தோன்றினாலும் இந்த நிலைமை என்று குறிப்பிட்டது அவரது சுயமரியாதையை பாதிக்கும் என அவனுக்கு தோன்றியது, ஆனால் எதையும்

கவனிக்காததுபோல், ஒரு வாய் குடித்த டீயை நிதானமாக உதட்டை ஈரப்படுத்தி, சின்ன ஏப்பம்போல் ஒரு முறை நெஞ்சை ஏற்றி இறக்கி கொண்டார்.

'சாமர்த்தியம் இல்லாதவனையும் நேர்மையானவன்னு கூடத்தான் சொல்லுவாங்க, துணிவில்லாதவனையும் அடக்கமானவன்னு கூடத்தான் சொல்லுவாங்க, அது ஒரு சின்ன விஷயம்தானே, இல்லையா' என்ன நான் சொல்றது என்பதுபோல வேறு எங்கோ வேடிக்கை பார்க்கும் ராஜூவையும் கலந்துகொள்ள அவன் தொடையையும் தொட்டு அதைச் சொன்னார். ஆனால் ராஜூ அவரை கவனித்துவிட்டு ரவியைப் பார்த்தான்.

'அவங்ககிட்ட அன்பு பாசம் இல்லாம இல்ல. செய்ய நிறைய மனசு இருக்கு, ஆனா அவங்களுக்கு குடும்பம், குட்டிங்கனு ஆன பிறகு, அதெல்லாம் செய்ய முடியறதில்லை; இதெல்லாம் இயற்கைதான். நீங்களே உங்க வயசுல புரிஞ்சுப்பீங்க பாருங்க' என்றார். அதன்பின் அவர் கூறிய எதுவும் அவன் காதில் விழவில்லை. ஏதோ ஒரு பெரிய மேடைப்பேச்சை முடித்து சாதனை செய்துவிட்ட மகிழ்ச்சியில் அவர் முகம் அந்த சின்ன ஒளி இடைவெளியில் ஜொலித்துக் கொண்டிருந்தது தெரிந்தது.

அதிகம் தன்னைக் காட்டிக்கொள்ள நினைக்கும் ஒரு பரபரப்பு விரும்பிபோல தன்னைக் காட்டிக் கொள்வதில் அவருக்கு இருக்கும் ஆர்வம் அவனை ஒரு கட்டத்தில் வெறுப்படைய வைத்தது. வேண்டுமென்றே தான் இதுவரை பெற்ற அனுபவங்களை மனிதர்களை மடக்கு உத்திகளில் சிலவற்றை தெரிந்துவைத்து நம்மை போன்றவர்களிடம் அதுவும் மிக சிறியவனான தன்னை அவர்பால் ஈர்க்க அவர் செய்யும் உத்தியென்று நினைத்து அவரிடம் சற்று கோபமாக சீண்டி தன்னை வெளிக்காட்ட நினைத்தான்.

ஆனால் ஒவ்வொரு கேள்வியின் சமயமும் அவர் வேறு ஏதோ யோசனையில் இருப்பவராக அதே சமயம் மிகுந்த ஆர்வத்துடனும் பதிலளித்தார். அன்று ஏற்பட்ட அவனின் அலைக்கழிப்பிற்கு கடைசிவரை விடை கிடைக்கவில்லை என்பது அவனுக்கு வருத்தமாக இருந்தது. மீண்டும் சென்று படிக்க ஆரம்பிப்பது பெரிய அவஸ்தையாக இருந்தது. போகும்போது ராஜூவிடம் 'நாளைலேந்து வேறு இடத்துல போய் படிப்போம்டா' என்று கூறி தன் கோபத்தை தனித்துக்கொண்டான். ராஜூ புரியாதவனாக அவனைப் பார்த்தான்.

பதினைந்து ஆண்டுகள். படிப்பை முடித்து, சிரமமான சின்ன வேலையில் சேர்ந்து கொஞ்சம் கொஞ்சமாக தங்கைகளைக் கட்டிக் கொடுத்து தன் குடும்பத்தை மேலே உயர்த்தி, பின் திருமணம் ஆகி முதல் குழந்தை மஞ்சுவிற்கு பிறந்தபோது, மருத்துவமனையில் அவசரமாக அம்மா தூக்கிவந்து காட்டிய குழந்தையின் சிவந்த உதடுகள், இறுக மூடிய கண்கள், குளிரில் நடுங்கும் கைகள், எதையோ பற்ற முயற்சிக்கும் விரல்கள் என்று தன் முந்தைய வாழ்க்கைக்கு அருமருந்தாக அதன் அசைவுகளை பார்த்துக்கொண்டே இருக்க தோன்றியது அவனுக்கு. உதட்டில் புன்சிரிப்புடன் ஆண் குழந்தை பிறந்த சந்தோசத்தில் செவிலிப் பெண்களுக்கு கேட்ட பணத்தைக் கொடுத்தான். ஆனால் அம்மாவிடம் சரியாக குழந்தையை கவனிக்க, கையாளத் தெரியவில்லை என்று கோபமாக கத்தினான்.

● ● ●

வருகை

புலியை நேரில் சந்திக்கும்போது ஏற்படும் கிலி எப்படிப்பட்டதாக இருக்குமென்று அப்போதுதான் உணர்ந்தான் சசி. அதுவும் புலியை ஒரு அறையில் சந்திப்பது என்பதை அவன் நினைத்துக் கூடப் பார்த்தது இல்லை. இரவு விளக்கு மட்டும் எரியும் அந்த மெல்லிய இருட்டில் பலமாக மூச்சுவிடக்கூட பயமாக இருந்தது அவனுக்கு. தும்மலோ இருமலோ வந்துவிடக்கூடாது என்று மிகக் கவனமாக கடவுளை வேண்டிக் கொண்டான். ஒரு குழந்தை போன்று எந்த கவலையும் இன்றித் தூங்கும் அதனிடம் மெல்லிய குறட்டைஒலி வருவது போலிருந்தது. தான் குறட்டை விட்டிருந்தால் அது அறிந்திருக்க வாய்ப்பிருக்குமோ என்ற சந்தேகமும் பயமும் இருந்தது.

ஐந்தரை மணிக்கு எழுந்து சிறுநீர் கழித்துவிட்டு மீண்டும் உறங்குவது அவன் வழக்கம். அன்று ஒரு மிருகத்தின் வாசனையை எழுந்ததுமே உணர்ந்தான். அதன் உடலில் இருக்கும் வெப்பமும், வாயில் கோழையினால் உண்டான ஒரு வாடை அது. அது என்ன வாடை என்ற யோசனையில் கட்டிலிருந்து காலை கீழே வைக்கப் போனவனுக்கு தூக்கிவாரிப்போட்டு கால்களை மேலே தூக்கிக்கொண்டான். அந்த இருட்டில் அதை எப்படி கவனித்தான் என்று அவனுக்கே தெரியவில்லை. அந்த அவசரத்தில் கட்டிலின் அசைவினால் அது கீரிச் என்று ஒலி எழுப்பியது. அந்த ஒலியை இவ்வளவு நாராசமாக இதுவரை கேட்டதில்லை. கட்டிலை சுக்குநூறாக உடைக்க வேண்டும் போல் இருந்தது. நல்லவேளையாக கண்களைத் திறக்காமல் லேசான முனகலுடன் வாயை சப்புக்

கொட்டிக்கொண்டு மீண்டும் தூங்கியது. அறை நண்பர்கள் இல்லாத அன்றைய தேதி மிக முக்கியமான நாளாக இருக்கப்போகிறது எனப் பதைபதைத்தான்.

எப்படி இந்த மிருகம் உள்ளே வந்தது என்று தெரியவில்லை. ஒருவேளை வழிதவறி வந்துவிட்டதா? அல்லது யாருக்காவது பயந்து இங்கு ஒளிந்திருக்கிறதா? அதன் அசைவுகளிலும், நிதானத்திலும், அதன் உப்பிய வயிறும் நன்கு உணவு உண்டுவிட்டுதான் வந்திருக்கிறது என தெரிகிறது. இன்னும் எவ்வளவு நேரம் இப்படி அமர்ந்திருக்கப் போகிறேன் என்கிற கவலையோடு, தன் முடிவை எதிர்நோக்கி மேலும் கவலை கொண்டான். மெல்ல ஜன்னலிலிருந்து பரவிய சூரிய ஒளியில் அதன் உடலின் நிறம் துலக்கமாகியது. செம்மைநிற வெல்வெட் போன்ற ரோமங்கள் கொண்ட உடலில் கருமை கோடுகள் அழகான தீற்றலாக ஓடின. தாடையிலும் கழுத்து பகுதியிலும் முன் நெற்றியிலும் வெண்மை நிறம் கொஞ்சம் இருந்தது. முன் நீட்டிய கால்களில் மாறிமாறி தலைவைத்து தூங்கியது. திடீரென கால்களை ஒருபக்கமாக கொண்டு தலையை கீழே வைத்து அக்கடா எனத் தூங்கியது. கால்மணி நேரமாக அதைத்தான் கவனித்து வருகிறான். லேசாகப் பிளந்த கரிய உதட்டில் மூச்சு வெளியேறுவதும் பின் மூடிக் கொள்வதுமாக இருந்தது. ஃபேன் காற்றில் அதன் உடல் ரோமங்கள் அசைந்தபோது கண்களை இடுக்கிக் கொண்டது.

படுக்கைஅறை வாசலில் படுத்திருப்பதால் கூடம், அடுப்படிக்கு செல்லமுடியாமல் அதனிடமிருந்து எப்படி தப்பிப்பது எனத் தெரியவில்லை அவனுக்கு. சின்ன காலடி ஓசையில்கூட எழுந்து தாக்கக் கூடும் என்ற அச்சம் ஒவ்வொரு நிமிடமும் வளர்ந்து கொண்டிருந்தது. அமர்ந்தபடி போர்வையைத் தலை வரை மூடி கண்கள் மட்டும் திறந்து பார்த்துக் கொண்டிருந்தான்.

அதனுடன் நேரடியாக மோதுவது, போர்வையை அதன்மீது போட்டு தப்பித்துவிடுவது, ஜன்னலில் இருக்கும் கண்ணாடியை எடுத்து குத்தி அதைக் கொல்வது என பல யோசனைகள் செய்து ஒவ்வொரு முடிவும் ஒரு தவறு இருப்பதாகவும் அதை அது எளிதாக சமாளித்து தன்னைக் கொன்று விடும் என நினைத்து ஒவ்வொன்றாகக் கைவிட்டான். அவன் ஊரில் உள்ள அம்மா அப்பாவிடம் அவனது இன்றைய இறப்பைத் தெரிவிக்க ஆள்கூட இல்லை. அது தன்னை தின்றால் எலும்புகள்கூட மிஞ்சாது என்றுதான் தோன்றியது. ஏனெனில் அதன் உருவமும் எடையும் நான்கு மனிதர்களை தின்னக்கூடியது போலிருந்தது.

அசைந்து கொடுத்து மெதுவாக எழுந்து நின்ற புலி உடலை முறுக்கிக் கொண்டது. அந்த அறை முழுவதும் அதுவே நிறைந்திருந்தது. அவனை திரும்பிப் பார்த்தபோது எதையோ மறந்துவிட்டு அவனைப் பார்ப்பது போலிருந்தது. அதன் கண்களில் தெரிந்தது கோபமோ, நிதானமோ, ஆனால் யோசிக்கிறது என தோன்றியது. இவனை தாக்கலாமா வேண்டாமா என்றும் யோசித்திருக்கலாம். நிதானமாகக் குனிந்து தன் முன்னங்கால்களை நக்கியது. நிறுத்தி பின் ஏதோ ஒன்று விடுபட்டதுபோல மீண்டும் நக்கியது. அவனை மீண்டும் ஒருமுறை பார்த்துவிட்டுத் திரும்பி எதிர்ப்புறமிருந்த பால்கனி போன்ற சிட்டவுட்டிற்கு கதவை காலால் தள்ளி சென்று சற்று அகன்றிருந்த ஒரு கிரில் கம்பிவழியாக குனிந்து லாவகமாக வெளியேறிச் சென்றது.

அப்போதுதான் அந்தக்கதவு தாழ்ப்பாள் இல்லாமல் லேசாக திறந்திருப்பது தெரிந்தது. வேகமாகச் சென்று அந்தக் கதவை முதலில் தாள் போட்டான். முன்னால் இருக்கும் அடுக்களைக்கு வந்து ஜன்னல் வழியாக பார்த்தபோது அது சாலையோரமாக சென்று கொண்டிருந்தது. அபார்ட்மெண்டுகள் நிறைந்த அந்தப் பகுதிக்கு புலி ஒன்று வரமுடியும் என்பதே ஆச்சரியமாக இருந்தது. யாரும் கவனிக்கவில்லையா? அது சென்ற திசையிலிருந்து பேப்பர்கார சிறுவனும், பால்வாங்க வரும் ஒரு பெண்மணியும் சற்று இடைவெளியில் கடந்து போனார்கள். முழுமையாக வெளிச்சம் பரவாததால் கவனித்திருக்க முடியாது என தோன்றியது.

வேகமாக பேண்ட் சட்டை அணிந்து வெளியே வந்து வாசலில் இருந்த காவலாளியிடம் ஓடினான். அப்போதுதான் தூங்கி எழுந்து ப்ரஷை வாயில் வைத்திருந்த அவரிடம் நடந்ததை கூறினான். முதலில் அவர் நம்பவேயில்லை. சந்தேகமாக அவனைப்பார்த்து வாயில் இருந்த பேஸ்ட் எச்சியை துப்பிவிட்டு சும்மா சொல்கிறீர்கள் என்றார். பலமாக இல்லை என்றதும், யோசித்துவிட்டு அடுத்த முறை வரும்போது பிடித்துவிடலாம் என்றார். ஆனாலும் இன்னும் முழுமையாக அவர் நம்பவில்லை.

வீடு வந்த அவனுக்கு அன்றையப் பொழுது முழுவதும் அதைப் பற்றிய நினைவாக இருந்தது. இதில் புரிந்த விஷயம் என்னவெனில் அது தன்னை தாக்கவரவில்லை என்பதுதான். அதனுடைய நோக்கம் என்னவாக இருக்கும் என நாளெல்லாம் நினைத்துக் கொண்டிருந்தான்.

வீட்டை மாற்றவேண்டும் அல்லது வேறு ஊருக்கு செல்லவேண்டும் என்கிற நினைப்புதான் நாள்முழுவதும்.

தினப்படி வேலைகளை செய்யவிடாமல் அலைக்கழித்தன அந்த நினைவுகள். எப்போதும் இல்லாதபடிக்கு, அன்றைய அலுவலக தினம் வேலைகள் இல்லாது, பெரும் யோசனைகளோடு முடிந்தது. மாலை வீட்டிற்கு வந்ததும் எல்லாக் கதவுகளையும் மூடினான். இரவுவரை புத்தகங்கள் படிப்பதும், துணிகளைத் துவைப்பதும், அடுக்கிவைப்பதும் என்று உடலுக்கும் மனதுக்கும் வேலை கொடுத்துக் கொண்டிருந்தான். தாழ்ப்பாள் போடப்பட்டிருப்பதை உறுதிப்படுத்திக்கொண்டு விளக்குகளை அணைக்காமல் படுத்துறங்க ஆரம்பித்தான். ஆனால் உறக்கமில்லாமல் நெளிந்தபடி கிடந்தான். கடைசியாக லேசான உறக்கத்தில் வந்த கனவில் புலி உள்ளே வந்துவிட்டது தெரிந்தது. அறையில் இருபக்கமும் நடந்தது. சின்ன உறுமல்கள் செய்தது. அதன் கீழ் தாடையை நீளமாக விரித்து கொட்டாவி விட்டது. மெல்ல முகத்தை நீட்டி அவனை முகர்ந்தது. இந்தக் கனவே வேண்டாம் என எழுந்தமர்ந்தபோது ஹாலுக்கு போகும் அதே வாசலில் புலி மீண்டும் படுத்து தூங்கிக் கொண்டிருந்தது. அதற்குப்பின் அவனுக்கு தூக்கம் வரவில்லை.

அன்றைய காலையில் புலி அதேபோல அவனைப் பார்த்துவிட்டு விடியற்காலை இருளில் பால்கனிக் கதவைக் காலால் திறந்து எகிறிக் குதித்து வெளியேறியது. கதவை நகர்த்தும் விதம் முன்பே அதற்கு தெரிந்திருந்தது போலிருந்தது.

இப்போது அது நிரந்தர பயமாக மாறிவிட்டிருந்தது. சொல்லமுடியாத அவமானமாக, வாழ்வின் மாறாத சங்கடமாக அது மாறிவிட்டிருந்தது. இப்போது எதையாவது செய்தாக வேண்டும். தொலைபேசியில் இரு அறை நண்பர்களையும் அழைத்தான். அவர்கள் எப்போதும் அவனைப் பார்க்கும் ஒரு வேடிக்கையாக இதையும் நினைத்துக் கொண்டார்கள். கொஞ்சம் அழுத்திக் கூறியதில் ஒருவன் மட்டும் வந்து சேர்ந்தான். அவனால் நம்பமுடியவில்லை. செய்வினையாக இருக்கலாமென்றான். கிராமத்தில் பிறந்தவன் அப்படித்தான் யோசிப்பான் எனத் தோன்றியது. இன்று என்ன செய்கிறது என்று பார்த்துவிடலாம் என்று கொஞ்சம் பாதுகாப்பாகக் கூடத்திலேயே இருந்து கொண்டான். அன்றிரவு வந்த புலி, கூடத்தில் அவனைக் கண்டதால் கண்களும் உடல்மொழியும் மாறுபட்டன. ரத்தம் படித்த தன் உதடுகளால் இளித்து உறுமியது. முன்னங்கால்களை வேகமாக அடிப்பதுபோல் அசைத்து தன் கோபத்தைக் காட்டிய வேகத்தில் நண்பனுக்கு உடலெல்லாம் நடுக்கம் கண்டுவிட்டது. சும்மா சொல்வதாக நினைத்து வந்த அவனுக்கு வந்த கிலியில்,

அன்றிரவே சாமான்களுடன் வெளியே போய்விட்டான். இரண்டாவது நண்பன் வரவே இல்லை. அக்கம்பக்கத்தில் இருந்தவர்கள் அதைப் பற்றிச் சொன்னதும் அவனிடம் பேசுவதை நிறுத்தி கொண்டார்கள். வனத்துறையினரிடம் சொல்லலாம் என சொன்னபோது மட்டும் மறுப்பு தெரிவித்தார்கள்.

கொஞ்ச நாளில் சசி புலியை மெல்ல புரிந்துகொள்ள ஆரம்பித்தான். கொஞ்சம் கொஞ்சமாக அதனுடன் நெருங்கி பழக ஆரம்பித்தான். அதன் உடலை தடவிக் கொடுத்தபோது உடல் சிலிர்க்க கண்கள் சொருகப் படுத்துறங்கியது. அதன் காதுமடல்களின் பக்கத்தில் சொறிந்தபோது தலைசாய்த்து மேலும் அதை தொடர விருப்பம் தெரிவித்தது. உணவு அல்லது படுத்துறங்கவென்று தனி வசதிகள் வேறு எதுவும் அது கேட்கவில்லை. அந்த வீட்டில் இருந்து உறங்க மட்டுமே விரும்பியது. அதில் பெரிய பிரச்சனை இல்லை. ஆனால் நண்பர்கள்தான் காணாமல் போனார்கள். இதனால் வாடகையை பகிர்ந்து கொள்ள ஆளில்லாமல் மாதாந்திர செலவுகள் அதிகமாகியது. சுற்றியிருந்தவர்கள் அவனுடன் பேசப் பயந்தார்கள் அவனை அதுவே கவலை கொள்ளவைத்தது. சனி, ஞாயிறுகளில் அவன் தேடிச்செல்லும், அவனைத் தேடிவரும் நண்பர்களை இழந்தான். அவர்களுடனான இரவு நேர அரட்டைகள், அப்போதைய மது, இரவு நேர சினிமா, தொலைக்காட்சி எல்லாம் இல்லாமல் ஆயின. ஆனால் புதிய நண்பர்கள் கிடைக்க ஆரம்பித்தார்கள். ஒரு புலிவிரும்பி, ஒரு காட்டை நேசிப்பவன், ஒரு எழுத்தாளன், அந்த ஊர் செல்வந்தர் என்று புதிய மனிதர்கள் அவனைத் தேடி வந்து பேசினார்கள். அவனின் அனுபவங்களைக் கேட்டு தெரிந்து கொண்டார்கள். அத்தோடு அவர்களும் இதற்குமுன்பு சந்தித்திருந்த புலி பற்றியும், அதனால் ஏற்பட்ட அனுபவங்களையும் பகிர்ந்துக் கொண்டார்கள். புலியை எப்படிக் கையாள்வது என்பதைப் பற்றிய அறிவுரைகளை அவன் கேட்காமலே கூறினார்கள். ஒரு கட்டத்தில் சலிப்பாக இருந்தது. ஆனால் அதில் இருந்த தன் மேலான அவர்களின் அன்பு பிடித்திருந்தது.

புலிப்பிரியர்கள் என நிறைய நண்பர்கள் அவனைத் தேடி வரத் தொடங்கினார்கள். கொஞ்ச நாளில் அவன் மேலிருந்த பயம் மதிப்பாகக் கூடியது. அப்பகுதியில் அவனுக்கென்று ஒரு ஆளுமை உருவாகி வந்தது. புலியை வளர்ப்பவன், புலியுடன் இருப்பவன், புலியுடன் வாழ்பவன், பெரிய பலசாலி, சாகசவிரும்பி என்று பலவாறு அவனைப்பற்றிய பேச்சுகள் வந்தன. வேட்டைக்காரன்

போல் உடையணிந்து தொப்பி, துப்பாக்கியுடன் அலைவதாக அவனைப்பற்றி வதந்திகள் அவனுக்கே வந்தன. அவனே அறியாத அவன் திறமைகளாக சிலவற்றைப் பற்றி பேச ஆரம்பித்திருந்தார்கள். புலி இரவு நேரத்தை கழிக்க தன்னைச் சார்ந்து இருக்கிறது. வேறு ஒருவராக இருந்தாலும் அதைத் தான் செய்யப்போகிறது, இதில் தனக்கு தனிப்பட்ட திறமைகள் இருப்பதாக அவன் நினைக்கவில்லை. ஆனாலும் தலைநிமிர்ந்து கொஞ்சம் கர்வம் கொண்டுதான் வெளியிடங்களில் திரிந்தான்.

பிழைவராமல் புலி மிகச்சரியாக அதன் நேரத்தைக் கடைப்பிடித்தது. இரவு பத்துமணிக்கு வந்து காலை ஆறுக்கு வெளியேறியது. அதன் காரணமாக அவனும் நேரத்தைக் கடைப்பிடிக்க வேண்டியிருந்தது. மிகச்சரியாக படுக்கைக்கும் வர வேண்டியிருந்தது. வந்ததும் அதைத் தடவிக் கொடுப்பதும் கால்களின் விரல்களை நீவிவிடுவதையும் செய்தான். அது அந்த இரண்டையும் மிக விரும்பியது. இயல்பாக ஆரம்பித்த ஒன்று அவன் தினப்படி வேலைபோல் ஆனது. சரியான நேரத்தில் வராமலோ முன்பே விளக்குகளை அணைத்துவிட்டு உறங்கச் செல்வதையோ அது விரும்பவில்லை. தன் உறுமல்களாலும் நகங்கள் நீண்ட விரல்களைக் காட்டியும் அவனைக் குலைநடுங்க வைத்தது.

சிலநாட்களில் புலியுடனான விளையாட்டுகள் கொஞ்சம் கொஞ்சமாக அதிகமாயின. அதன் காதுகளைப் பிடித்து இழுத்து, கழுத்துத் தோளைப் பற்றித் தள்ளி, கால்களைப் பிடித்து இழுத்து என்று அவன் செய்த சேட்டைகள் ஒரு கவனமின்மையுடன் கூடிய ஒரு அமைதியுடன் ரசித்தது. அவன் மேல் பாய்ந்து நகங்கள் உள்ளிழுத்த கையால் அறைந்து பற்களால் மென்மையாக் கடித்து அவனுடன் விளையாடியது. சில சமயம் நாக்கால் அவனை நக்கி குஷிப்படுத்தும். சொரசொரப்பான அதன் நாக்கால் நக்கும்போது ரத்தம் வரக்கூடும் என பயந்திருக்கிறான். ஆனால் அப்படி நடந்ததில்லை. அவன் மேல் மென்மையாகத்தான் எப்போதும் நடந்து கொண்டது புலி. ஒரு கட்டத்தில் புலியை இனிப் பிரியமுடியாது எனத் தோன்றியது.

மிகக் குறைந்த நாளிலேயே அது நட்பாகிவிட்டது அவனுக்கு வியப்பாக இருந்தது. புலிகளைப் பற்றி அவன் நினைத்திருந்த அனைத்தும் பொய்யாகிப் போயின. பொதுவாக வனவிலங்குகளில் தெரியும் வன்மமும் கோபமும் ஏதுமில்லாமல் இருப்பதும் அதன் உற்சாக உடல்மொழியைத் தினம் ரசிப்பதுமாக இருந்தான். அவன்

வாசிப்புகள், தொலைக்காட்சி பார்க்கும் நேரங்கள் எல்லாம் மாறின. அலுவலகம் முடிந்து வந்த கொஞ்ச நேரத்தில் புலி வந்துவிடும். அதனுடன் விளையாட்டு, பின் உறக்கம் என்று கழிந்தன நாட்கள். அது யாரையும் துன்புறுத்தாத போதும், அது வரும் பாதையில் மக்கள் தேவையில்லாத நடமாட்டத்தை வைத்துக் கொள்வதில்லை. காலை அது போகும்போது அப்படியே நடந்தது.

சில காலங்களுக்குப்பின் அறைநண்பன் இதைப்பற்றிச் சொல்லியதும் அம்மாவும் அப்பாவும் பதறியடித்து வந்து இதை பார்த்து ஆச்சரியப்பட்டு போனார்கள். உனக்கு மட்டும் ஏன் இப்படி நடக்கிறது என்றார்கள். புலியை இதுவரை அவர்கள் ஜூ–வில் கூட பார்த்தது கிடையாது. அவர்கள் பார்க்காத நினைக்காதது எப்படி நடந்தது என்று அவர்களுக்குப் புரியவில்லை. புலி வந்துபோன மறுநாள் முழுவதும் பேசிக் கொண்டிருந்தார்கள்.

புலியுடன் தங்கள் மகன் நட்பாக இருப்பதை அவர்கள் விரும்பவில்லை. இப்படியே அவன் வாழ்க்கை சென்றுவிடும் என பயந்தார்கள். ஏனெனில் அவர்கள் அவனுக்கு அமைக்க விரும்பிய வாழ்க்கையில் புலி இல்லை. புலியின் மேல் பயமிருந்து அவர்களுக்கு அது வரும் சமயத்தில் பக்கத்துவீட்டிற்கு சென்றுவிட்டார்கள். அவர்கள் காலடி ஓசை கேட்டாலே புலி கோபம் கொண்டது.

இருநாட்களுக்குபின் மகனை தன்னுடன் அழைத்து செல்ல முடிவெடுத்தார்கள். அவர்கள் நினைத்திருந்த வேலை, புதியவீடு, திருமணம், குழந்தை என்று அவர்கள் நினைக்கும் சாதாரண வாழ்க்கையை அமைத்துக் கொடுக்க நினைத்தார்கள். மூவரும் பேசியபின் கடைசியாக ஒத்துக்கொண்டான் சசி. ஆனால் ஏதோ தவறு செய்வது போன்ற எண்ணம் ஆழ்மனதில் இருந்துகொண்டிருந்தது. புலிக்குத் தெரியாமல் வீட்டைக் காலி செய்ய ஒப்புக்கொண்டான்.

அன்று எப்போதும்போல விளையாடிவிட்டு தூங்கிய புலி மறுநாள் வாசலில் இறந்துகிடந்தது. ரொம்ப அதிர்ச்சியாக இருந்தது அவனுக்கு. முதல்நாள் உண்ட ஏதோ ஒரு உணவு அதற்கு ஒத்துக்கொள்ளாமல் இருக்கலாம் அல்லது பாம்பு போன்ற விஷஜந்துக்கள் தீண்டியிருக்கலாம் என தோன்றியது. திடீரென அது இறந்தது அவனுக்கு மட்டுமல்ல அவன் அப்பா அம்மாவிற்கு கவலையாக இருந்தது. சுற்று வட்ட மக்கள் அந்த புலி தற்கொலை செய்து கொண்டதாக பேசிக்கொண்டார்கள்.

வீட்டைக் காலி செய்ய வேண்டிய தேவை இல்லாமல் போனது. பலநாள் தனிமையிலேயே இருந்தான். புலிப்பிரியர்கள் வருவதைக் கொஞ்சம் கொஞ்சமாகநிறுத்திக்கொண்டார்கள். இதுவரை அவனுக்கிருந்த மரியாதை, அந்தஸ்து எல்லாம் மெதுவாகக் காணாமல் போனது.

• • •

வாசமில்லா மலர்

சூர்யகலாவும் இரண்டு வயது இளையவளான அவள் தங்கை சந்திரகலாவும் இளவயதில் ஒரே வகுப்பில் படித்தாலும் சூர்யகலாவின் திருமணத்திற்கு இரண்டு ஆண்டுகளுக்கு முன்பே சந்திரகலாவின் திருமணம் நடந்துவிட்டிருந்தது. உறவுக்கார பையன் ஒருவனை காதலித்து திருமணம் செய்து கொண்டாள். பையன் அவளைப் போலவே அழகாக அவளுக்கு ஏற்ற ஜோடியாக இருந்தான்.

முடிவற்ற காலை நேர நினைவுகளுடன் தன்னிச்சையாக மணி பார்த்தாள், மணி ஐந்து பத்து. இப்போது எழுந்தால் சரியாக இருக்குமென்று எழுந்து ஊருக்கு கிளம்ப ஆயத்தமானாள் சூர்யா. முதலில் லாவண்யாவிற்கான பாட்டில், துணிகள் முதலியவைகளை தனியாக ஒரு கூடையில் வைத்து துணியால் மூடிவைத்தாள். கணவனை எழுப்பி தினேசை கிளப்பியபோது மணி 6.30. லாவண்யாவை எழுப்பியதும் 'அம்மா நாம ஊருக்கு போறோமா' என்றாள், நேற்று திடீரென இருவர் சேர்ந்து எடுத்த முடிவு நினைவிற்கு வந்தது, 'ஆமாண்டா செல்லம்' என கூறி முத்தமிட்டாள்.

கணவனுக்கு பிடித்த இளம்பச்சைநிற புடவையை அணிந்து கொண்டாள், அதற்கு பொருத்தமான ரவிக்கை அளவு நல்லவேளையாக சரியாக இருந்தது. திருமணத்திற்குமுன் கொத்தவரங்காயாக இருந்த சூர்யா, இருகுழந்தைகளுக்கு பின் இடையகன்று சற்று பூசினாற்போல் ஆகி அழகாகி விட்டாள். நீளமுடி கற்றை அவளுக்கு அழகு. வீட்டை பூட்டும் போது அவளை

தொந்தரவு செய்தது. பெரும் நாகமொன்று படம் எடுத்தாற்போல் முன்வந்து அவள் முகத்தை மூடி மேலும் வசீகரித்தது. வீட்டை பூட்டியபடியே வாலை பிடித்து பின்னால் தூக்கிப் போட்டாள். அது முதுகில் நெளிந்து வாலையாட்டியபடி அவள் பின்னாலேயே வந்தது. அவளை கவனித்தபடியே தினேஷின் சட்டையை நேர்செய்தான் கணவன் கணேசன்.

‘பையை எடுத்துகங்க’ என்றதும், ‘சரிங்க அம்மணி’ என சிறு பவ்யம் காட்டி எடுத்துக்கொண்டான். ‘போதும், போதும்’ என்று வெட்கத்துடன், கேட்டை சாத்தியபடி வெளியே வந்தாள். திடீரென குதூகலம் அதிகரித்துவிடும் அவனுக்கு. காலையில் லாவண்யாவிற்கு பவுடர் இடும்போது, தூக்கிகட்டிய வேட்டியும் சட்டையுமாக வேண்டுமென்றே வந்து முன் நின்றவனை, ‘வேட்டிய எறக்கி விடுங்க முதல்ல, சண்டைக்கு போறமாரி’ என்றாள். வாள் சுற்றுவது மாதிரி ஒரு பாவனை காட்டிவிட்டு வேட்டியை இறக்கிவிட்டான். ‘சின்னபுள்ள மாரி அரைக்கை சட்டை வேண்டாம், முழுக்கை போட்டுக்குங்க’ என நல்ல சட்டை எடுத்துக்கொடுத்தாள். வேண்டுமென்றே அவன் வேடிக்கையாக செய்வதும், அதற்கு அவள் ஏதாவது கூறுவதும் ஓரளவுக்கு அவர்களுக்குள் தெரிந்ததே நடப்பதை உணர்ந்தாலும், அதை உள்ளூர ரசித்தாள்.

லாவண்யாவை தூக்கிக் கொண்டு நடந்தான் கணேசன். அவன் பின்னால் தினேஷை அழைத்துக் கொண்டு பின்தொடர்ந்தாள். பெரிய போஸ்டாபிஸ் நிறுத்தத்தில் பஸ்பிடித்து அமர்ந்ததும், சன்னலோர இருக்கையில் பாய்ந்து சென்று அமர்ந்தான் தினேஷ். கண்ணாடியில் விழுந்த கீறல் மாதிரி ‘அச்சம் என்பது மடமையடா..’ என்று உத்சஸ்தானியில் பாடல் ஒலித்துக் காதை அடைத்துக் கொண்டிருந்தது. தூங்க ஆரம்பித்த லாவண்யாவை நெஞ்சில் போட்டபடியே வந்தான் கணேசன். வாங்கி தன் மாரில் போட்டதும் சொல்லொன்னா ஆனந்தம் அதில் ஏற்பட்டது. கணவனை ஒரு முறை பார்த்துக்கொண்டாள். லாவண்யாவின் சின்ன கால்களை தொட்டபோது உடல் சிலிர்த்து புதிய அனுபவமாக கண்டாள். அந்த ஒவ்வொரு நொடியும் மறக்கமுடியாத கணங்களாக உணர்ந்தாள்.

தினேஷை எழுப்பியபடி வந்தாள். ஊர் வந்ததும் இறங்கும் அவசரத்தில் தூக்கத்திலேயே செருப்பையோ, அவன் விளையாட்டு பொருளையோ வண்டியிலேயே விட்டுவிடுவது அவன் வழக்கம். நீடாமங்கலம் நிறுத்தத்தில் இறங்கி இடப்பக்க தெருவில் நுழைந்து

முதல் வலப்பக்க தெருவில் நுழைந்ததும் தூரத்தில் வீட்டு வாசலில் அம்மா நிற்கிறாளா என ஒரு முறை பார்த்துக் கொண்டாள். வழியில் தண்ணீர் தூக்கிவரும் விசாலம் அக்கா அவளை கண்டு விட்டாள், 'அம்மா வீட்டுக்கு வராப்பல தெரியுது, என்று சிரித்தபடி, 'பையன் வளந்துட்டானே' என அவன் தாடையை இழுத்த கையில் முத்தமிட்டாள். அவன் பயந்து அம்மாவின் பக்கம் ஒண்டிக் கொண்டபோது சூர்யாவின் முகம் வெட்க சிரிப்பில் மலர்ந்தது. முன்னே லாவண்யாவை தோளில் போட்டு செல்லும் கணேசன் ஒரு முறை திரும்பிப் பார்த்து விட்டு நடையை தொடர்ந்தான்.

வீட்டை அடைந்ததும் 'அம்மா..' என்றழைத்தபடியே உள்ளே சென்றாள். மகளையும் மருமகனையும் இத்தனை காலையில் கண்டதில் சந்தோசத்தில் 'வாங்க வாங்க' என்றபடியே தினேஷை தன்னோடு சேர்த்து அணைத்துக்கொண்டாள். 'மக திடீர்ன்னு வந்திருக்கா என்ன விசேஷம்னு கேளுங்க அத்த' என்றான் சேரில் அமர்ந்தபடியே கணேசன். ஒன்றும் புரியாமல் மகளையும் மருமகனையும் மாறி மாறி பார்த்துக் கொண்டிருந்தாள் அம்மா. 'சும்மா இருங்க' என்று கோபமாக கூறினாலும், வெட்கத்தையும் சிரிப்பையும் அடக்க பெரும்பாடு படவேண்டியிருந்தது. 'என்ன மாப்பிள' என்றவளை, 'ஐயோ அம்மா, இப்படி வா', என்று அம்மாவை அடுப்படிக்கு தள்ளிக்கொண்டு போனாள். 'ஒண்ணுமில்ல அவரு எதாவது சொல்றாருன்னா நீயும் இருக்கியே, ரெண்டு நாளைக்கு மன்னார்குடியில அவருக்கு வேல, இங்க என்னையும் கொழந்தைகளையும் விட்டுட்டு போகும்போது கூட்டிக்கிட்டு போவாரு அதான் சொல்றாரு' என்று பேச்சை மாற்றினாள்.

கணவனுக்கு காபி கலந்து கொண்டிருந்தபோது சன்னலின் அந்தப்பக்கம் கொல்லையில் சந்திரா அமர்ந்திருப்பது தெரிந்தது. கருப்பு வண்ண ரவிக்கை தாவணி அணித்திருந்தாள். அவளுக்கு பிடித்த தாவணி. அதுவும் ஒத்தையில் தான் அணிவாள். அம்மா வீட்டிற்கு வரும்போது இதைதான் எப்போதும் உடுத்துவாள். சிறிய துணி துவைக்கும் கல்லில் அமர்ந்து குனிந்து தரையை கிளறிக் கொண்டிருந்தாள். லேசான மனக்கலக்கம் ஏற்பட்டது சூர்யாவிற்கு. பழைய பிரச்சனைகள் ஞாபகத்திற்கு வந்தன. அம்மா பக்கம் திரும்பி 'சந்திரா வந்திருக்கிறாளா' என்றாள். சன்னலிலிருந்து அவளுக்கு தெரியாதபடி நகர்ந்து நின்று தோசையை திருப்பி போடுவதுபோல் கையை காட்டி 'அப்புறம் சொல்றேன்' என்றாள் மெல்லிய குரலில் அம்மா.

அவருக்கு டிபன் தயாரித்துக் கொண்டிருந்தபோது சந்திராவின் கணவன் வந்தான். வாங்க என கணேசன் அழைப்பது கேட்டது. 'எப்படி இருக்கீங்க' என கேட்டதும் 'இதோ இருக்கோம்ல' என்றான், இதை எப்படி எடுத்துக்கொள்வதென்று தெரியாமல் முழித்துக் கொண்டிருக்கிறான் கணேசன் என அடுப்படியிலிருந்தே புரிந்தது.. அவள் வெளியே வந்தபோது தேவையற்ற உறுமல்களுடனும் உடலசைவுகளுடனும் பேசிக்கொண்டிருந்தது வேடிக்கையாக இருந்தது. எடை சற்று கூடியிருந்தான், நேர்த்தியான உடைகள், ஆனால் அவனுக்கு கொஞ்சமும் பொருத்தமற்றதாக இருந்தது. சிறிய சட்டையில் அவன் வயிறு பிதுங்கியிருந்தது. அணிந்திருந்த ஜீன்ஸ் மிகச் சிறியதாக இருந்தது. தலையில் முன்னும் பின்னும் முடி அதிகபட்சமாக இருந்தது. தங்க நிற வாட்ச், மோதிரம் மற்றும் வலது கையில் பெரிய பிரேஸ்லெட் அணிந்திருந்தான். மச்சினியையும், சகலையையும் கண்டதில் கொஞ்சம் குழப்பம் அடைத்திருக்க வேண்டும்.

'மாமா எங்க' என்றான் திடீரென்று, அப்பா காலையில் கிளம்பி, ஓய்வு பெற்ற பிற நண்பர்களுடன் டீ கடை பேச்சு, பின் படிப்பகம் என்று மெதுவாகதான் வருவார். அவனுக்கும் இது தெரிந்திருக்கும். 'மாப்பிள்ளையும் பொண்ணும் வந்திருக்கீங்க, சரி அப்புறம் வாரேன்'. என கூறிவிட்டு கிளம்பினான். ஒரு வகையில் தூரத்து உறவுக்காரன். படிக்கும் காலத்தில் சந்திராவை பின்தொடர்ந்து வந்து டாவடித்தவன். அவளுக்கு பரிசு பொருட்களை அடிக்கடி அவன் கொடுப்பதை சூர்யா பார்த்திருக்கிறாள். தீபாவளி, புதுவருடம், பொங்கல், காதலர் தினம், வந்தால் போதும் கவிதை எழுதி கொடுத்துக்கொள்வது, வாழ்த்து அட்டை பரிமாற்றம் என கபேளரப்படும். ஒரு கட்டத்தில் திருமணம் செய்யப் போவதாக கூறிக் கொள்ள ஆரம்பித்தார்கள்.

இரு வீட்டார் பேச்சு நடந்தது. அம்மா பெரியவளுக்கு முதலில் முடியட்டும் என்றாள். சந்திரா முன்பே செய்து கொள்ளப்போவதாக மிரட்டிக் கொண்டிருந்தாள். அப்பாதான் சரியென்று அவளுக்கு முதலில் செய்ய சம்மதித்தார். அவள் அப்பாச் செல்லம். அவசர அவசரமாக நடந்தது. அவளுக்கு நடந்து இரண்டாண்டுகளுக்கு பிறகே சூர்யாவிற்கு நடந்தது. அந்த இரண்டாண்டுகளில் அத்தனை பேச்சுகளையும் உறவினர்களிடமும் தெருவாசிகளிடமும் கேட்டுவிட்டாள். அவள் கருப்பு, அழகில்லை, ராசியில்லை என்று எந்தனை பேச்சுக்கள். அவளுக்கு இனிமேல் திருமணமே நடக்கப் போவதில்லை என்ற முடிவிற்கே அனைவரும்

வந்தார்கள். கடைசியில் கணேசனின் அம்மா அவளை பார்த்தபோது அவளின் பொறுமையை கண்டு வியந்தே அவரின் மருமகளாக என்றுக்கொண்டார். காலையுணவை கொடுத்து கணேசனை அனுப்பிவைத்தாள். அவன் தெருமுனை திரும்பும் வரை பார்த்துவிட்டு, பக்கத்து வீடு சென்று குழந்தைகளை அழைத்து வந்து உணவு கொடுத்ததும், மீண்டும் விளையாட சென்றுவிட்டனர். அவள் சிறுவயதில் கோழி பிடித்து நாய்களுடன் விளையாண்ட அதே விளையாட்டை இவர்களும் விளையாடுவதை நினைத்துக்கொண்டாள்.

கொல்லைப் பக்கம் சென்றபோது அங்கேயே அமர்ந்து தரையை பார்த்துக் கொண்டிருந்தாள் சந்திரா. அவள் வரும் ஒலிகேட்டு திரும்பிப் பார்த்து புன்னகைக்கக் கூடும் என நினைத்துக் கொண்டாள் சூர்யா. அப்படி ஏதும் நடக்காததும் அவளுக்கு அதிசயிக்கவில்லை. அருகே சென்று 'என்ன சந்திரா, எப்படியிருக்க' என்றாள். 'ம்..' என்றாள் மறுமொழியாக. முகம் திரும்பவில்லை, உடல் அசைவில்லை, கைவிரல் மட்டும் மண்ணில் விளையாடிக் கொண்டிருந்தது. 'வா சாப்பிடலாம்' என்றாள் சூர்யா, ஆனால் பதிலில்லை. அடுப்படியிலிருந்து 'அவ அப்புறம் சாப்பிடுவா நீ வா' என்றாள் அம்மா. ஏதும் கேட்கத் தோன்றவில்லை சாப்பிடும் போது. பெண்களுக்கு சாப்பிடும் நேரந்தான் பேச்சு நேரமும். ஆனாலும் கணவனின் வேலை, குழந்தைகள், அப்பாவின் உடல்நிலை என்று பேச்சு போனதே தவிர, அவளைப்பற்றி பேச்சில்லை. கவனமாக அம்மாவும் தவிர்ப்பது தெரிந்தது. சின்னவளுக்கு எதுபோட்டாலும் அழகு, அவளுக்கு முதலில் கொடுக்கவில்லை என்றால் கோபித்துக் கொள்வாள், என்று கூறிய அம்மாவா என நினைத்துக்கொண்டாள்.

மதியம் எதிர்வீடு சென்றபோது சுஜாம்மா கூடத்தில் அமர்ந்து காய்கறி நறுக்கிக் கொண்டிருந்தார். மிகவும் மகிழ்ந்து போனார். 'கனகாம்பரம் பறிச்சுக்கிறேன்' என்றதும், 'பறிச்சுக்க உனக்கில்லாததா' என்றார் சிரித்த முகத்தோடு. தோட்டத்திலிருந்து பறித்து திண்ணையில் அமர்ந்து தொடுக்க ஆரம்பித்ததும், அவரும் வேலைகளை முடித்துவிட்டு வந்து பக்கத்தில் அமர்ந்து கொண்டார். தலைபின்னி பூ வைத்து விட்டால் லாவண்யா சந்தோசம் அடைவாள். இப்போதே அலங்காரம் செய்து கொள்வதில் இருக்கும் ஆர்வம் அவளுக்கு வேடிக்கையாக உணர்ந்தாள். ஆனால் சந்திரா இப்பூவை விரும்பியதேயில்லை, 'வாசனையே இல்ல. இத யாரு வச்சுக்குவ' என்பாள். அவளுடைய ரசனையே தனி ரகமானது, முல்லைப்பூ மிகவும் பிடிக்கும், கட்டின பூ கூட பிடிக்காது.

சின்னதாக கட்டுவதற்கு சிரமமாக இருந்தாலும், உதிரி வாங்கி நெருக்கமாக அவளே கட்டுவாள். அவள் பெரிய மனுஷியான சமயத்தில் அலங்கரித்து ஸ்டூடியோ போய் புகைப்படம் பிடித்து வந்தார்கள், படத்தில் அவள் தலையிலிருந்த பூ சற்று தள்ளிருந்தது, 'இந்த பூ ஒட்டுனமாதிரி இருக்குல்லமா' என்று அம்மாவிடம் சூர்யா கூறியிருந்தாள். மறுநாளே மீண்டும் அலங்கரித்து புகைப்படம் எடுக்கவேண்டுமென்று அடம் பிடித்தாள் சந்திரா. பிறகு ஒருநாளில் வீட்டுவேலை செய்துகொண்டிருந்த சூர்யாவிடம் ஒரு புகைப்படத்தை காட்டி, 'இப்ப நல்ல வந்துருக்குல்ல, ஒன்னும் கொற இல்லையே' என்றாள் வன்மம் நிறைந்த கண்களோடு. ஒரு நிமிடம் திடுக்கிட்டுப் போனாள் சூர்யா. நரகலை மிதித்தது மாதிரியிருந்தது. தன்னை எதிரியாகப் பார்க்கும் பார்வையை எங்கிருந்து பெற்றாள் என்கிற குழப்பம் அவளை வாட்டியது. அப்பா கொடுக்கும் செல்லம், அம்மா கொடுக்கும் இடம், அக்காளை தூக்கியெறிகிறது என பெரிய மனுஷித்தனமாக அப்போது யோசித்ததை நினைத்துக் கொண்டாள்.

நீண்ட நாள் பிரிந்திருந்த ஆதங்கத்துடன் சுஜம்மாவின் பேச்சு இருந்தது. பள்ளிக்கு போகும் அவசரத்தில் அவரிடம் ஓடிவந்து தலை பின்னியிருக்கிறாள், பாட சந்தேகங்களெல்லாம் அவரிடம் தான் கேட்டிருக்கிறாள் சூர்யா. சுஜாவும் அவளும் ஒரே வயது, அவள் கல்லூரி படிப்பு முடித்து, திருமணமாகி சென்னைக்கு சென்று விட்டாள்.

'எப்படியிருக்க சூர்யா, உன் வீட்டுக்காரர் உன்னை நல்லா வெச்சுருக்காரா', என்றார், இதையேதான் போனமுறையும் கேட்டதாக ஞாபகம்.

என்ன சுஜாம்மா இப்படி கேட்டுடிங்க, எனக்கு ஒன்னுனா பதறி போயிடுவாரு, அவ்ளோ பாசம், எதுக்கும் என்னைய விட்டுக் கொடுக்க மாட்டருன்னா பாத்துக்கங்க' என்றாள்.

'அதாம்மா வேணும்' என்றவர், திடீரென குரலை குறைத்து கிசுகிசுவென பேச ஆரம்பித்தார்.

எப்போதாவது இப்படி பேசுவது அவளுக்கு வேடிக்கையாக இருக்கும். மற்றவர்கள் காதில் விழுகிறதோ இல்லையோ, ஆனால் மற்றவர்களுக்கு ரகசியம் என்று புரிந்துவிடும்.

சந்திராவுக்கு இங்க ஒன்னும் சரியில, அவளுக்கும் அவ புருசனுக்கும் தினம் சண்டையாம், அவருக்கும் எலக்ட்ரானிக்ஸ் வேல ஒன்னும் முன்ன மாதிரியில்லையாம்', என்றார்.

கே.ஜே.அசோக்குமார் ◆ 79

அவளுக்கு என்ன சொல்வதென்று புரியாமல் சிறிதுநேரம் முழித்தாள். பின் 'அது எல்லா இடத்திலேயும் இருக்கிறதுதானே சுஜாம்மா' என்றாள்.

'நீ இப்படி சொல்ற. சந்திராவுக்கு இது புரியலையே, எதுக்கும் அனுசரிச்சுதானே போகணும், கொளந்த உண்டான சரியாயிடும்தான், அதுவே பெரிய பிரச்சனையை இருக்கே', சுஜம்மாவின் கேள்விகள் நீண்டுகொண்டே சென்றன.

சந்திராவிற்கு பொறுமை கொஞ்சம் குறைவுதான். குதிரைவாலிட்டு வந்தவளை, 'குதிர' என்று கிண்டல் செய்த சக மாணவர்களை இதனால் ஏற்படும் பின்விளைவுகளை யோசிக்காமல் அடித்தவள். வயது ஏறும்போது பக்குவமும் ஏறவேண்டும். எப்படி அவளுக்கு உணர்த்துவது. கூறுபவர்களிடம் சண்டையிட வருவாள். அம்மா சிகப்பு என்று அதிகம் செய்தாள், அப்பா துடுக்கு என்று அதிகம் சுதந்திரம் கொடுத்தார். தன்னைவிட சூர்யா எந்தவகையிலும் மிஞ்சவில்லை என ஏதோ ஒருவகையில் வெளிப்படுத்திக் கொண்டிருந்தாள். படிப்பு, உடை, அலங்காரம் என்று அனைத்திலும் அவளை போட்டியாக்கினாள். அதன் முடிவு தானே உயர்ந்தவள் என்றிருக்க வேண்டும். இல்லையேல் பெரும் போர் தான் ஏற்படும். சந்திராவின் கண்களும் உடல்மொழியும் எப்போதும் வெறுப்பையும் கடுமையையும் அவள் மீது உமிழ்ந்து வந்ததை உணர்ந்தபடியே இருந்தாள் சூர்யா.

கட்டியதில் கொஞ்சம் சுஜாம்மாவிடம் கொடுத்துவிட்டு விடைபெற்று, மெட்டி ஒலிக்க ரோட்டை கடந்து இந்தப் பக்கம் வந்தாள். வாசலின் தூணில் சாய்ந்தபடி நின்றிருந்தாள் சந்திரா. உதடுகளை விரித்து சுருக்கி சிரித்து பார்த்தபடி வந்தாள் சூர்யா. ஆனால் பயனில்லை. அவளிடமிருந்து எந்த சமிக்ஞையுமில்லை. அழுத்தமான ஒரு பார்வை உடலசைவற்ற நிலையில் தொடர்வது மிகுந்த சங்கடத்தை ஏற்படுத்தியது. அவளைத் தாண்டி சென்றபின்பும் குத்தும் விழிகள் சூர்யாவின் முதுகுக்கு பின் தொடர்வதை உணர்ந்தாள். அவளையறியாமல் திரும்பி பார்த்துக்கொண்டாள். லேசான இறுக்கமான சூழ்நிலையை உணர்ந்தாள். அவளுடன் இருந்த ஒவ்வொரு நாளும் அவ்விருக்கத்தை அவள் உணந்திருக்கிறாள்.

பக்கத்து வீடு சென்று குழந்தைகளை அழைத்து வந்து மதிய உணவு கொடுத்தாள். மீண்டும் அம்மா உடனேயே உணவு உண்டாள், அப்பா வந்து போனதை கூறினாள் அம்மா. கொஞ்ச நேரம் இருக்க சொல்லியிருக்கலாம், அவரை இனி மாலைதான்

பார்க்கமுடியும். மதியம் பாட்டியிடம் கதை கேட்டபடியே தூங்கிப் போனார்கள் லாவண்யாவும் தினேஷும். ஒரு நீலியின் கதையது. அவள் சிறுவயதில் கொல்லை வாசலை திரும்பி திரும்பி பார்த்து பயத்துடன் கேட்ட அதே கதை. அச்சு அசலாக பிசுறு மாறாமல் இப்போதும் அதே ஏற்ற இறக்கத்துடன் இருக்கிறது. நீண்ட நகங்கள், அவற்றின் ஓரத்தில் சதை துணுக்குகள் பாதகங்கள் இல்லாமல், உடலோடு ஒட்டிய உடை, அது தன்னையே கீறி, தன்னையே உண்ணுகிறது, மிக அகோர ஒழுங்கற்ற பற்களில் வழியும் அடர்த்தியான ரத்தம், கோபம் கொண்ட ரத்த கண்கள் பெரிதாகி பெரிதாகி தன்னை அழுத்தும் உணர்வில் ஒரு கட்டத்தில் அது சந்திரா என உணர்ந்து, பதறி கைகால்களை உதறியபடி எழுந்தமர்ந்தாள் சூர்யா. தன்னிலை கொள்ள சிலநிமிடங்கள் ஆகின. வியர்த்து உடல் முழுதும் நனைந்திருந்தது.

பக்கத்தில் குழந்தைகளையும் அம்மாவையும் காணவில்லை. மணி ஐந்தரைக்கு மேலாகிவிட்டிருந்தது. இத்தனை நேரம் தூங்கிவிட்டோமா என நினைத்தபடி எழுந்தாள். அவள் பின்னால் நிலைக் கண்ணாடி முன் சந்திரா அமர்ந்திருந்தாள். கைகளை பின்பக்கமாக கொண்டு ரவிக்கையை கீழிழுத்து கொண்டிருந்தாள், அதனால் தனங்கள் மேலெழுவதும் விட்டவுடன் பழையநிலை அடைவதுமாக இருந்தது. சந்திராவின் முயற்சிக்கு பெரிய பயனில்லை. அவள் உடுத்தியிருந்தது சூர்யாவின் புடவை, அவளுடைய முதலாம் ஆண்டு திருமண நாளுக்காக கணேசன் அவன் வேலை பார்க்கும் கும்பகோணம் சொசைட்டியில் சொல்லி வாங்கி கொடுத்த ஜாங்லா பட்டு புடவை. விசேஷங்களுக்கு கட்ட வசதியாக அம்மா வீட்டிலேயே வைத்திருக்கிறாள். இதை இவள் ஏன் கட்டியிருக்கிறாள்?

'ஏன் இந்த பொடவையை கட்டியிருக்க' என்றாள் பின்னலை முடியிட்டபடியே.

'சும்மா தான் கட்டியிருக்கேன்'.

'அதான், இப்பயேன் கட்டியிருக்கேன் தான் கேக்குறேன்'.

'ஏங்.., ஓம்பொடவையை கட்ட கூடாதா? ஏதோ ஒம்புருசனையே வெச்சுகிட்ட மாரி பேசுற'.

சுரீர் என்றது, மீண்டும் அதே நரகல் மிதி. தூக்கம் கலைந்ததால் ஏற்பட்ட தலைவலி மறைத்து, கண்கள் விர்ரென எரிய ஆரம்பித்தன. காலையிலிருந்து சந்திரா செய்த உதாசினங்கள் அவளை நோக்கி கேட்க வைத்துவிட்டது இக்கேள்வியை.

சரசரவென்று புடவையை அவிழ்த்து பீரோபக்கம் தூக்கி எறிந்தாள் சந்திரா. 'போதுமா.., இப்ப சந்தோஷம்தானே உனக்கு' என்றாள்.

மூச்சிரைத்தபடி பெரும் கோபத்துடன் நின்றிருந்தாள். ரவிக்கை பாவாடையுடன் நிற்பது, நிலை கண்ணாடியில் பிரதிபலித்து ரோட்டில் போவோர் காணமுடியும். இது அவள் எதிராளிகளை மடக்கும் உத்தி. என்ன செய்வதென்று தெரியாமல் விக்கித்து நின்றாள் சூர்யா. லாவண்யாவை இடுப்பில் வைத்தபடி ஓடி வந்து அம்மா சத்தம் போட்டாள். பலனில்லாமல் போக, விக்கித்து நின்றவளை 'வா இந்தப்பக்கம், அந்த நீலி அறைந்து ரத்தத்தை குடித்தாலும் குடிக்கும்' என கைப்பிடித்து அம்மா அழைத்து சென்றாள்.

இது நடிப்பா நிஜமா என அவளால் புரிந்து கொள்ள முடியவில்லை. குழப்பத்துடன் முகம் கழுவி வந்தவுடன், தாவணியை அணிந்தபடியே வந்த சந்திரா, மீண்டும் பெரும் குரலெழுப்பி கடுமையுடன் பேச ஆரம்பித்தாள். அவைகள் பொதுவாக கேள்விகளாகவே இருந்தன. என் நகைகளை அபகரித்தது, என் மாமியார் உனக்கு உதவி செய்தது, என் கணவன் உன் குடும்பத்துக்கு செய்தது, போன்றவற்றை கேள்விகளாகவே கேட்டாள். சண்டையை வளர்க்க விரும்பாமல் விலகி சென்றாலும் சந்திராவின் கேள்விகள் அவளை துரத்தின. அவள் கேள்விகள் தவறு என்றோ, அதற்கு வேறு காரணங்கள் உள்ளன என்றோ கூற முற்படும் போது, அவற்றை சாதகமாக பயன்படுத்தி வேறுசில கேள்விகளை கேட்டாள்.

அம்மாவின் அமைதி படுத்தும் முயற்சி எடுபடவில்லை. சந்திரா பேசும் விஷயங்கள் முன்பே தீர்மானிக்கப்பட்டவை போலிருந்தன. அவைகள் சிறுவயதில் எப்போதோ நடந்த ஏதோ ஒரு நிகழ்ச்சி, அவற்றிக்கும் இப்போது நடப்பதற்கும் சம்பந்தம் இருப்பதாக தெரியவில்லை. அவைகளை மூன்றாம் நபர் ஒருவர் கேட்கும் பட்சத்தில் சந்திராவை ஒரு தியாகியாகவும், சூர்யாவை ஒரு கொடுமைக்காரியாகவும் நினைக்கக்கூடும்.

உடன் படிக்கும் பெண் ஒருத்தி சைக்கிள் வாங்கிவிட்டாலென்று ஒரு நாள் முழுவதும் குளியலறையில் இருந்து, வெளியே வராமல் தனக்கும் சைக்கிள் வேண்டும்மென்று அடம்பிடித்தாள். மதியம் அப்பா வந்தும் சமாதானப்படுத்தமுடியததால், அன்று மாலையே கடைக்கு சென்று சைக்கிளோடு வந்தாள் சந்திரா. அவள் நினைத்த காரியம் நடக்காதவரை விடமாட்டாள். நல்லவேளை

கணவன் பக்கத்தில் இல்லை. இன்று வந்துகூட கணவனின் வற்புறுத்தலால் தான். விலகி ஓடும் நபரை நாய் துரத்துவது போல், தன்னை பின் தொடர்ந்து அவ்வப்போது கேள்விகளை கேட்பது மிக எரிச்சலாக உணர்ந்தாள். காலையிலிருந்து தொடர்ந்த சந்தோசம் காணாமல் போனது. கணவன் வந்ததும், நாளைவரை இங்கிருக்காமல், இன்றிரவே இங்கிருந்து கிளம்பிவிட வேண்டும் என நினைத்துக்கொண்டாள்.

மாலை அப்பா வந்த போது, அதுவரை சற்று அமைதியாய் இருந்த சந்திரா மீண்டும் சண்டையிட ஆரம்பித்தாள். தனக்கு நீங்கள் இதையெல்லாம் செய்யவில்லை அதனால் எனக்கு இப்படி நேர்ந்தது, அதனால் இத்தனை கேள்விகள் கேட்கிறாள், எல்லாவற்றிக்கும் காரணம் நீங்கள்தான் என்றாள் அப்பாவிடம். எப்போதும்போல் அப்பா சமாதானப்படுத்த முயற்சித்தார். அப்பாவிடம் எதையும் முறையிட்டு பழக்கமில்லாத சூர்யா வேலைசெய்வதுபோல் அடுப்படியிலேயே பாவனை செய்து கொண்டிருந்தாள்.

குழந்தைகள் அப்பாவுடன் விளையாடிக் கொண்டிருந்தன. இறுக்கத்தைத் தவிர்க்க பக்கத்து வீடு சென்று மாமியிடம் பேசிக்கொண்டிருந்தாள். மாமி சங்கடமாக உணர்வது அவர் கண்களில் தெரிந்தது. ஆனால் பேச்சில் மிக சாதாரணமாக இருப்பது போல் காட்டிக் கொண்டார். அவள் அங்கிருந்தபோது அவரிடமிருந்து மாமி வீட்டு நம்பருக்கு போன் வந்தது. வேலை காரணமாக அவர் வரவில்லை, நாளை வருவதாக கூறியதும் சந்தோசமடைத்தாள். மாமியிடம் விடைபெற்று வீட்டிற்கு வந்து அம்மாவிடம் விஷயத்தை கூறிக்கொண்டிருந்தபோது, சந்திரா குறிக்கிட்டு மதியம் சுஜாம்மாவிடமும், இரவு மாமியிடமும் தன்னை பற்றி அவதூறு கூறுவதாக வாதம் செய்தாள். பதிலளித்த அம்மாவை 'உன் வாயை மூடு' என்றாள். 'அங்க என்ன சத்தம்' என்று கேட்டு அடுப்படி வந்த அப்பாவை நோக்கி கழுத்து நரம்பு புடைக்க 'இவள சும்மா விட்டது ஒங்க தப்பு' என சூர்யாவை காட்டியபடி அப்பாவிடம் பாய்ந்து சென்றாள்.

யாரும் சற்றும் எதிர்பார்க்காதபடி அதே வேகத்தில் சந்திராவின் கன்னத்தில் அறைந்தார் அப்பா. அவர் கோபம் மிக புதிது, சந்திராவின் மீது அவர் கோபப்பட்டதில்லை, அதுவும் கைநீட்டி அடித்து அவள் கண்டதேயில்லை. நடந்தது என்ன என்பதை சந்திராவால் உணர சில நிமிடங்கள் ஆயின. நிலைகுலைத்து போனாள் என்பது வெறும் வார்த்தை, இதுவரை யாரிடமும்

அடி வாங்காத சந்திரா, சூர்யாவின் முன்னால் அடி வாங்கியதை அவளால் ஏற்றுக் கொள்ளமுடியவில்லை.

பயந்துபோன சூர்யா கொல்லைப்பக்கம் போய்விட்டாள். ஊர் மிக அமைதியாக இருந்தது. பக்கத்தில் அவள் உயரமே இருந்த பப்பாளி மரம் ஒன்று இருட்டில் அசைவற்று நின்றிருந்தது. இன்று வந்திருக்கக்கூடாது என தோன்றியது. முருங்கைமர இலைகள் மட்டும் லேசாக அசைத்தன, சில்லென்ற காற்று மென்மையாக உடலைத் தொட்டது. முன்பு இப்படி நடக்கும்போது அவளையறியாமல் அழுதுவிடுவாள், ஆடைகளின் இடைவெளியில் புகுந்து உடலை சிலிர்க்க வைக்க முயற்சித்துக் கொண்டிருந்தது காற்று. இப்போது அப்படி ஏதும் நடக்காமல் இருந்ததை கண்டு, அனுபவங்களால் அவள் தைரியம் பெற்றுவிட்டதாக உணர்ந்தாள். எதையும் ரசிக்கமுடியாமல் வேறெங்கோ பார்த்துக் கொண்டிருந்தாள். தூரத்தில் சந்திரா பெட்டி பைகளுடன் நடந்து செல்வது நிலவொளியில் தெரிந்தது.

• • •

பிணவாடை

இது நானல்ல அவன் என்றுதான் சொல்லவேண்டும். ஆனால் எப்போதும் போல நான் என்று சமயங்களில் நினைத்து கொள்வதுபோலவே நினைத்துக் கொள்கிறேன். அவன் பெயரான பரந்தாமன் மிக அன்னியமாக மாறிவிட்டது. இதை இத்தனை எளிதாக நான் எடுத்துக் கொள்வேன் என நினைக்கவில்லைதான். ஏனெனில் நான் வெறுக்கும் என் பல குறைகளையும் தாண்டி, பெயரையும், உடலையும் நேசித்தேன் என்பது உண்மை. என் தோள்களை அழுத்திய அறுபத்துஐந்து கிலோ எடையுள்ள அவனது உடல் இன்று பிணகனம் கனக்கிறது. பெரிய எடை ஒன்றை தூக்குவதில் இருக்கும் சிரமத்தை தாண்டி, எதை இழக்கப்போகிறேன் என்பதில் இருக்கும் துக்கத்தின் வலி மனதின் அடுக்குகளில் இன்னும் இருக்கிறது. ஆம் இனிமேல் அவன் பிணம்தான். அவனை இனி வைத்துக் கொள்ள முடியாது. அவன் முற்றிலும் மறக்கப்பட, அழிக்கப்பட வேண்டியவன். இந்த முடிவும் சங்கடமாகத்தான் இருக்கிறது. வீடு மாறியதும் பழைய வீட்டின் பாதைகளும், அங்கு நடந்த சம்பவங்களும் நினைவுகளும் எளிதில் மனதிலிருந்து மறைந்துவிடுவதுபோல இதையும் எடுத்துக்கொள்ளத்தான் வேண்டும். ஆனால் பரந்தாமனின் நினைவுகளை தனியாக பிரித்து என்றோ நம்மையறியாமல் நிகழ்ந்துவிட்ட கொடும் கனவுகளைப் போல மனதில் ஒதுக்கி, கசியவிடாமல் கவனமாகத் தேக்கிக் கொள்வது பெரும் சுயவதையாகவே இருக்கிறது.

தூக்க கலக்கத்தில் இரவு மூன்று மணிக்குகூட முழுபிரக்ஞையுடன் இருக்கிறேன் என்பதை என்னாலும் நம்ப முடியவில்லை. சத்யபிரகாஷாக இரவு மூன்றுவரை

இருந்து பார்த்ததில்லை. அதனால் உடலும் மனமும் ஒன்று சேரவில்லையோ என நினைக்க தோன்றுகிறது.. இதுவரைக் கண்டிராத இந்த இரவின் சின்ன ஒலிகள்கூட மனதை கலங்கடித்தும் உடலை சிலிர்க்கவும் வைத்துக் கொண்டேயிருக்கிறது. இந்த நிலை சாதாரண மனிதர்கள் நினைத்துப் பார்க்க முடியாதது என்றும், இந்த சூழ்நிலைகளை சமாளிப்பது இதைவிட அவர்களுக்கு கடினம் என்றும் பயத்தை வெல்லும் பொருட்டோ என்னவோ இந்த நேரத்தில் அப்படி நினைத்து மகிழ்ச்சியடைக்கிறேன்.

சத்யபிரகாஷ் மூர்த்தி என்கிற பெயரில் இருக்கும் வசீகரம் பரந்தாமன் மாணிக்கம் என்ற பெயரின் முன்னால் ஒன்றுமில்லைதான். வசீகரம் பெயரில் மட்டும்தானா? உடல், உள்ளம், பொருள் அதைத் தாண்டி இந்த சமூகம் அளிக்கும் மதிப்பும், அங்கீகாரமும், செல்வாக்கும் அவைகள் மூலம் கிடைக்கும் புகழும்தானே? சத்யபிரகாஷ் என்று விளித்ததும் விழித்துக் கொள்ளும் என் பிரக்ஞை அலுவலக தலைவர் அமித் முன்னாலும், இப்போதைய மனைவி ரிதுவின் முன்னாலும் தயங்கி நின்றுவிடுவதை பலசமயங்களில் உணர்ந்திருக்கிறேன். இவர்களை எந்தவகையில் திருப்திபடுத்துவது என்பது பெரிய கேள்வியாக எப்போதும் உணர்ந்தே என் அகம் விழிப்புடன் இருப்பதாகவும்கூட தோன்றும்.

தனியாக நடந்து செல்லும் கண்களில் வெறிகொண்ட நாய் ஒன்றின் இறுகிய அடிபாகம் சிமெண்ட் சாலையில் படும்தோறும் பற்களிடையேபட்ட இரும்பு போல உடலை விதிரச்செய்வதாக இருக்கிறது. முதலில் பார்த்தபோது இருந்த நாயின் கண்களின் பதற்றம் இப்போது இல்லை. லேசாக முகர்ந்து முகத்தை தாழ்த்தியபடி ஒதுங்கி சென்றது. இது இயல்புதான் என அது நினைத்திருக்கலாம். கூடவே என்மனதில் பதற்றம் இல்லாமல் ஆசுவாசமாக இருப்பது நிறைவாக அதேவேளையில் முன்பே நினைத்து வைத்திருந்த இந்த காரியம் முடியும்வரையில் ஆசுவாசம் இருக்கவேண்டும் என்ற நினைப்பும் கூடவே வந்துகொண்டே இருந்தது. மக்கள் நடமாட்டம் மிக்க பகுதி அல்ல இது. நகரத்தின் கடைசியாக புதியதாக வளர்ந்துவரும் பெரிய ப்ளாட்கள் கொண்ட ஒரு குடியிருப்பு பகுதி. ப்ளாட்டுக்கு பின்பக்கம் சிலமரங்களுடன் அமைந்த சேரிகள் போன்ற பழைய நகரத்து வீடுகள் அங்காங்கே சில மட்டுமே உண்டு. அத்தனை எளிதாக நடந்து செல்லும் ஒருவர் யாரென்று அடையாளம் காணமுடியா இருட்டு சூழ்ந்திருப்பது வசதியாக இருக்கிறது. அதுவும் இந்தநேரம் குடிகாரர்களின் நேரம். எதிரே நின்றாலும் அவர்களால் அவர்களே

இருக்கும் இடம் இன்னதென்று அறிந்துகொள்ளமுடியாத போது என்னை அடையாளம் காண்பது கடினம். மேலாக நான் நானாக இல்லை. சத்யபிரகாஷாக இருக்கிறேன். நானே பிணமாக என் தோளில் இருக்கிறேன். என்னை அடையாளம் காணும்போது நான் பிணமாக இருப்பதால் போலிஸ், கிரிமினல் வழக்குகளில் சத்யாபிரகாஷ்தான் மாட்டுவான் நான் பிறகு உருமாறிக்கொள்ளலாம் என்ற மேம்போக்கான ஒரு நினைப்போ அல்லது மதுவின் மயக்கத்தால் வந்த ஒரு குழப்பச் சிந்தனையால் என்னவோ எளிதாக நடந்து செல்லமுடிகிறது என நினைக்கிறேன்.

என்னையே நான் சுமந்து செல்வது என்பது மீனாவிற்கு தெரியாமல் புதியதாக வாடகைக்கு எடுத்திருக்கும் ப்ளாடில் இருந்தபோது தோன்றாத ஒரு அதிசய நிகழ்வாக இப்போது தோன்றுகிறது. பளிச்சென்று தெரியும் என் அம்மண உடலை சுமந்து செல்லும் காட்சியை நானே மேலிருந்து காண்பது போலிருக்கிறது. அந்த காட்சியில் சூழ்ந்திருக்கும் அதிபயங்கரத்தை இருட்டில் கண்கள் ஒளிர அமர்ந்திருக்கும் ஒரு மருண்ட பூனையைப் போல உணர்கிறேன்.

உருமாறிய பிறகு அலுவலக பிரச்சனைகளை நான் நினைத்ததைவிட ஓரளவு சமாளிப்பதாக முடிவதாக தோன்றுகிறது. பெரிய பிரச்சனைகள் என வரும்போது, வயது ஏறஏற பிரச்சனைகளை சமாளிப்பதில் ஏற்படும் தெளிவின்மையாக அதை எடுத்துக்கொண்டு விடலாம் என்கிற ஒரு சின்ன துருப்புச்சீட்டு சற்று ஆறுதலை அளிக்கிறது. இதற்கு முன்பில்லாதபடி, சமயங்களில் அமித் குழப்பம் அடைவதும், ரிது மனவருத்தம் கொள்வதும் மீனாவின் சந்தேகம் வளர்வதும் அவ்வப்போதும் நடந்து கொண்டுதான் இருக்கிறது. போதாததற்கு சித்தார்த்தும் இருக்கிறான். அவன் என் மகன் எனும்போது உடலின் உள்ளே ஏதோ ஒன்று புரள்வது போலிருக்கும். அவன் கண்களில் தெரியும் சின்ன தயக்க அதிர்வுகூட மனதை நாளெல்லாம் பதைக்க செய்தபடி இருக்கும். பிறகு ஏன் இதை தொடரவேண்டுமென என்னையே கேட்டிருக்கிறேன், என் வாழ்க்கையின் நிறைவின்மையை, சத்யபிரகாஷ் வாழ்வின் மூலம் முழுமையைத் தாண்டிச் செல்லும் அலுப்பில்லாத எளிய சுவாரஸ்யம் எனக்கு பிடித்திருப்பதால் இருக்கலாம்.

சத்யபிரகாஷும் நானும் கிட்டதட்டஒரே சமயத்தில்தான் அலுவலக வாழ்க்கையை ஆரம்பித்தோம். நீண்ட உடல்வாகுடன் சற்று தடித்த உருவம் கொண்டவன். அவன் உயரமும் பருமனும்

சரியான விகிதத்தில் கலந்திருப்பதனால் சராசரி உயரத்தைவிட உயரமானவனாகவும் பருமனானவனாகவும் அவன் தெரிவதில்லை. சமீபத்திய முடி உதிர்வுகளுக்கு முன்னால் தலைமுடியை சீவியும் சீவாமலும் கைகளால் கோதி வைத்திருப்பது அவனுக்கு பிடித்த செய்கைகளில் ஒன்று. சற்றுதடித்த மீசையை கீழ்நோக்கிவிட்டு, ஆழ்ந்து சிந்திக்கும் சமயங்களில் பற்களால் அதை கடித்துக் கொண்டிருப்பான். எனக்கு நீளமாக விடுவது பிடிப்பதில்லை. இருந்தாலும் இப்போது அதைத்தான் செய்ய வேண்டியிருக்கிறது. ஒரே மாதிரி உடைகளை எப்போதும் அவன் அணிவதில்லை. புதுப்புது பிராண்டுகள் தேர்ந்தெடுப்பவன் எந்த சட்டையாக இருந்தாலும் கைகளில் இரண்டு மடிப்புகள் மடித்திருப்பான். நான் மூன்று மடிப்புகள் அல்லது நீளமாக வைத்துக் கொள்ள விரும்புவேன். இதையும் அவனுக்காக மாற்றிக் கொள்ள வேண்டியிருக்கிறது.

நாங்கள் வேலைசேர்ந்த ஆரம்ப நாட்களில் எங்களிடையே இருந்த முதிரா வயதின் அன்யோன்யம் மற்ற எல்லா நட்புகளைப் போல பின்வந்த நாட்களில் மாறத்தொடங்கியது. அந்த மாற்றம் இருவருக்கும் நேரடியாக மனத்தாங்கலை ஏற்படுத்தியதாக இருந்தது. சாதாரண பேச்சு வார்த்தைகளில்கூட வேண்டாத வெறுப்புகள் மெதுவாக கலந்ததாக தோன்றியது. பொதுவாக அலுவலக நட்புகளில் இடையே பல்வேறு காரணங்களால் இப்படி நடக்ககூடியதுதான். அலுவலகம் என்றால் கூட்டு முயற்சி பயிலும் ஒரு இடம் தானே? ஆனால் இப்படி நடக்கும் என்றோ, அதை சரிசெய்ய முடியும் என்றோ நினைப்பதற்குள் அதை சரிசெய்ய முடியாதபடி இருவர் மனங்களும், சூழ்நிலைகளும் ஒருகட்டத்தில் மாறிவிட்டிருந்தன.

எரிநட்சத்திரம் ஒன்று சட்டென கிடைமட்டமாக பாய்ந்தோடியது. அதன் வேகம் கண் இமைக்கும் வேகத்திற்கு ஈடாக இருந்தது. ஒரு வேளை அது பிரமையாக இருக்கலாம். இருண்ட கரியவானில் சாம்பல்நிற மேகங்கள் அடர்த்தியாக குவித்து வைத்த கரியமலர்போல் எல்லா இடத்திலும் இருப்பது கூர்ந்து கவனிக்கும்போது மட்டுமே தெரிந்தது. சேற்றில் மின்னும் சிறு நீர் துளிகள்போல நட்சத்திரங்கள் சில தெரிந்தன. பாதைமிக நீண்டு தூரத்தில் வளையும் இடத்தில் உயர்ந்த மதில் சுவர்களோடு தகர வளைகளில் எழுதப்பட்டிருந்த அந்த கட்டிடம் அமைதியாக நின்றிருப்பதும். அது நடக்க நடக்க அதன் தூரம் அதிகரிப்பது போலவும் தெரிந்தது.

ஆரம்பத்தில் என்னுடன், பெண்களிடமோ, உயரதிகாரியிடமோ, சக ஊழியர்களிடமோ ஓரளவிற்குமேல் பேச்சு தொடருமானால் சற்று பதற்றம் அடைந்தவனாக என்னை நோக்க ஆரம்பித்தான் சத்யபிரகாஷ். அதன் பொருள் அலுவலகத்தில் அவனுடைய ஆளுமை மட்டும் உயரவேண்டும் என்கிற முனைப்பும் அதன் தொடர்ச்சியாக அடிப்படையான அன்பை, நட்பை அவன் இழக்க தயாராக இருப்பதையும் அப்போதே புரியவைத்துவிட்டது. அவனிடம் என்னைத் கடந்து செல்லவேண்டும் என்கிற துடிப்பு நாளுக்குநாள் அதிகரித்ததாக தோன்றியது. எந்த இடத்திலிருந்து ஆரம்பித்தான் என சரியாக நினைவில்லை என்றாலும், சம்பளஉயர்வு வரும்போதெல்லாம் அவன் பதற்றம் மேலும் அதிகரிப்பதை யூகிக்க முடிந்தது. எனக்கு எத்தனை சதவிகித உயர்வு என்பதை என் மூலமாகவோ அல்லது மற்றவர்களின் மூலமாகவோ அறிந்துகொள்ளாமல் அவனால் அதிகநேரம் இருக்க முடிந்ததில்லை. இது சாதாரணமான மனஉந்துதல் தான் என்றாலும் இருவர் மட்டுமே எதிர் எதிர் திசைகளில் வந்துவிட்டதாகவும் என் உயர்வு அவனுடைய தாழ்வாகவும், அவனுடைய உயர்வு என்னுடைய தாழ்வாகவும் பார்க்கப்பட்டது அங்கேயே ஆரம்பித்துவிட்டது. பிறகு எனக்கு அவனும், அவனுக்கு நானும் மட்டுமே அந்த அலுவலகத்தில் எதிரி என்பதுபோல நினைக்க வைத்தது போல சம்பவங்கள் நடந்தன.

இதெல்லாம் தாண்டி, அவனின் பல முயற்சிகளுக்குபின், சட்டென கட்டத்தில் அவன் கை மேலுயருவதும், என்னை அவன் முதல் எதிரியாக நினைப்பதும், அவன் ஆளுகைக்குள் அவனை இருத்திக்கொள்வதும், தலைதூக்கிய பாம்பு ஒன்று மெல்ல படம் விரிவதுபோல இயல்பாக நடந்தேறியது. அப்போது அவன் முகவடிவம் மாற்றம் கொள்வதையும், உடல்மொழியில் ஒரு நிறைவு கொள்வதையும் இப்போதும் என்னால் நினைவு கூறமுடிகிறது.

அதன்பின் வேகமாக கடந்துவந்த பத்தாண்டுகளில் சம்பளஉயர்வு, பதவிஉயர்வு, ஊக்க தொகை என்று அவனுக்கு போட்டியாக இருந்த என்னையும் மற்றவர்களைவிட எதிலும் அவன் முதன்மை இருப்பதை கண்டேன். அதில் இருந்த அரசியல் இன்றுவரை எனக்கு புரிந்ததில்லை. அவனைப்போல் அதிகம் தன்னைப்பற்றியே தன்உயர்வைப்பற்றியே நினைத்துக் கொள்ளும் எளிய மனநிலை உடையவனாக இல்லாமல், முதிர்ந்த மனநிலையுடன் இருப்பவன்போல என்னை தேற்றியும், அவனின்

முதிரா செயல்களை கவனிக்காது இருந்தாலும் என் மனம் சஞ்சலத்தில் துடித்துக் கொண்டேதான் இருந்தது. அவனைவிட அதிக உழைப்பை நான் செலுத்தியும் அவன் மிக எளிதாக தன் மேலதிகாரிகளின் நன்மதிப்பை பெறுவது புறவயமான ஒரு சக்திக்கு உட்பட்டதாக நினைத்தேன். என்னால் அவன் வேகத்திற்கு செல்லமுடியவில்லை என்கிற புரிதலையும், என் வேகத்தை அவனே வேண்டுமென்றே மட்டுபடுத்தினான் என்கிற நினைப்பையும் வேறுபடுத்தி பார்க்க முடியவில்லை.

பாதையில் திடீரென்று தோன்றிய மரத்தில் சில அசைவுகள் தெரிந்தன. என் சிந்தனை தடைபட்டதும் அப்போது முதுகு தண்டில் சில்லென்ற ஒரு பரவலை உணரமுடிந்தது. அது ஒரு விலங்கின் அல்லது பறவையின் அசைவால் ஏற்பட்டது என தெரிந்ததும் மனம் ஆசுவாசமானது. தடைபட்ட நடை தொடந்தது, ஆனால் அந்த மரத்தில் இருந்து வந்த ஒலிகள் விசித்திரமான சிர்ர்ர்உர்ர்ர் என்ற ஒலிகள் தொடர்ந்து கேட்டன. பூச்சிகள் இந்த மரத்தில் மட்டும் மிக அதிகமாக குடிகொண்டுள்ளன. அந்த ஒலிகள் பரந்தாமனின் கால்கள் முன்னும்பின்னுமான அசைவுகளுக்கு ஒத்துவந்தபோது ஆச்சரியமாக கவனித்தேன்.

என்னுடைய ஒவ்வொரு அசைவும் அவனுக்கு தெரிந்திருந்தது. எதிலாவது சிக்க வைக்க, என்னை வேலையிலிருந்தேகூட வெளியேற்ற அவன் மூளை முயன்று கொண்டிருப்பதாக சற்று அதீதமாக இருந்தாலும், பல சமயங்களில் நினைத்திருக்கிறேன். ஏன் நான் அவனைப் போல் சிந்திக்க முயல்வதில்லை என்றும், ஒருகட்டத்தில் அவனை வெல்வது இப்போதைக்கு முடியாது என்றும் யோசித்திருக்கிறேன். நான் நிறுவனத்தின் வழக்கபடி சில கிரேட்கள் உயர்ந்து ஒருங்கிணைப்பாளராக மட்டுமே உயர்ந்தபோது, அவனோ இரண்டு இரண்டு படிகளாக ஒருங்கிணைப்பாளர், குழுதலைவர், தலைவர் ஆகி கடைசியாக உதவி மேலாளர் ஆகிவிட்டிருந்தான்.

இப்போதெல்லாம் அவன் சகஊழியர்களிடையே வந்து நிற்கும்போது அவன் உயிரற்ற அவனின் உடல் மட்டும் வந்திருப்பதாக தோன்றும். அப்படி ஒரு பாவனை அலுவலகத்தில் சேர்ந்தபோது இல்லாத ஒன்று அவனிடம் கூடியிருந்தது. குறிப்பாக அப்போது அவன் முகம் வேறு ஒன்றில் நிலைத்திருப்பதாக பாவனை செய்வான். அதில் தெரியும் பூரணம் ஆச்சரியம் அளிப்பது. அப்படி செய்தான் என்றால் பக்கத்தில் இருக்கும் நபர் அவனை கவனிக்க வேண்டும், அச்சம் கொள்ளவேண்டும் என்று

பொருள். அப்படி அச்சப்படாமல் போகும்பட்சத்தில் அதற்கான விளைவுகளை சந்திக்க நேரிடும் என்பது உள்ளே இருக்கும் மற்றொரு பொருள். மிக மெதுவாக முகத்தை திருப்பி கண்களால் ஊடுறுவ சம்பந்தப்பட்டவனை நோக்குவதும், உதடுகளின் சுழிப்புகளோடு மிக குறைந்த வார்த்தைகளால் அவனை காயப்படுத்துவது என்கிற நாடகத்தை என மிகச் சரியாக செய்தான்.

அவன் கற்று தேர்ந்த இந்த உடல்மொழிகள் என்மீது தாக்குதல் நடத்தும்போது, சகவயதும் நீண்ட பழக்கமும் நட்பும் கொண்டவனை அவ்வாறு செய்ய முடிவதே பெரிய அவமானமானதாக தோன்றியது. அந்த சமயத்தில் அவன் மேல் இருந்த வெறுப்பு பலமடங்கு அதிகரித்தது. அப்போது வெறுத்தாலும் மற்ற சமயங்களில் உள்ளூர அதை ரசித்தேன் என நினைக்கிறேன். இந்த சமூகமும் அதைதான் விரும்புகிறது என சமாதானமும் கொண்டிருக்கிறேன்.

அவன் செய்த நீண்ட தாக்குதல்களில் ஒன்று எனக்கு சாதகமாக அமைந்தது. சரியாக செயல்படாதவர்களை அலுவலகமே மேம்படுத்தும் ஒரு தனியார் சுயமுன்னேற்ற வகுப்பிற்கு தேர்வு செய்வதற்கு பணிக்கப்பட்ட ஒன்றில் என்னையும் தேர்வு செய்து அமித்திற்கு கொடுத்திருந்தான். நான் இன்னும் தீவிரமாக செயல்படாத முன்னேற்றங்களை அளிக்காதவனாக இத்தனை ஆண்டுகள் உழைத்த என்னை மற்றவர்களுக்கு காட்ட முயற்சித்தது என்னை ஆத்திரம் கொள்ளவைத்தது. இது அமித் தேர்வு செய்தது என்று பின் என்னை அவன் சமாதானப்படுத்தியதாக நடித்தாலும் நான் இன்றைய நிலையில் இவ்வளவு உயரம் வந்ததற்கு அந்த நிகழ்ச்சியே காரணமாக அமைந்தது ஒரு முரண்நகை.

அந்த வகுப்புகள் மூலம்தான் வேவ்வேறு இடங்களில் இருந்து முக்கிய நண்பர்கள் கிடைத்தார்கள் என்பதை சத்யபிரகாஷ் அறிந்திருக்க வாய்ப்பில்லை. பயிற்சியில் அதன் ஒரு ஆசிரியர் வெங்கட் பலவகை ஆர்வமுடைய மனிதனான அறிமுகமானான். அமித்திற்குகூட நண்பனான அவன் எல்லா விஷயங்களை அறிந்த ஒரு பெட்டகமாக உடனே எந்த உதவியையும் அளிப்பவனாக இருந்தான். அவன் மூலமாக ஷிப்போ அறிமுகமும் நெருக்கமும் ஏற்பட்டது. நீண்ட சடைமுடியும், உடலில் பல இடங்களில் பச்சை குத்திக் கொண்டவனும், கையில், காலில், காதில் வளையத்துடன் மூக்கில் வளையல் அணிந்தவனும், பின்பக்கம் தெரிய பேண்ட் அணிந்தவனும் பார்க்க வித்தைக்காரன் போலிருந்தான். முதலில் நம்பிக்கை ஏற்படுத்துவது அவன் பேச்சுதான். எந்த வாழ்க்கை

விழுமியங்களுமற்ற அவன்தான் எனக்கு கூடுவிட்டு கூடு பாயும் இந்த வித்தையை கற்றுத்தந்தான்.

கைவைத்திருந்த பரந்தாமனின் இடைபகுதியில் சொரசொரப்பை உணரமுடிந்தது. உள்ளாடைகளின் இறுகத்தால் ஏற்பட்ட அச்சாக இருக்கும் என தோன்றியது. உடனே அப்படி இருக்க முடியாது என்றும் தோன்றியது. கடந்த நான்கு நாட்களாக ஐஸ்பெட்டியில் தான் இருக்கிறான். இனி நான் என்பது இருக்கப்போவதில்லை என்று தோன்றிய கணம் அதிர்ச்சியில் ஆழ்த்தியது. ஒவ்வொரு நாளும் அதை நினைத்துப்பார்க்க போகிறேனா? நான் இல்லாத நாளை நினைத்துப் பார்க்க அச்சமாக இருந்தது. ஆனால் முன்பே இதை நினைத்துப்பார்த்து சமாதானம் ஆகிவிட்டது கூடவே நினைவிற்கு வந்தது.

சத்யபிரகாஷால் தொலைந்துவிட்ட வாழ்வை, அவனை பழிவாங்க நினைத்து யாரும் நம்பாத, மீளமுடியாத அனுபவமும் துயரமும் நிறைந்த இம்முடிவை பலநாள் மன உளைச்சலுக்குபின் ஒருநாள் எடுக்க முடிந்தது. ரிதுவின் பிறந்தநாள் விழாவிற்கு சத்யபிரகாஷ் அழைத்திருந்த சந்திப்பில்தான் அந்த முடிவை எடுத்தேன் என நினைக்கிறேன்.

நான் சத்யபிரகாஷை கொன்று அவனுடலில் உட்புகவேண்டும், ஒருமுறை பழகிவிட்டால் எத்தனைமுறை வேண்டுமானாலும் மாறிக் கொள்ளலாம். பலநாள் காத்திருப்புக்குபின் முழுபோதையில் இருந்த சத்யபிரகாஷை இந்த புதிய ப்ளாட்டிற்கு அழைத்து வந்து எந்த சேதாரமும் இல்லாமல் மயக்கத்திலேயே அவனை கொன்று, பின் உறுமாறி என் உடலை ஐஸ்பெட்டியில் பாதுகாக்க உதவி செய்தான். ஷிப்போ ஒரு சுயநலமில்லா மனிதன் அவனுக்கு பிடித்த சிலரில் ஒருவனாக எனக்கு கற்று கொடுத்துவிட்டு இந்தோனேசியாவிற்கு எங்கேயோ பறந்து போய்விட்டான். அவன் போனதுமே நான் செய்த முதல் காரியம் இந்தநிறுவனத்திலிருந்து பரந்தாமனாக வேலையைவிட்டு வெளியேறியதுதான்.

அமித்தை சத்யபிரகாஷின் திறமைகளின் மீதான நம்பிக்கையை இழக்காவண்ணம் வைத்திருந்தேன். அமித்தை எளிதாக என்வசமாக்க சத்யபிரகாஷ் செய்யாத அல்லது தவறிய விஷயங்களை தேடி செய்துமுடித்தேன். அதுவே அவனை திருப்திபடுத்த போதுமானதாகவும் சந்தேகப்படாதவகையில் கடைசிவரை வைத்திருந்தது. சில சறுக்கல்களுக்குப்பின் அலுவலக வளர்ச்சியில் என் பங்கும், முயற்சியும் உயர்ந்தபோது, சகஊழியர்களிடையே மதிப்பும், செல்வாக்கும் உயர்ந்தது, அது

சத்யபிரகாஷ் அடையாத இடத்தை அடைந்ததாக தோன்றியது. கூடவே அவன் அனுபவிக்காத, விட்டுதவறிய பணம், சொகுசு, உடலின்பம், புகழ் என்று அனைத்தையும் அடைந்தேன்.

வாரத்தின் கடைசி இருநாட்கள் அலுவலக பயணமாக பெங்களூர் செல்கிறேன் என்று சொல்லி பரந்தாமனாக பின் சத்யபிரகாஷாக மாறிமாறி மனைவி மீனாவையும் ரிதுவையையும் வேவ்வேறு சமயங்களில் அனுபவித்தேன் என்றால் மிகையில்லை. எவ்வளவுதூரம் என்றால் எனக்கே சலிப்படையும் வரையில். ஆனால் அந்த சலிப்புகளை ஒரு உற்சாக பிண்ணனியில் என்னை மாற்றிகொண்டதால் உலகநடப்பு பற்றி கவலையின்றி உலாவ முடிந்தது.

ஒரு நீண்ட காலஇருப்புக்குபின், இந்த சின்ன சலிப்பிலிருந்து மீற ரிதுவையும், மீனாவையும் ஒருங்கே சேர்க்க நினைத்தேன். பரந்தாமனால் ரிதுவை கவரமுடியவில்லை ஆனால் சத்யபிரகாஷால் மீனாவை கவர முடிந்தது என்பது துரதிருஷ்டம்தான்.. மீனாவுடனான சலிப்பூட்டும் வாழ்க்கையிலிருந்து விடுபட நினைத்த எனக்கு அவளின் சத்யபிரகாஷுடன் கொண்ட தொடர்பில் அவளின் மறைவுவாழ்வை ரசிக்கமுடிந்தது. ஆகவே மீனாவை வெறுக்க ஒரு நல்ல காரணம் கிடைத்துபோலாகியது. அவளிடமிருந்து விலகப்போகும் நாளை ஆவலுடன் எதிர்ப்பார்த்து இருந்தேன்.

ஆனால் ரிது மீனாவுடன் ஒப்பிடமுடியாத பேரழகி. எப்போதும் வெறுக்கவே முடியாத பேரழகி ரிதுவின் உடலை ஒரு இசைக்கருவிபோல் உருவகப்படுத்திக் கொள்கிறேன். எப்போதும் புல்லரிப்புடன் இருக்கும் அவள் உடலின் அசைவுகள் ஒரு மெல்லிய மனம் படைத்தவனுக்கு ஏற்புடையதல்ல. எந்த சங்கடமும் இல்லாமல் அவள் முலைகாம்புகள் பின்னிரவுகளில் அவளை நெருங்கும்தோறும் நீண்டுவிடும். தொப்புளின் கீழ் ஒரு வெட்டு கீழிரங்கி பள்ளம் நோக்கி சென்றடையும். அவளின் நேரடியான செய்கைகள், அணுகுமுறைகள் எனக்கு பிடித்தே இருந்தன. பாவனையற்ற பெண்ணாக தன்னை பாவனை செய்கிறாள் என ஒவ்வொரு சமயமும் அவளை நினைக்கும்போது தோன்றும். கூடலில் ரிது காட்டும் தன்னம்பிக்கை அசாத்தியமானது. கலவி முடிந்தபின்னும் மீனா உடலில் அதே சிலிர்ப்புடன் துடித்து கொண்டிருப்பாள். பின் கைகளையும் கால்களையும் ஒருபக்கமாக விசப்பட்டவள்போல் குறட்டையும் தூங்கிவிடுவாள். ரிது அப்படியல்ல கைவசம் உள்ள எல்லா வித்தைகளையும்

நிதானமாக முடித்துவிட்டு கால்களை விரித்து மிக நிதானமாக தூங்கிப்போவாள்.

அப்போது அவளின் பேச்சில் உறுத்தியது ஒன்று உண்டு. என்னிடம் 'ஏன் உன் உடலில் வாசனை மாறுகிறது' என்பதுதான். இங்கே கொஞ்சநாள் அங்கே கொஞ்சநாள் என மாறும்போது ஐஸ்பெட்டியில் சத்யபிரகாஷின் உடல் இருந்தாலும் சில்லிட்டு ஒருமாதிரி ஆகிவிடுகிறது. அதனால் உடலில் ஒருவித நமட்டு வாடையை உணரமுடிகிறது என்பதை நானே அறிந்திருக்கிறேன். ஆனால் அதை அவள் பிணவாடை போன்றிருக்கிறது என்றாள். மேலும் சிலநாட்களுக்குபின் தன்னால் பொறுக்க முடியவில்லை என்றும், நேற்று இது தொடர்ந்தால் உன்னை விவாகரத்து செய்யவேண்டியிருக்கும் என்றாள். அப்போது அவள் போதையில்கூட இல்லை.

இதே மாதிரியான சத்யபிரகாஷை முழுவதும் நம்பியிருந்த அமித்தின் வாயிலிருந்து இந்த வார்த்தைவரும் என்று நினைக்கவில்லை. நல்ல சென்ட்டுகளை உபயோகப்படுத்த வழியுறுத்தினான். முக்கியமான மீட்டிங்கின் போதும், நான்கூட இருக்கும்போது சகஊழியர்களிடம் ஒருவித முகசுழிப்பை மற்றவர்கள் என் வாடையின்மூலம் பெறுவதாக வருத்தப்பட்டான். பொறுக்கமுடியாமல் சிலநேரங்களில் இருப்பதால் சகஊழியர்களின் நட்பையும், மோசமான மீட்டிங்கின் மூலம் பல புராஜக்டுகளை இழக்க நேரிடும் என்றும் கூறினான். ஏன் இதே நிலை தொடர்ந்தால், ரமேஷ்பாபுவை உன் இடத்தில் கொண்டுவரப் போவதாகவும் ஒருசமயம் மிரட்டினான்.

இதில் இருக்கும் உண்மையை ஒத்துக் கொள்ளத்தான் வேண்டும். என்னதான் ஐஸ்பெட்டியில் வைத்தாலும் உடலின் மட்கியதன்மை உயிர் பெறும்போது உடனே மாறிவிடுவதில்லை. இந்த பிரச்சனைக்கு ஒரே தீர்வு மாணிக்கத்தை முழுவதும் கொல்வதுதான். இந்த முடிவை எடுத்திருப்பது ஒன்றும் பெரியதாகப் படவில்லை. பரந்தாமனைவிட சத்யபிரகாஷே அதிக பணபலமும் பெண்பின்புலமும் உடையவன். அவனே கார், பங்களா, சமூக அந்தஸ்து என்று சகலமும் கொண்டு இந்த சமூகத்தில் நிலைபெற்றிருக்கிறான். அவன் நினைத்தால் எதையும், மீனாவை வசப்படுத்தியதுபோல, வசப்படுத்த முடியும். ஆகவே அவன் தான் இருக்க வேண்டும் என கடைசியாகமுடிவு செய்தேன்.

பத்துஅடி உயர மதில் சுவர்களைக் கொண்டசுடுகாட்டை நெருங்கியபோது சாம்பல் புகை எல்லா இடங்களிலும் எழுந்தது

போலிருந்தது. முன்பே பார்த்து வைத்திருந்த இடத்தை எந்த தடைகளும் இன்றி நிதானமாக சென்றபோது, அங்கே முன்பே எரியூட்டப்பட்ட உடல் ஒன்று எரிந்து பொசுங்கி காலியாகிக் கொண்டிருந்தது மெல்லிய நிலவொளியில் தெரிந்தது. கண்கள் பழகிவிட்டதும் சின்னகூரையின் கீழ் நடுவில் உடலைவைத்தேன்.

ரிதுவின், அமித்தின் கடும் வார்த்தைகளை நினைத்துக் கொண்டேன். வாடையின் காரணமாக இருவரின் உடலிலும் பேச்சிலும் உடலில் ஒரு தடிப்புதன்மை சமீபகாலமாக சேர்ந்துவிட்டதாக நினைக்க தோன்றியது. மாற்றம்தான் இந்த உலகில் மாற்றமில்லாதது. இப்போது நான் தோற்றதாக நினைக்கவில்லை. மாறாக சத்யபிரகாஷாக மாறியபோதே வென்றுவிட்டதாக நினைக்கிறேன். இந்த மாற்றம் சின்னதோல்வி என்றால்கூட மீண்டும் இதைவிட அவனே பெறாத பெரிய வெற்றியாக சத்யபிரகாஷ் மூலமாக பெறமுடியும். அம்மணமான உடலை கிடத்தி பேண்ட்பாக்கெட்டின் பாட்டிலில் இருந்த பெட்ரோலை எடுத்து உடலில் ஊற்றினேன். மெல்ல உடல் ஈரத்தில் ஊறியது. கணநேரம் மட்டுமே தயங்கியதாக நினைவு. என் உடலை நான் எரியூட்டிவதை அந்த மங்கிய நிலவுமட்டுமே பார்த்துக் கொண்டிருந்தது. சற்று அடங்கியதும் திரும்பி பாராமல் வீடு வந்து சேர்தேன்.

மறுநாள் வாடகைக்கு எடுத்திருந்த வீட்டை காலிசெய்து பொருட்கள் சிலவற்றை குப்பையில் வீசினேன். சிலவற்றை இலவசமாக சிலருக்கு அளித்தேன். எப்போதும் போல வேலையில் முழ்கினேன். பணமும் பதவியும், அங்கீகாரமும், உயர்புணர்ச்சியும் என்னை மகிழ்ச்சியில் ஆழ்த்தின. சில சமயங்களை தவிர எல்லா சமயங்களிலும் அவைகளை விரும்பினேன். அமித்தை கூடியவிரைவில் தாண்டி உயர்பதவியையும் இந்த தனியார் நிறுவனத்தின் முக்கிய கூட்டாளியாக ஆகிவிடும் கனவும் என்னை துரத்திக்கொண்டேயிருந்தன. ரிதுவை புணர்ந்தேன். மீனாவை புணர்ந்தேன். வேவ்வேறு அனுபவங்கள் வேவ்வேறு நாளை மகிழ்ச்சிபடுத்தின. ரிதுவின் உடலின் பூரிப்பை மகிழ்ச்சியுடன் ருசித்தேன். அவள் இல்லத்தின் சொகுசுகளை ஒவ்வொன்றையும் அணுஅணுவாக ருசித்தேன்.

முன்பு சத்யாபிரகாஷ் செய்ததுபோல ரிதுவின் பிறந்தநாள் பார்ட்டியில் என்றென்றும் நினைவில் நீங்கா இடம்பிடிக்கபோகும், அலுவலக பங்குதாரனாகமாற அச்சாரமாகஆகபோகும் இந்த விழாவிற்கு அலுவலகத்தில் அனைவரையும் அழைத்திருந்தேன்.

மதுவின் மயக்கத்தில் நானும் ரிதுவும் மேலதிகாரிகளும் நண்பர்களும் தள்ளாடியபடி கொண்டாடினோம். மிகப் பெரிய விழாவாக முன்னதைவிட சிறப்பாக அமைந்தது. கடைசியாக மேடையில் நன்றியுரை முடித்து அவளை அணைத்து முத்தமிட வந்த என்னை உதட்டில் குறுக்காக விரல்வைத்து முகம் சுளித்து இன்னும் பிணவாடை அடிக்கிறது என்றாள். அருகிலிருந்த அமித்தும் வேகமாக அப்போது தலையசைத்து அதை ஆமோதித்தான்.

• • •

மாங்காச்சாமி

புரட்டாசிமாத கிருஷ்ணன் கோயில் மைக் அலறல்களில் தெருவிற்கே காது கேட்காமல் போய்விட்டது. பேச முடியாமல் சைகைகள் மட்டும் காட்டமுடிகிறது. குளிரில் காதடைக்கும் இந்த ஓசைகள் பெரும் இடைஞ்சலாக இருப்பது மட்டுமல்லாமல் சுவரில் கைவைத்தால் அதிர்வது போலிருப்பதும் சற்று கவலையளிப்பதாக இருக்கிறது. மகன் ஏற்படுத்திக் கொண்டு வந்துவிடும் சின்ன காயங்கள் போல பல வருடங்களுக்குப்பின் மீண்டும் வந்துவிட்ட சொந்த வீட்டிற்கு நேரும் எதுவும் சங்கடமாகதான் இருக்கிறது. இரு நாட்களில் வீட்டை பற்றியும் அதைச் சுற்றிய நினைவுகளும் தவிரவேறு நினைப்பே மனதில் இல்லை எனலாம். வாசலிருந்து கொல்லைவரை நடந்து நடந்து கால்வலி வந்துவிட்டது. கொல்லையிலிருந்து வாசலில் யாராவது வருகிறார்களா என்று பார்ப்பது ஒரு வாடிக்கையாக மாறிவிட்டது.

முன்பு இம்மாத சனிக்கிழமைகளில் வாசலில் சமாராதனைக்காக பிச்சைக்கேட்டு நிறைய பேர் வருவார்கள். சின்னப் பையனாக நானும் தங்கை சுதாவுடன் ஒட்டுத் திண்ணை தூணைப் பிடித்து கொண்டு தெருவை இருபக்கமும் பார்த்தபடி இருப்போம். அரிசியை யார் போடுவது என்று இருவருக்குள் சண்டைகள் வரும். கொடுக்கும் அரிசியில் ஒவ்வொரு கோஷ்டியில் உள்ள நபர்களுக்கு சரியாக பகிர்ந்து அளிக்க வேண்டும். அதிகம் குறைவாகப் போட்டாலோ கடைசி நபருக்கு இல்லை என்றோலோ அது பெரும் குற்றமாகிவிடும். யாருக்கும் இல்லை என்றும் சொல்லிவிட முடியாது. கிருஷ்ணன் பாடல்கள், கீர்த்தனைகள் என்று இருக்கும் ஒவ்வொரு

கோஷ்டியிலும் குறைந்தது நான்கு அல்லது ஐந்து நபர்கள் இருப்பார்கள். அதில் ஒருவர் தனியாக வருவார். அவருக்கு நாங்கள் மாங்காச் சாமி என்று பெயர் வைத்திருந்தோம்.

கோவில்லா, கோவில்லா, கோ...வில்லா என்று அவர் கூறுவதைக் கேட்க வேடிக்கையாக இருக்கும். எங்கள் விளையாட்டுகளில்கூட அந்தசாமி ஒரு பாத்திரமாக வருவார். சின்ன வயதுதான் இருக்கும் அவருக்கு. அவரின் அதீத வளர்ச்சியின் காரணமாக அவரின் வயதை கணிக்க முடிந்ததில்லை. காலையிலிருந்து அவருக்காக காத்திருப்போம். அவர் சத்தம் கேட்டதும் வீட்டிற்குள்ளிருந்து வாயை இருகையாலும் பொத்தி அவருக்கு தெரியாமல் இருக்க இதே நடைவழியில் இருக்கும் சுவரோரம் சாய்ந்து ஒருவரைப் பார்த்து ஒருவர் சிரிசிரி என்று சிரித்துக்கொள்வோம். அவர் வருவதற்கு முன்பு சத்தம்போட்டு விளையாடுவதும், குழறலாக வார்த்தைகளை பேசி கேலி செய்வதுமாக அன்றைய தினம் மகிழ்ச்சியாக கழியும். யார்ரா அது என்று அப்பாவின் சத்தம் கேட்டதும் ஓடி ஒளிந்துகொள்வோம். இத்தனைக்கும் அப்பாவிற்கு எதைப்பற்றி கேலி செய்கிறோம் என்பது தெரியாது. ஒருவேளை நாங்கள் அவரைத்தான் சொல்கிறோமென நினைத்துக் கொண்டிருப்பார்.

எவ்வளவுதான் கேலியாக நாங்கள் சிரித்து கொண்டாலும் அரிசி போடும்போது அருகில் மாங்காச் சாமியின் கண்களில் தெரியும் சாந்தமும், பற்றின்மையும் எப்போதும் பரவசமும், குதூகலத்தையும் அளிக்கக் கூடியது. தோள்களை சுருக்கி கண்களை பலமாக கொட்டி கோணல் வாயோடு அவர் சொல்லும் ஒரு வார்த்தையோ அல்லது செய்கையோ அந்த வாரம் முழுவதும் பேசிக்கொண்டிருப்போம்.

மாங்காச்சாமி எங்களுக்கு மட்டுமேயான செல்ல பெயர்களில் ஒன்று. போடா மாங்காச்சாமி என்றோ, போடி மாங்காச்சாமி என்றோ கோபமான சமயங்களில் திட்டிக்கொள்வோம். அப்படி திட்டப்படுவதை நாங்கள் விரும்பினோம் என்றுதான் நினைக்கிறேன். அக்காவிற்கு அதிக ஆர்வமில்லை என்பது அவள் பேச்சிலே தெரியும், என்றாலும் அவ்வப்போது அவளும் கலந்துகொண்டு கேலி செய்வாள்.

ஆனால் இப்படியே நீடிக்கவில்லை, அடுத்தடுத்த வருடங்களில் வீட்டு கஷ்டத்தால் அரிசி போடுவது கொஞ்ச கொஞ்சமாக குறைந்தது. அரிசி விக்கிற விலையில யாராவது போடுவாங்களா என்று அம்மா கொஞ்சம் காசுகளை மேஜைமீது வைக்க

ஆரம்பித்தார். ஆனால் மாங்காச்சாமிக்கு மட்டும் கண்டிப்பாக அரிசி போடவேண்டுமென்று சொல்லியிருந்தார் அப்பா. அவருக்கு மட்டும் தனியாக டம்ளரில் அரிசி இருக்கும். ஓடிவந்து அரிசி போட வந்ததும் வாங்கி போட்டுக்கொண்டு அம்மாகிட்ட கொளுத்துடு என்று நின்று சிரித்துக் கொண்டிருப்பார். சரி என்று தலையாட்டும் வரை நின்று பார்த்துவிட்டு, நேர்க்கோட்டில் வராத கால்களுடன் ஆடிஆடிச் செல்வார்.

மங்காச்சாமி எப்போது மஞ்சள் நிற உடைகளே அணிந்து வந்ததாக நினைவு. நெற்றியில் நல்ல அகலமான நாமம். நன்கு துவைக்கப்பட்ட பழைய வேட்டி ஆனால் தாறுமாறாக கட்டியிருப்பார் அல்லது கட்டுவிக்கப் பட்டிருக்கலாம். விரல்கள் சரியாக பிடிக்கப்படாத பாத்திரம். அது நிரம்பியதும் போட்டுக்கொள்ள தோளில் தொங்கும் ஒரு பெரிய துணிப்பை. விரிந்த ஆனால் அவ்வப்போது சுருங்கும் கண்களும் கோணலாக உதடுகள் பிளந்திருக்கும் வாயில் சிவந்த ஈறுகளுடன் செங்கல்போன்ற பற்களை காட்டி சிரிப்பார் அகலமுகம் லேசாக குழிவிழுந்த நெற்றி மேலே உயர்ந்து பின்னால் சட்டென முடிந்துவிடும் பார்க்க மாங்காய்போல் காட்சிதரும் சின்ன தலை. ஆகவே அப்பெயர் அவருக்கு சரியாக பொருந்தி போனது.

குடும்பக் கஷ்டத்தில் வீடு ஒத்திக்கு விடப்பட்டு வேறு ஒரு சின்ன வீட்டில் இருந்த சமயங்களிலும் மாங்காச்சாமி பெயர் எங்கள் விளையாட்டுகளில் இருந்தது. தாத்தாவின் வழியாக கைமாறி வந்த வீடு அந்த தெருவின் ஒரே மாடிவீடாக அப்போது இருந்தது. கடன்காரர்களுக்கு பயந்து கொஞ்ச காலம் வேறு ஊரில், தலைமறைவு வாழ்க்கைபோல வாழ வேண்டியிருந்தது. கஷ்டப்பட்டு படித்து அக்கா தங்கையின் திருமணங்கள் முடிந்து, வேலைக்காக மீண்டும் வேறு ஊர் சென்று கீழ்மட்டத்திலிருந்து எல்லா வேலைகளையும் செய்து சம்பாதித்து, திருமணம் ஆகி ஒத்தி பணம் கொடுத்து வீட்டை மீட்டு மீண்டும் இப்போது வந்தபோது நாங்கள் அமர்ந்திருந்த திண்ணை எடுக்கப்பட்டிருந்தது. வண்டிகள் வைக்க மாடி வீட்டிற்கு செல்ல என்று திண்ணையின் ஒரு பகுதி சமதளமாக்கப்பட்டு செட்டாக மாறியிருந்தது. ஆனாலும் வீட்டில் முன்பிருந்த அதே அழகும், ஐஸ்வர்யம் கூடிய அமைதியும் கொண்டு எப்போதும்போல தரையில் ஒருவித குளிர்ச்சியுடன் காட்சியளிப்பதாகதான் தோன்றுகிறது.

வந்த இரண்டு நாட்களில் அப்பாவிற்கு என்ன மாதிரியான சந்தோஷம் இருக்கிறது என தெரியவில்லை. அம்மாவிற்கு

மிகுந்த சந்தோஷம் அவளின் பனிபடர்ந்தது போன்ற கண்களின் ஊடே தெரியும் தடுமாற்றம், கைபிடித்து எதுவும் கேட்டால் அழுதுவிடுவாள் போலிருந்தாள். மனைவிக்கும் மகனுக்கும் சொந்த வீட்டிற்கு வந்ததில் ஆனந்தமும் மகிழ்ச்சியுமாகவே இருக்கிறது. எந்த சாமானை எங்கே வைக்கவேண்டும் என்று, அடுப்படியை எப்படி மாற்றலாம் என்று பல கேள்விகள் அவளுக்கு. திருமணமாகிப் போன சுதாவிற்குகூட சொந்தவீடு திரும்ப கிடைத்ததில் பெரிய மகிழ்ச்சி தான். ஓடிபிடிச்சில் அந்த மாடிப்படி மறைவில் மறைந்து விளையாடியது, ஊஞ்சலில் எந்நேரமும் ஆடியது, என்று வீட்டின் ஒவ்வொரு இடத்தையும் நினைவுபடுத்திக் கூறினாள்.

இறங்கி கொஞ்ச தூரம் நடந்துவர வேண்டும் என தோன்றியது. தெருவில் நடந்தபோது மகன் அருண்கூட வந்து இணைந்து கொண்டான். புதிய நண்பர்கள் கிடைத்த மகிழ்ச்சி அவனுக்கு. சுதா அத்தை வீட்டிற்கு அழைத்துச் செல்வதாக அவனுக்கு உறுதியளித்திருந்தேன். ஆனால் நான் என் சித்தப்பாவின் வீட்டிற்கு செல்லவே ஆசைப்பட்டேன். அவரிடம் பேச இந்த வீட்டைப்பற்றி பகிர்ந்து கொள்ள நிறைய இருப்பதாக தோன்றியது.

அவர் வீட்டிற்குப் போனபோது சித்தப்பா ஒரு வேட்டி பனியனில் மேலே ஒரு துண்டோடு யாருடைய வருகைக்கோ காத்திருப்பது போல் நின்றிருந்தார். முகமெல்லாம் மலர்ச்சியும் உள்ளத்தில் கனிவுடனும் இருந்ததை உள்ளே அழைத்து செல்லும்போது அவர் குனிந்த முதுகு நடையில் உணரமுடிந்தது. முதலில் சம்பிரதாயமும் தயக்கமுமாக ஆரம்பித்த அவரது பேச்சு, சிறிது நேரத்தில் மழைக்கால அருவி போல உற்சாகம் கொண்டுவிட்டது. வயது வித்தியாசங்களை கடந்து உற்சாகம் தொற்றியதும் வீடே அதிரும்படி அவர் சிரித்தது சித்திக்கு ஆச்சரியத்தை அளித்திருக்கும்.

என்னுடைய இருப்பு அவருக்கு பழைய மகிழ்தருணங்களை நினைவுபடுத்திக் கொண்டு இருந்தது போலும். ஒன்றின் தொடர்ச்சியை எந்த இடையூறும் இல்லாமல் தொடர்புடைய வேறுஒன்றில் கொண்டு சொல்ல பெரும் ஆவல் கொண்டிருந்தார். ஆமாம் என்பதையும் சின்ன தலையசைப்பையும் பெரிய அங்கீகாரமாக நினைத்தார். அருண் சித்தியுடன் மற்ற குழந்தைகளுடன் விளையாட சென்றிருந்தான். சித்தப்பாவின் வெடி சிரிப்போடும் பேச்சோடும் மெதுவாக திண்ணை வந்து அமர்ந்த போதுதான் பேச்சு எங்கே தொடங்கப்பட்டது என்பது தெரியாமல் இருப்பதை உணர்ந்தோம்.

சித்தப்பாவிற்கு ஒரு பழக்கம் உண்டு பேச்சில் உற்சாகம் வரும்போது உள்ளங்கைகளை தேய்த்து கொண்டே பேசுவார். அவரின் பேச்சுத்துணை இன்மையும், விலகி போயிருந்த நீண்டநாள் தனிமையும், அந்த வயதிற்கே உரிய கர்வங்கள் இழந்த மகிழ்ச்சியும் தன்னை மறந்தவராக பேசிக் கொண்டேயிருந்தார். வேறு ஒரு சமயமாக இருந்தால் கேட்டுக் கொண்டிருக்க முடியாது என தோன்றியது. இது மகிழ்ச்சி தருணம், பேசுவது யாராக இருந்தாலும் கேட்டுவிடமுடியும். பேச்சுகள் பலவாறு சுற்றித் திரிந்தாலும் கடைசியில் குடும்ப பிண்ணனியை வந்து சேரும், எல்லாம் விதிப்பா என்பார்.

ஒரு உற்சாக பின்னணியில் மீண்டும் தொடங்குவார். ‘எப்போ பாகப்பிரிவினை ஆச்சு’ சித்தப்பா என்றேன். அப்படி கேட்டிருக்கக்கூடாது என்று தோன்றினாலும் என் மனம் அதைத்தான் விரும்புகிறது என நினைத்தேன். அதைப்பற்றி கேட்காமல் அந்தப் பேச்சு முழுமையடையும் என தோன்றவில்லை. என்னை ஒரு முறைப் பார்த்தார். விளையாட்டாக அல்லது வேடிக்கையாகக்கூட கேட்கிறேனா என நினைத்திருக்கலாம். உள்ளங்காலில் கையை தேய்தபடி வானத்து பின்னணியில் எதையோ கண்டுவிட்ட புன்னகையுடன் பேச ஆரம்பித்தார்.

அப்ப நீ சின்னக் குழந்தையா இருந்த, உன் அக்காளும் கொஞ்சம் சின்ன பொண்ணுதான். முதல்ல கடை பெரிய கடைத்தெருவிலதான் இருந்துச்சி. அது உன் தாத்தா கடை. அகலத்துல நாலு அம்மாசிடர் கார் நிறுத்தலாம் பாத்துக்க, அவ்வளவு பெரிய கடை. தாத்தா போனோன்ன நாங்க மூனு அண்ணந்தம்பிகளும் அந்த கடைய நடத்தினோம். அண்ணந்தான், உங்கப்பாரு, கல்லாவுல உக்காருவாரு. எங்கப்பாவுக்குகூட அப்படி ஒரு தேஜஸ் இருந்ததில்ல. மண்டபத்துல உட்காந்திருக்கிற ராஜா மாதிரி, அப்படி இருப்பாரு. வெள்ளவேட்டி, வெள்ள முண்டா பனியன் தெரியிற வெள்ள மல்லுசட்டை, பவுடர் பூசுன முகத்துல குங்குமபொட்டு, உதட்டுல வெத்தல செவப்பு. கழுத்துல செயின்லாம் போட்டு அப்படி கம்பீரமா இருப்பாரு. வியாபார நுணுக்கங்கள் அத்தனையும் அத்துபடியா இருந்துச்சி அவருக்கு. எல்லோரையும் அனுசரிச்சு அவரு பண்ண வியாபாரமே ஒரு அழகுதான்.

எப்போ பிரிஞ்சிங்க சித்தப்பா? என்றேன். அவரிடம் கேட்க நினைத்திருந்த ஒன்றை அப்போதுதான் அறிந்ததுபோல் கேட்டது எனக்கும் சற்று அதிர்ச்சியாக இருந்தது. ஆனால் அவர் அதை

கேட்காதவர்போல, அதில் சுவாரஸ்யமற்றவர் போல கடந்து சென்றார்.

அது வேற கத. ஒரு நாளைக்கு எவ்வளவு சரக்கு வரும் தெரியுமா? ஆனா எங்க என்னன்ன சரக்கு இருக்கு, எவ்வளவு போயிருக்கு, இப்ப என்ன பாக்கியிருக்கு, அடுத்து என்ன பண்ணனும், எல்லாம் தெரியும் அவருக்கு. எனக்கும் தங்கராசு சித்தப்பாவுக்கும் அவ்வளவா புரியாது, ஆனா உங்கப்பன் முன்னாடியே வந்து, இத முதல்ல பாருடா, இந்த வேலய முதல்ல முடிச்சுடு, அது பிரச்சனையாக வரதுக்குல்ல கண்டுபிடிச்சு கரெக்டா எங்ககிட்ட சொல்லிடுவாரு. வேலை செய்றவங்க கிட்ட எப்படி வேல வாங்குறது, அத எப்படி சரியான ஆளுக்கிட்ட கொடுக்கிறது ஒரு கணக்கு அவருக்கிட்ட இருக்கும். ஒரு தப்பு வராது. மத்தவங்க தப்பா பண்ணினாகூட கோபமோ வருத்தமோ அவர்கிட்ட வராது. அமைதியா ஒரு பார்வை பாப்பாரு அவ்வளவுதான்.

மூணுமுறை கடைய மாத்திட்டிங்கல்ல சித்தப்பா? என்றேன். ஒவ்வொரு முறை மாற்றப்பட்டபோதும் அப்பாவின் மனதில் அவர் உடலில் என வெளிப்படையாக தெரிந்த மாற்றங்களை கவனித்திருக்கிறேன். அப்போதெல்லாம் அவர் யாருடனும் பேசமாட்டார். சிரிப்பது முழுமையாக குறைந்து தனக்குள் பேசிக்கொள்பவராக மாறிப்போனார்.

ஆமாமா, நாங்க பிரிஞ்சோன்னயே பெரிய கட தெருவில நடத்த முடியாம வித்துட்டு கும்பேஸ்வரம் கோயில் கிட்ட போச்சி, அப்புறம் உங்கப்பன் திருவாலுரு போயிட்டு திரும்பி வந்தப்ப கீழசந்து தெருவில வந்துச்சு. அப்பவே ரொம்ப ஒடிஞ்சிட்டாரு, கடைக்குன்னு ஒரு பேரு இருக்குல்ல! அதவிட்றக்கூடாது, எப்படியும் பெரிசாக்கிடனும்னு நினைச்சாரு புதுசா என்னென்னமொல்லாம் பண்ணி பாத்தாரு. ஆனா முடியல. ஆனாலும் அப்ப நடந்த எந்த குடமுழுக்கு, மண்டகப்படிக்கும் அவர்தான் வரணும் இருந்திச்சு. அப்படி ஒரு அந்தஸ்து.

'மகேஷ் அந்தசமயத்துல தானே சித்தப்பா பிறந்தான்.' என்றேன்.

அதுவரை இருந்த மகிழ்ச்சியில் சின்ன மாற்றம் கொள்வதை சித்தப்பாவின் முகத்தில் தெரிந்தது. முகத்தை மறைப்பதைபோல கொசுக்களை அவசரமாகவிரட்டினார். அத்தனை நேரம் இருந்த கொசுக்களை அப்போதுதான் கண்டவர்போலஅவரின் கைகள் தேவையற்ற அசைவுகளைக் கொண்டிருந்தன.

இடையில் இறந்துவிட்டதாலோ என்னவோ மகேஷ் பற்றிய சித்திரம் எப்போது என்னிடம் இருப்பதை உணர்ந்திருக்கிறேன். என் பால்யத்தை அவனுடன் இணைத்தே நினைத்துக்கொள்கிறேன். சற்று திடமானவர்போல மாறுபட்டவராகதொடர்ந்தார்.

உன் தங்க சுதா பிறந்த கொஞ்ச நாள்ல, உன் சித்தி கடயநல்லூர்ல்ல அவ அம்மா விட்டுல பிறந்தான். பிறக்கிறப்பவே ஒரு மாதிரியாதான் இருந்தான், அப்பவே கொஞ்சம் தெரிஞ்சு போச்சு, ரொம்ப சின்னதா இருந்தானா, தலவேற சின்னதா இருந்துச்சி. வளரப்ப எல்லாம் சரியாயிடுவான்னு சொன்னாங்க. வளர்ந்தும் பேசல, நடக்கல, ரொம்ப லேட்டாதான் நடந்தான். வாயில்லாம் எச்சி ஒழுவிகிட்டு கிடக்கும். ராத்திரியில வேற தூங்கமாட்டான், ரொம்ப கஷ்டப்பட்டான். கஷ்டமும் படுத்தினான். கூட்டு குடும்பத்துலேயும் சரி, வெளியிலயும் சரி அவனால அவமானம்தான். இப்ப இருக்குறமாதிரி அப்ப ஜனங்க புரிஞ்சுகல. எல்லோரும் அவன கேலி பண்ணிக்கிட்டே இருந்தாங்க.

'சொத்த பிரிக்கிறதுக்கு அவனும் ஒரு காரணமா சித்தப்பா.' என்றேன். கண்கள் ஒரு வினாடி சந்தித்துக்கொண்டன. இப்போது நான் வளந்திருக்கிறேன் இன்னும் சிறுவனாக என்னை நினைக்க வேண்டுமா என அவர் மனம் ஊசலாடுவதாக இருந்தது.

ஆமா, அவனாலதான் சொத்த பிரிக்க வேண்டியதாப் போச்சு. அவனோட மருத்துவ செலவுக்கு கடைக்கணக்குல எடுத்துக்கிட்டிருந்தேன். இது எப்பயும் சாதாரணமா நடக்குறதுதான். அண்ணன் எதுவுமே சொல்லல. ஆனா மாசா மாசம் செலவு அதிகமாயிட்டே போனதால 'தம்பி கடைக்கணகுல வேண்டாம் வீட்டுக் கணக்குல வெச்சுகுவோம்ன்னாரு' எனக்கும் சரின்னு பட்டிச்சு, ஆனா உங்க சித்தி இருக்காலே அவ ஒத்துக்கல. வீட்டு கணக்குல எடுத்தா அண்ணி, ஒரக்கத்தி, அப்புறம் அத்தை ஒருத்தி இருந்தா எல்லோருக்கும் தெரியும் பேச்சா போகும்ன்னு, தனியா போறதா சொல்லி முன்னாடியே சண்டையப் போட்டுட்டா. எனக்கும் ஒரு சமயத்துல, இவன் மகேஷ் இருக்குற நிலமையில, தனியா பிரிஞ்சு போய்டுவோம்னு தோணிச்சுஞ்

தனிக்குடித்தனம்னு சொன்னோன்ன முதல்ல சரி பின்னாடி எப்படியும் பிரியத்தானே வேணும் நினைச்சாரு, கடைய பிரிக்கனும்னு சித்தி சொன்னோன்ன. ரொம்ப சங்கடப்பட்டுட்டாரு.

அப்பவே கடைய பிரிச்சிட்டீங்களா சித்தப்பா.

கொஞ்ச நாள்ல பிரிச்சிட்டோம். அண்ணனுக்கு ரொம்ப கோவம் அப்பதான் வந்திச்சு. தம்பிங்க ரெண்டு பேரும் சொல் பேச்சு கேக்கலையேன்னு கோவம். அண்ணி, அதான் உங்கம்மா, எவ்வளவோ சொல்லிப்பார்த்தாங்க. 'வேண்டாம் தம்பி, உங்களுக்கே தெரியும் மாமாவுக்கு அப்புறம் இப்பதான் கடை ஒரு நிலைக்கு வந்திருக்கு கொஞ்சம் பொருத்துக்கங்க, நா அண்ணங்கிட்ட சொல்லிகிறேன்'னாங்க, ஆனா உங்க சித்தி கேக்கல. அண்ணிக்கிட்டயே சண்டைக்கு போனா.

பிரிஞ்சதுலேந்து என்கிட்ட பேசுறத நிறுத்திட்டாரு. பிரிச்சும் வீடும் கடை அவர்பேர்லதான் போச்சு, நெலம் வேறசில வீடெல்லாம் எங்க பேர்ல வந்துச்சி. பணமெல்லாம் கொடுத்து கையிருப்பு இல்லாம, கொள்முதல் பண்ணமுடியாம, இருந்த சரக்க மத்தகடைக்கும் கொடுக்க முடியாம ரொம்ப பெரிய நட்டம் வந்துபோச்சு அவருக்கு. நானும் தம்பி சின்னாவும் தனியா இருக்குறதே போதும்னு கணக்கு எழுதப் போயிட்டோம். அவரு நினைச்சிருந்த கனவு அந்த கடை. அண்ணன் என்னன்னமோ பண்ணிப்பாத்து முடியாம எங்க எதிரியான கண்ணையாகிட்ட கடைய கொடுத்துட்டு, கும்பேஸ்வரன் கோயில் தெருவுல சின்னதா கடைய போட்டாரு.

நாகூட பார்த்திருக்கேன். கோயில் எதிர் சுவருல பின்புறமா ஒட்டுனமாதிரி வரும்.

ஆமா, ஆனா கட தெருவுக்கு தள்ளி இருந்ததால சரியாப் போகல. ரொம்ப கஷ்டப்பட்டு நடத்தினாரு, வீட்ட அடமானம் வெச்சு, அண்ணி நகைய அடமானம் வெச்சு பலதும் பண்ணிப் பாத்தாரு, முடியல. கடைசில கடன்காரங்களுக்கு பயந்து ஊரவிட்டு ஓடிப்போயி, திருவாலூருல வீரா சன்ஸுன்னு ஒரு கடை இருக்கு அங்க கணக்குப்புள்ளையா சேர்ந்து கொஞ்ச நாள் இருந்தாரு. அண்ணியும் புள்ளைங்களும் இங்க இருந்தாங்க, அப்புறம் அண்ணியையும் உங்களையும் கூட்டிக்கிட்டு போனாரு. மகேஷ் சாவுறத்து கொஞ்சநா முன்னாடிதான் இங்க வந்தாரு..

மகேஷ் எப்படி சித்தப்பா செத்தான்.

அதுவா, அது பெரிய கதயில்ல, அவனுக்கு அப்பப்ப வலிப்பு வரும். கொஞ்சம் மந்தமா வேற இருந்தானா, அப்பப்ப வெளியில நடந்து போயிடுவான். ஒரு மழ நாள்ல ரோட்டுல இறங்கி, நடந்து போக ஆரம்பிச்சுட்டான். வீட்டுல யாரும் கவனிக்கல, அப்ப பத்து வயசுதான் அவனுக்கு.

இப்படியே நடந்து போயி அரசலாத்துல இறக்கிட்டு இருக்கான். தண்ணின்னா அவனுக்கு ரொம்ப பிடிக்கும். அவன் சிரிச்சுக்கிட்டே இறங்குனத, ரவிராஜுன்னு ஒருத்தர் ராணுவத்துல இருந்தவரு, பாத்துட்டு குப்புச்சாமிக்கிட்ட சொல்லியிருக்காரு, குப்புச்சாமிய தெரியுமில்ல பெரிய நீச்சல்வீரன், காவேரி வெள்ளத்துல சோருவல் எல்லாம் அடிப்பான். பய எறங்கி தண்ணியில கிடக்கான்னு சொல்லியிருக்கிறாரு அங்கவந்து அவன தேடி பாத்திருக்காங்க மகேஷ் கிடைக்கல. ரெண்டு மையில் தூரத்துல இருக்கிற அணைகட்டுல தேடி கண்டுப்பிடிச்சு அவன் பொணத்த எடுத்துவந்தான்.

அவன் சாவுறதே சரின்னு ஒரு சமயத்துல நினைச்சுப்பேன். அவன் இருந்து கஷ்டப்பட்றதவிட சாவறதே மேல் இல்லயா. ஆனா அண்ணன் சாவுக்கு வரல்ல. அவனுக்கு வாய்க்கரிசிகூட போடவரல அதுதான் ரொம்ப வருத்தமா இருந்துச்சு. என்ன பண்ணாலும் வருத்தப்பட்டு அண்ணன் ஒரு வார்த்தகூட என்கிட்ட சொன்னதில்ல. அவரு இப்படி பண்ணிட்டாரேன்னு வருத்தம் தான். ஏன்னா அவரு இழந்த கவுரவம், வீடு, பணம் எல்லாமே ஒரு வகையில மகேஷும் என் குடும்பமும் காரணம்னு நினைச்சாரு. இப்படியே கொஞ்சம் கொஞ்சமாக இரண்டு குடும்பத்துக்கும் உறவு விட்டுபோச்சு. போன வருசம் சித்தியோட அக்கா செத்தப்ப அண்ணிதான் வந்தாங்க. அண்ணன் வரல. அப்பலேந்து உறவு கொஞ்சம் பரவாயில்லாம இருக்கு.

இருட்டிவிட்டிருந்தது. இறங்கி ரோட்டில் நடந்தபோது மிச்சமிருந்த வானத்து வெளிச்சம் உடலில் பரவியது. சட்டென ஒளிர்ந்த பல்புகளின் ஒளி வாசலைத் தாண்டி ரோட்டில் சதுரமாக எல்லா வீடுகளிலும் கிடந்தது. அதை கடக்கும்போது வீட்டிற்கு சென்றுவந்தது போலிருந்தது. தேவையற்று அருணை அணைத்துக் கொண்டேன். அது எப்போதும் போன்றதாக இல்லை. அவனின் செல்ல சிணுங்கல்கள் பிடித்திருந்தது. எப்போதும் மனதை அரித்துகொண்டிருக்கும் சில விஷயங்கள் மெல்ல தெளிவு பெறும்போது கிடைக்கும் இன்பம் எதிர்பார்த்ததைவிட வேறுமாதிரி இருந்தது.

சட்டென மின்சாரம் போய்விட்டது. தினம் ஒன்பது மணிக்கு ஐந்து நிமிடம் போகும். அதுவரை காணமுடியாத நட்சத்திரங்கள் இருளில் தெரிய தொடங்கின. நிலாவும் அப்போதுதான் கவனத்திற்கு வந்தது. அதுகூடவே வரும் வேகம் பிரம்மிப்பாக இருந்தது.

அப்பா செய்தது தவறு என்று தோன்றியது. எப்போதும் அதிர்ந்து பேசாத அவர் எப்படி இப்படி நடந்துக் கொண்டார் என்று தெரியவில்லை. இந்த வீடு திரும்ப கிடைத்தது குறித்து அவருக்கு ஏதும் தெரிந்திருக்குமா தெரியவில்லை. அப்படியே தெரிந்தாலும் வெளிப்படுத்துவாரா என்பதும் தெரியவில்லை.

மீண்டும் மின்சாரம் வராமல் இருந்தால் அந்த இருளிலேயே மறைத்து கொள்ளலாம் என தோன்றியது. ஆனால் வீட்டின் படியில் கால்வைத்தது வந்துவிட்டது. அருண் இறங்கி ஓடினான்.

கட்டிலில் எழுந்தமர்ந்திருந்தார் அப்பா. அவரைக் கண்டதும் எதுவும் அவசரம் என்று தோன்றவில்லை. ஐந்து நிமிட இடைவெளிக்குப்பின் தொடர்ந்தஇந்த மாத மைக் அலறல்கள் அவரை எழுப்பியிருக்க வேண்டும். வயதானவர்களின் கஷ்டங்கள் அவர்களுக்கு புரிய வாய்ப்பில்லை.

அப்பா கையை பிடித்து பாத்ரூம் போகனுமா வாங்க என்றேன். பிடித்த கையையும் என்னையும் மலங்க மலங்க பார்த்தார். அவர் பாத்ரூம் போக எழவில்லை என்பது போலிருந்தது. அம்மாவும் மனைவியும் அடுப்படியில் ஏதோ செய்து கொண்டிருந்தார்கள். அவர்களுக்கு இது என்றும் நிகழும் அசுவாரஸ்ய நிகழ்ச்சிதான்.

எதாவது சாப்பிடறீங்களா, தண்ணி வேணுமா என்றேன். அருணிடம் தாத்தாவுக்கு தண்ணி எடுத்துவாப்பா என்றேன்.

அப்போதும் அவர் நிலைக்கு வரவில்லை. எப்போதாவது இப்படி செய்யும் போது எரிச்சலாக இருக்கும். முக்கியமாக பேசும்பொது பேசாமல் பார்த்துக் கொண்டிருப்பார். ஒருவேளை மனதுக்குள் பேசிக்கொண்டிருப்பார். தீடீரென நாக்கு குழறலாக ஏதோ சொன்னார். அது தண்ணியைக் கொப்புளித்து துப்புவது போலிருந்தது. என்ன என்றதும்.

அம்மாகிட்ட சொல்லு போயிடப்போறான் மாங்காச்சாமி வந்திருக்கான் பாரு சீக்கிரம் போ என்றார். உளறலாக புரியாத மொழியில் கூறுவதாகத்தான் இருந்தது. ஆனால் அவர் கண்கள் தீர்க்கமாகஎன்னையே கவனித்துக் கொண்டிருந்தன.

• • •

வாசலில் நின்ற உருவம்

"அமைதி என்பது மரணத் தறுவாயோ?
வந்தமர்ந்த பறவையினால்
அசையும் கிளையோ?
அமைதி என்பது வாழ்வின் தலைவாசலோ?
எழுந்து சென்ற பறவையினால்
அசையும் கிளையோ?"

- தேவதேவன்

ஆரோக்கியமானபோது சிந்திப்பது தொடர்ச்சியற்றும் இலக்கற்றும் இருப்பதும், ஆரோக்கியமற்றபோது அதுவே தொடர்ச்சியும், விரிவுடன் கூடிய ஆழமும் கொண்டிருப்பதுமாக தெரிகிறது. இளம்வயதில் தோன்றிய ஏதோஒரு விஷயம் பல வருடங்களாக நினைவை விட்டு அகலாமல் காலங்கள் தோறும் வளர்வதையும், மனதின் மூலைகளில் இண்டுஇடுக்குகளில் தொடர்ந்து வளைய வருவதையும், பலசமயங்களில் சற்று ஆச்சரியத்துடன்தான் அனுமானிக்க முடிகிறது. ஆனால் ஆரோக்கியமான காலங்களில் நினைவு தெரிந்து ஒருநாளும் தொடர்ந்து சிந்தித்ததாக நினைவில்லை. ஒரு விஷயம் அல்லது செயல் செய்யவேண்டும் என நினைத்தால் அதை உடனே செய்துவிடவேண்டும். அது சமூக அமைப்புகளுக்கு எதிரானதுபோல தோன்றினாலும் எது தேவையாகப் படுகிறதோ அல்லது கேட்டுக்கொண்டவரின் நலன் கருதி, அல்லது ஒருவித உந்துதலின், வேகத்தில் அப்போதைக்கு அதை செய்து விடுவதுதான் வழக்கம். அதைப்பற்றி பிறகும் சிந்தித்ததும் இல்லை. வேறுமாதிரி செய்திருக்கலாம் என்று நினைத்தால் அதுவே கொஞ்சம் அதிகம்தான்.

கே.ஜே.அசோக்குமார்

அலுப்பிலும் தொடர் சிந்தனையிலும் இருந்தவழக்கத்திற்கு மாறாக கண்விழித்துவிட்ட விநாயகமூர்த்திக்கு ஏற்பட்ட மனசிக்கல்களும், குழப்பங்களும், நடுதூக்கத்தில் விழிப்பு கொண்டுவிட்ட குழந்தை போல பயத்தில் யாரையாவது அழைக்க வேண்டுமென்று பரபரப்பு ஏற்பட்டது. அந்த அறையை நிதானமாக துழாவியும் அவர் கண்களுக்கு எதுவும் தட்டுப்பட்டதாக தெரியவில்லை. கொஞ்சகாலமாக மருத்துவமனைகளிலும் வேறுவீடுகளிலும் இருந்து வருவதால் யாரின் வீடு என்ற யோசிப்பின் குழப்பம் அவரை பேசாமல் இருக்க வைத்துவிட்டது.

இடப்பக்கமாக இருந்த சிறிய குண்டு பல்பு, ஒரு குழந்தையின் சிரிப்புபோல மங்கி மினுக்கி வெளிச்சத்தை குறைத்து அதிகரித்து காட்டிக் கொண்டிருந்தது. பல்புக்குள்ளிருக்கும் பிளமென்ட் சுளிப்பு நன்கு பரிச்சயமான ஒன்றுபோல இருந்தது. அதை நீண்ட நாட்களாக கவனித்து வந்ததால் இருக்கலாம் என்ற நினைப்பு சற்று பயத்தில் ஆழ்த்தியது. ஆனால் அந்த பல்பு வலப்பக்கம் இருந்ததாகவும் ஒரு ஞாபகம். ஒருவேளை பெட்டில் மாறிப் படுத்திருக்கிறேனோ என யோசித்தார்.

காலத்தின் வேகமும், தீவிரமும் நம்பமுடியா அதன் இரக்கமற்ற தன்மையும் மனதை கொஞ்ச காலமாக அலைகழித்தபடியிருக்கிறது. இப்போதுதான் பருத்திகார தெருவில் டிராயர் மட்டும் அணிந்து தெருவில் ஓடிவிளையாடியதுபோல் நினைவிருக்கிறது, அதற்குள் இத்தனை வருடங்கள் கடந்துவிட்டன. அந்த அலைகழிப்பில் வலது காலை எடுத்து இடதுகாலின்மீது வைத்து கழுத்திற்கு ஒரு கை கொடுத்து கண்கள் மேலே நிலைகுத்தியிருக்க மல்லாந்தபடியே சிந்திக்க நினைத்தார். ஏதாவது தீவிரமாக சிந்திக்கும் போதெல்லாம் அப்படிதான் செய்வார். அவருக்கு பிடித்தமான அடிக்கடி செய்யும் செய்கையும்கூட. வலதுகாலின் அசைவை அனுமானித்துக் கொண்டிருந்தார். செய்யமுடியவில்லை என்பது சற்று நேரங்கழித்து புலப்பட்டது. நினைவு வந்தவராக துடிக்கும் உடலின் பலவித அசைவுகளுடன் இடப்பக்கமாக கையை ஊன்றி சுவற்றை தடவி எழுந்தமர்ந்தார். சில சமயங்களில் அவராக எழுந்து கொண்டாலும் பல சமயங்களில் எழுந்தமர யாராவது உதவி செய்யவேண்டும். எழுந்தமர்ந்ததும் கிழக்கு என நினைத்த ஒரு பக்கமாக பழநியாண்டவர் கோயிலை நோக்கி தோளைச் சுருக்கி ஒருகை மட்டும் உயர்த்தி கண்களை மூடி வழிபட்டார்.

எழுந்து அமர்ந்தபின் தலை குனிந்து ஒரு ரப்பர் உருவம்போல அமர்ந்திருப்பது அவருக்கே வெறுப்பாக இருந்தது. அமானுஷ்ய

அமைதி அந்த இருளில் நீண்டு கொண்டே சென்றது எரிச்சலை ஏற்படுத்தியது. முத்தம்மா விளக்கமாறால் தரையை பலமாக தேய்ப்பதை கேட்டதும் தூக்கத்தில் விழிப்பு கொண்ட பறவைபோல் தலைதூக்கி சற்று ஆசுவாசமானார். இவ்வொலிகள் மட்டும் தினமும் சரியாக கேட்டுவிடுகின்றன இப்போது மணி ஐந்து இருக்கலாம். இனி கொஞ்சம்கொஞ்சமாக சத்தங்கள் வேகம் பிடிக்க ஆரம்பித்துவிடும். இந்தநாள் குழந்தைகளின் அழுகுரல், பரபர காலடி ஓசைகள், வண்டி எடுக்கும் ஓசைகள், தெருவில் தண்ணீர் தெளிக்கும் ஓசைகள், காய்கறி, பால்காரனின் ஓசைகள், குழாயில் தண்ணீர் பிடிக்கும் ஓசைகள், நடுக்கட்டு பர்வதத்தின் துணி துவைக்கும் தப்தப் ஓசைகள் என்று நாள் சுழன்றபடியே செல்லும். ஒவ்வொரு சமயமும் இந்த சத்தங்களில்தான் அவர் வாழ்க்கையே செல்வதாகவும் தோன்றும்.

கவனமாக இருபக்கமும் திரும்பி பார்த்துக்கொண்டார். அறையில் தான் ஒருபக்கமாகவும் சாமான்கள் மற்றொரு பக்கமாகவும் வைக்கப்பட்டிருப்பதாகபட்டது. தன்னை ஏதோ ஒரு வகையில் உதாசீனப்படுத்த நினைக்கும் இந்த செயல் யோகேஷ் ஒருவனால் மட்டுமே செய்யக் கூடியது. என நினைத்தார். நன்றாக இருந்த ஒரு சமயத்தில் சில காரணங்களுக்காக அவனை கொலை செய்யக்கூட நினைத்ததுண்டு. கனகத்தின் வற்புறுத்தலால் அவன் தப்பிப் பிழைத்ததாக நினைத்துக் கர்வம் கொள்வார். இப்போது அப்படி நினைக்கவில்லை ஆனால் எல்லாம் தலைகீழாக மாறிவிட்டதாக தோன்றியது. அவனில்லாமல் எதுவும் நிகழ்வதில்லை என்பதை வருத்தமாக நினைத்துக்கொண்டார்.

சுவற்றிலிருந்த பல்லி ஒன்று மெதுவாக அந்த பல்பை நோக்கி நகர்ந்து கொண்டிருந்தது. ஒருவேளை அங்கு பூச்சியிருக்கலாம், அது சரியாக தெரியவில்லை. கண்பார்வை குறைந்துவிட்டது, காதும் லேசாக மந்தம்தான். நாக்கில் ருசிகூட இல்லைதான், பசியினால் டாக்டர்கள் பரிந்துரையில் யோகேஷ் கொடுக்கும் உணவுகளையே சாப்பிட வேண்டியிருக்கிறது. இந்தவகை உணவு, இந்தவகை உடைகள், இன்ன நேரத்தில் தூக்கம் போன்ற அனைத்தையும் யோகேஷ் ஒருவனே முடிவு செய்கிறான். இது ஒருவகையான அராஜகமாக தோன்றும். ஆனால் தனக்கு அவன் எத்தனை செய்தாலும் தான் அவனுக்கு செய்தவற்றிற்கு பழிவாக்குகிறானோ என்ற எண்ணம் மாறாமல் இருந்தது.

முதல்வீடு முத்தம்மாவின் கட்டு ரொம்பநாளாக ஓண்டிக்கட்டை. ஏதாவது வேலை செய்துகொண்டே இருப்பாள், அடுத்து

ராமு–பர்வதம் கட்டு, ஏழு பிள்ளைகள் கொண்ட அடிக்கடி சண்டையிடும் தம்பதிகள் குடும்பம். அவருக்கு கல்யாணமான புதிதிலிருந்து கவனித்து வருகிறார். இந்தவீட்டின் கடைசி கட்டு அவர்களுடையது. வீட்டுக் கட்டில் ஏறியதும் கூடம், இடப்பக்கம் அடுப்படி அதை அடுத்து அவரிருந்த அறை. அவ்வளவுதான் வீடு. அவரிருந்த அறையின் கட்டிலிருந்து கட்டுவாசலைத் தாண்டி வீட்டுவாசலையும் திண்ணையையும் பார்க்க முடியும். வீட்டு வாசலில்தான் அந்த உருவத்தை கொஞ்ச நாளாக கண்டுவருகிறார்.

லேசாக பசியாகவும் தலைசுற்றலாகவும் இருந்தது. இடுக்கு உள்ள கதவின் வழியாக பார்க்கும் குறுகிய பரப்பு காட்சி போலவும், பெரிய தலைகளும், சிறிய உடல்களுமாக மனிதர்கள் மட்டுமே நிரம்பி வழியும் பெரிய பரப்பு காட்சிகளாக – பலநேரங்களில் தெரிவதுதான் – காலை எழுந்ததிலிருந்து தெரிந்து கொண்டிருந்தன. அந்த காட்சிகள் அவரை நீரில் தள்ளி அமுக்கிவிடுவதுபோல அழுத்திக் கொண்டிருந்தன. கண்களை மூடியபின்பும் தொடர்வதை பெரும் அவஸ்தையாக உணர்ந்தார்.

ஆரம்பத்தில் வாசலில் நின்ற உருவம் யோகேஷின் மாற்றாக நினைத்திருந்தார். அவனால் பறிக்கப்பட்ட சந்தோஷத்தை அந்த உருவம் அளிக்கும் எனவும் நினைத்திருந்தார். ஆனால் அப்படி இருக்க முடியாது என்று கொஞ்ச நாளில் புரிந்துகொண்டார். அதன் கரும் உருவத்தை நினைக்கும் தோறும் உடலில் பதற்றம் தொற்றிக்கொள்ளும். நேற்று அந்த உருவம் வெளிவாசலிலிருந்து முன்னேறி நடுக்கட்டு எதிரே உள்ள சின்ன நீர்த்தொட்டியின் முன் நின்றிருப்பது போலிருந்தது. உள்ளே எப்படி வந்தது என்று அவருக்கு விளங்கவில்லை. நல்ல நிலையில் இருந்தபோது வெளியாட்கள் யாரையும் உள்ளேவர அவர் அனுமதித்ததில்லை. யாருக்கும் தெரியாமல் கொஞ்சம் கொஞ்சமாக உள்ளே வந்து வீட்டில் உள்ள பொருட்களை எடுத்து சென்றுவிடக்கூடும், அதை எப்படியாவது விரட்டிவிடவேண்டும் எனவும் தொடர்ந்து நினைத்துக் கொண்டிருந்தார். ஆனால் வீட்டில் இருப்பவர்கள் யாரும் அதைப்பற்றி தெரிந்துகொண்டதாகவோ அதை கவனித்ததாகவோ தெரியவில்லை. அந்த உருவத்தைப் பற்றி மற்றவர்களிடம் சொல்லும் சமயத்தில் எல்லாம் நடுக்கட்டு ராமுவின் இரண்டாவது மகனை அழைத்து வருவார்கள். இது ஒரு வேடிக்கையாகவே அவர்களுக்கு தோன்றியது அவனைக் கண்டும் காணாதது போலிருந்தாலும் பல்லிளித்து கொண்டு புத்திசுவாதீனம் குறைந்த அவனும் அருகிலேயே நின்றிருப்பான்.

ஆனால் அந்த உருவம் தன் அப்பாவை போன்ற உடல்மொழியுடனும் தாத்தாவைப் போன்று குள்ள உருவத்துடனும் இருந்தது எப்போதும் ஆச்சரியம் அளித்தது. அப்பாவிற்கு சற்று தூக்கிய தோள்கள் மெல்லிய தேகம் அந்த உருவமும் அப்படிதான் இருந்தது. அப்பாவை நினைத்தபோது வருத்தமாக இருக்கும். அவருக்கு இழுப்பு வந்த கடைசிநாளில் தண்ணீர் கொடுக்ககூட அருகில் யாருமில்லாமல் இறந்தார்.

ஒரு நிழலாட்டம் தன் முன்னே சென்றதும், 'யாரு..' என்றார். பதிலேதும் இல்லாமல் அந்த உருவம் கடந்து செல்வதை இருட்டில் எதையோ துழாவுவதுபோல் கண்களால் தொடர்ந்தார். சற்று நேரத்தில் அது மறைந்து போனது. அது கனகமாக இருக்கும். பலசமயங்களில் நேர்வதுதான் இது. பலவியாதிகளில் வீழ்ந்துவிட்ட தனக்கு ஃபேன் போட சொல்வதையோ தண்ணீர் வேண்டும் என்று சொன்னதையோ மற்றவர்களுக்கு பெரிய விஷயமாக தோன்றியதில்லை. ஆரம்ப நாட்களில் கண்டும் காணாமல் சென்றதை அவமரியாதையாக உணர்ந்து பெரும் கோபம் கொண்டிருக்கிறார். முகசதைகள் துடிக்க கத்தியிருக்கிறார். பின் அமைதியாக 'உங்களுக்கு மனசாட்சியே இல்லையா' என கடைசியாக வந்த வார்த்தைகூட பெரும் இரைச்சலில் கலந்த குழந்தையின் கீச்சுகுரல்போல காணாமல் போக. மெதுவாக மிரட்டல்களுக்கும் அதட்டல்களுக்கும் மரியாதை இல்லை என்பதை அறிய அமைதியானார். அருகில் இருந்தாலும் தன் வார்த்தைகள் அவர்களை சென்றடைவதில்லை என்பதுதான் அவருக்கு பெரும் வேதனை அளித்தது.

அப்பா இறக்கும் சமயத்தில் அந்த திண்ணையில் அவருக்கு துணையாக பக்கத்தில் யாரும் இருந்ததில்லை. தன் வயதொத்த நபர்கள் பேரப்பிள்ளைகள் மட்டும் அவரோடு பேசுவார்கள். மூத்திரபீ நாற்றம் சகிக்க முடியாமல் ஒவ்வொரு நாளும் அப்பா பக்கம் திரும்பாமல் அவர் திண்ணையை முகசுழிப்புடன் கடந்து சென்றிருக்கிறார். அம்மா இறந்து பல ஆண்டுகள் தனிமையில் விடப்பட்டு திண்ணையில் கேட்பாரற்று கிடக்கும் நாட்களில் மருமகள்கள் மட்டுமே சாப்பாடு கொடுக்க சென்றார்கள். தன்னையும் சேர்த்த நான்கு பிள்ளைகள் வேகவேகமாக சொத்துப் பததிரத்தில் கையெழுத்து வாங்கிகொண்டது நினைவிருக்கிறது. எத்தனை கறக்கமுடியுமோ கறந்த பின்னும் அவர் மரணத்திற்கு காத்திருந்தது இன்றும் பெரும் பழியாக மனதிற்கு தோன்றியது.

இத்தனை செய்தும் அப்பா ஒன்றும் சொன்னதில்லை. என்ன செய்கிறது ஏதுவும் வேண்டுமா என ஒருநாள் கூட அவரிடம் பரிவுடன் கேட்டதாக நினைவில்லை. ஒருமுறையாவது கேட்டிருக்கலாம் என தோன்றும். மிக அரிதாக கண்கள் சந்திக்கும்போது ஒரு மெல்லிய அடிபட்ட பார்வையோடு கண்களை வேறுபக்கம் திருப்பி கொள்வதை கவனித்திருக்கிறார். தேறிவந்து மீண்டும் நடமாடுவார் என நினைத்தபோது சட்டென இறந்துபோனார். தாத்தாவின் மரணம்கூட தன் ஐந்துவயதில் இதுமாதிரி திண்ணையில் நிகழ்ந்தது லேசாக நினைவில் உள்ளது. அப்பாவும் தாத்தாவை இப்படி விட்டுவிட்டதாக பேச்சிருந்தது அப்போது. யாருடனும் பேச்சுத் துணையற்று யாரின் உதவியும் இல்லாமல் தனக்கும் இதுபோன்ற ஒரு மரணம் நிகழ்ப்போவதை மனம் ஒப்பவில்லை.

பசியும் தலைசுற்றலும் அதிகரித்து கொண்டே சென்றது, கனகம் எங்கே? தனக்குப் பிடித்த உணவுகளை செய்து தந்த ஆரம்பகால கனகத்தை காண ஆவலாயிருந்தது. கும்பகோணம் பெரியகடைத் தெரு இந்தியா ஜவுளிக் கடையில் கணக்குப்பிள்ளையாக சேர்ந்திருந்த சமயத்தில்தான் கனகத்தை திருமணம் செய்தார். மிக குறைந்த சம்பளத்தில் திருப்தியாக இருந்தார். கனகத்திடம் கல்யாணமான புதிதில் தெரிந்த கவலையற்ற முகம் அவரை ஆச்சரியத்தில் ஆழ்த்தியது உண்டு. எந்த சின்ன விஷயமும் அவளை சந்தோசப்படுத்தியது, எந்த பிரச்சனையையும் எளிதாக எடுத்துக்கொள்ள பழகியிருந்தாள். ஆனால் கொஞ்சம் காலங்களில் ஒரு பொறுப்பற்ற மனிதனாக தன்னை நிறுவ அவள் பெரும் முனைப்புடன் இருந்தாள் என்பதை மட்டும் அவரால் புரிந்து கொள்ளமுடியவில்லை.

தன் இடதுகையை விரித்து கண்களுக்கு பக்கத்தில் வைத்து குனிந்த தலையுடன் பார்த்துக்கொண்டிருந்தார் தன் உடலும் மனமும் தானும் வேறுவேறானவைகள் என்று சட்டென ஏற்பட்ட நினைப்பு அலைகழித்தது. பல நேரங்களில் அவர் சுயநினைவை இழந்து பின் சுயநினைவை பெறுவதுமாக இருப்பதை சில சமயங்களில் அவரால் உணரமுடிந்தது. சுயநினைவுவற்ற நாட்களைப் பற்றி ஆழ்ந்து யோசித்துக் கொண்டிருந்தார்.

நினைப்பதைவிட காலம் வேகமாக செல்வதை மீனாட்சி, யோகேஷ், சுதா பிறந்து வளர்ந்து வந்த காலங்களில் உணர்ந்தார். எந்த குழந்தையின் வளர்ச்சியையும் முழுமையாக கண்டதாக நினைவில்லை. ஏன் மனைவியின் மாற்றங்களைக்கூட அவரால்

சரியாக கணிக்கமுடியவில்லை. கணக்குப்பிள்ளையாக இருந்த, கடை கடன் பிரச்சனையில் வேலையை விட்டுவிட்டு வீட்டு செலவிற்கு பணம் கொடுக்காமல் சேலைவாங்கி விற்க சேலைகளை கொள்முதல் செய்வதாக கூறி கோவை, பெங்களூரு, சூரத் என்று பல இடங்களுக்கு ஊர்களுக்கு சுற்ற ஆரம்பித்தார். ஆரம்பத்தில் பொறுப்புடன் இருந்தாலும் நண்பர்களின் சேர்க்கை அவரை மாற்றிவிட்டது. அப்போழுது குடும்பத்தை கவனித்த விவரமற்ற கனகத்திடம் தப்பித்துகொள்ள முடிந்தது.

ஆனால் பதின்பருவத்தில் இருந்த மகன் யோகேஷை கண்டுணர்ந்தது ஒரு ஞாயிற்றுகிழமை மதியபொழுதில்தான். கையில் காசில்லாமல் சேலைகளை விற்கமுடியாமல் கடன்கிடைக்காமல் வறுமையில் தவித்துக் கொண்டிருந்த நாட்கள் அது. ‘இங்கு சைக்கிள்களுக்கு காற்று அடித்து தரப்படும்’ என்று கோணலாக எழுதப்பட்ட போர்டை வைத்து ஒரு வீட்டு திண்ணையில் நண்பர்களோடு சேர்ந்து அமர்ந்து காற்று அடித்துக்கொடுத்து காசு வாங்கி கொண்டிருந்தான். சட்டென ஒரு தெறிப்பு தன்னுள் ஏற்பட்டதை அவர் கவனிக்க தவறவில்லை. தனக்கு தோன்றாத அல்லது கவுரவ குறைவாக நினைக்கின்ற ஒன்று, தன்மகன் மூலமாக நிகழும் ஒரு புரிதல் அவருக்கு தெரிந்து நானல்ல அவன் என்கிற அதிர்ச்சி அவரை பின்வந்த நாட்களில் அலைகழித்தபடியிருந்தது. அப்போது மகன் யோகேஷின் அப்போதைய குறைந்த சம்பாத்தியத்தில் குடும்பம் ஓடிக்கொண்டிருப்பதை அவர் அதுவரை அறிந்திருக்கவில்லை. அவன் செய்கைகளை அவன் அறியாமல் கவனிக்கலானார். குழந்தைகளுக்கு அவன் எடுக்கும் டியூசன், காலையில் பேப்பர் ஏஜெண்டிடம் வேலை என அவர் அறிந்தபோது பெரிதும் துணுக்குறலானார்.

மீனாட்சி, சுதா திருமணங்களுக்கு பின், யோகேஷ் மிக தெளிவாக அவரை பின்தொடரலானான். சட்டம், நீதிநெறி என்று பேசலானான். செலவிற்கு சொத்துக்களை சில விற்க நினைத்தபோது முட்டுக்கட்டையாக இருந்தான். தாத்தாவிற்குபின் சொத்து பேரனுக்கே என வாதிடலானான். கோர்ட் வரை அவன் சென்று அவரை ஒன்றும் செய்யவிடாமல் செய்தான். அந்த அவமானமும், கௌரவக்குறைவும் இன்றும் அவர் மனதை பிழிகிறது. தன்னிடம்கூட சொல்லாமல், குடும்பகவுரவத்தை நினைக்காமல் வேறு சாதி பெண்ணை திருமணம் செய்துகொண்டான் யோகேஷ். அந்த சமயத்தில்தான் அவனை கொல்லவேண்டுமென்று நினைத்திருந்தார். நாற்பதுவந்தால் நாயின் குணம் என்பது மாதிரி

அந்த வயதின் குணமோ என்னவோ உணவில் விஷம், அடிதடி, ஆள்கடத்தல், என்றெல்லாம் நினைக்க தோன்றியது. அப்பாவின் பணத்திற்காக மகனிடம் சண்டையிட வேண்டியிருந்தது, அவனை அதிகாரம் செய்து பழகியிருந்த அவருக்கு, அவனின் வளர்ச்சி அவரின் கவுரவத்தை எப்போதும் சீண்டியது..

வெய்யில் ஏறியபின் யோகேஷ் வந்து கிண்ணத்தில் அரைக்கப்பட்ட ரசம் சாதம் ஸ்பூனில் வேகமாக கொடுத்துவிட்டு சென்ற பின்னே மனம் சற்று ஆசுவாசமானது. மாத்திரைகள் உண்டபின் கனவுகளோடு உறங்கிப்போனார். கால்களை பிடித்து தன்னை யாரோ சுற்றுவது போல தூக்கம் கலைந்து வெளிவந்தபோது காலைய நினைவுகள் இல்லை..

தன் வாழ்வில் எதிர்பாராத அதிசயங்கள் நிகழவேண்டுமென எப்போதும் நினைத்து வந்தார். எரிச்சலை ஊட்டும் யோகேஷின் செய்கைகளை, அவன் விதிக்கும் தடைகளை உடைத்து வெளியேற வேண்டும் என தினமும் நினைத்துக் கொள்வார். நாளெல்லாம் வெக்கையில் அமர்ந்திருந்தபின், காலைக்கடன்களையும், உணவு உட்கொள்ளலையும் பெட்டிலே முடித்துவிட்டு அமர்ந்திருந்த அவருக்கு அன்று மாலையே யோகேஷின் தடைகளை மீறுவார் என்று அவரே நினைக்கவில்லை இந்த மனஉளைச்சலே அவரை அனைத்து கட்டுப்பாடுகளையும் உடைத்து கொண்டு வெளியேற வைத்தது. நல்ல உடைகளை அணிந்து கொண்டார். எட்டுமுழம் மல்வேட்டி, உள்ளிருக்கும் பனியன் தெரியும் கழுத்து பின்பக்கத்தில் தூக்கிவிடப்பட்ட சட்டை அணிந்திருந்தார். தன் மகனுக்கு தெரியாமல் மெல்ல எழுந்து கட்டுவாசலை ஓசைப்படாமல் கடந்து நின்றிருந்த உருவத்தை கவனிக்காததுபோல அதனைக் கடந்து சென்றார். வாசலில் வந்து நின்றபோது தானே தன்னை மேலிருந்து காண்பதுபோல் உணர்ந்தார். நடந்து வெளிவாசலைக் கடந்து தெருவில் நடந்து செல்வதை பக்கத்து வீட்டு, எதிர்வீட்டுகாரர்கள் சாதாரண நிகழ்வாக பார்த்து சிரித்து விட்டு சென்றார்கள். கிழக்கே நடந்து கடலங்குடி வழியாக ராமசாமி கோயிலை அடைந்தார். நண்பர்களோடு சிற்பங்களைக் கண்ட அந்த கோயிலை நினைவுகூர்ந்தபடி கும்பேஸ்வரர் கோயிலை அடைந்தார். கடைகளைக் கடந்து தெரிந்த நபர்களின் அழைப்புகளை மென்மையாக தவிர்த்து உள்பிரகாரம் வரை சென்றார். நடுவே யானை நின்றிருந்தது. கொண்டு வந்திருந்த வாழைப்பழங்களை யானைக்கு கொடுத்தார். கடவுளை சேவித்தபின் வெளிவந்து வெங்கடேஸ்வராவில் கும்பகோணம் டிகிரி காப்பியை ரசித்து குடித்தார். பின் டைமண்ட் வழியாக

மகாமக குளத்தை அடைந்தார். அங்கு நின்றிருந்த சில நண்பர்கள் அவரை கண்டுகொண்டார்கள், வடைபோன்ற பட்சணங்களை அவருக்கு உண்ண அளித்தார்கள். காற்றுவாங்கி அவர்களுடன் அளாவியபின் மீண்டும் கடலங்குடி தெருவழியாக வீடு வந்தார்.

வீடு உள்ளே நுழைந்தபோது தண்ணீர் தொட்டியருகே நின்றிருந்த உருவம் கட்டு வாசலருகே நின்றிருந்தது பயத்தை ஊட்டியது. போகும்போது ஏதும் சொல்லாத உருவம் வரும்போது சட்டென வழிமறித்து என்னுடன் வா என்றது. திடுக்கிட்டு நின்றவர், ஒரு நிமிடம் அதனை உற்று கவனித்தார். 'ஏன் உன்னுடன் வரவேண்டும்' என கேள்வி கேட்டார். 'உங்களுக்கு இங்கு இருக்க விருப்பமில்லை என அறிகிறேன், என்னுடன் வந்தால் நீங்கள் விரும்பும் வாழ்க்கை வாழமுடியும்' என்றது. சற்று நிதானித்து 'உன்னுடன் வர எனக்கு விருப்பமில்லை, அத்துடன் எனக்கு நிறைய வேலைகள் இருக்கின்றன' என்றார். 'என்ன வேலைகள்' என்றது உருவம். சற்று யோசிப்பதுபோல பாவனை செய்தபடி அதனை கூர்ந்து கவனித்தார் 'ம்ம் வந்து நிறைய படிக்க எண்ணியுள்ளேன். வாழ்க்கையில் இன்னும் தெரிந்து கொள்ள எவ்வளவோ இருக்கின்றன என்பது உனக்கு தெரியும்தானே' என்றார். இந்த நிலையில் உங்களால் முடியுமா என்றது உருவம். 'ஏன் முடியாது' சற்று கோபத்தில் குரலை உயர்த்தினார் 'அதெல்லாம் முடியும் நீ தொந்தரவு செய்யாமல் இருந்தாலே போதும்' என்றார். சரி அப்படியானால் அது முடிந்தது என்னுடன் வரவேண்டும் என்றது உருவம். ஒரு கரிய நாய் ஒன்று அருகில் நின்றிருப்பது போலிருந்தது. அது உண்மையல்ல என்பதுபோல் மீண்டும் கவனம்பெற்று சரி என்று அவசரமாக கூறியவர் எப்படியோ தப்பித்தால் போதும் என்று ஓடி கட்டிலில் வந்து சேர்ந்தார். லேசாக பதற்றமாக இருப்பது போலிருந்தது. நெஞ்சுக்கூடு வேகமாக அசைந்து கொண்டிருந்தது. இருந்தாலும் தைரியமாக அதனிடம் பேசிவிட்டுவந்தது மனதிற்கு மகிழ்ச்சியாக இருந்தது.

கட்டிலில் நன்றாக சம்மணமிட்டு அமர்ந்து கொண்டபோது தன்முன்னால் நின்ற சிறுவனை சட்டென கவனித்து பதறிப்போனார். யாரிவன்? சிரித்தபடியிருக்கும் இந்த சிறுவன் தன்னை தொட முயற்சிப்பதில் பயங்கொண்டு கத்திவிட்டார்.

'டே.. சும்மாரு' என்று எங்கிருந்தோ ஒரு குரல். அவன் கைகளை விலக்கிக்கொண்டான்.

அவனையே உற்றுப் பார்த்தார். இரண்டு அல்லது மூன்று வயதிருக்கலாம். ஏதோ ஒரு கணத்தில் தன்னை தாக்கிவிட்டு

ஓடக்கூடும் என ஏனோ நினைக்க தோன்றியது. தன்னை மீண்டும் தொட முயற்சித்தவனை

'யார் நீ' என்று வேகமாக கேட்டார். தன் குரல் தனக்கு அன்னியமாக எங்கோ கேட்டது.

அவரைக்கண்டு சிரித்தபடியிருந்தான். சற்று ஆசுவாசத்துடன் உன் பெயரென்ன என்றார்.

பாலவிநாயகம் என்று தூரத்தில் கேட்டது. யோகேஷ் தரையை கழுவிக்கொண்டே அந்த பதிலை சொல்லியிருக்கிறான்.

அந்த பெயர் அவருக்கு மிகப்பெரிய ஆச்சரியமாக இருந்தது. யோகேஷ் இப்போது பெரிய ஆள் போல ஆகிவிட்டிருப்பதாக தெரிந்தது. அவனிடம் பேசவேண்டும், தன் அகங்கார உணர்ச்சிகளை கட்டுப்படுத்தி சற்றேனும் தான் நெகிழ்ச்சியுடன் இருப்பதற்காகவேனும் அவனுடன் பேசவேண்டும். தனக்கு சிசுருசை செய்வது அவன்தான். தான் அவனுக்கு செய்ததைவிட தான் எதிர்பார்த்ததைவிட அதிகமும் அவன் செய்துவிட்டான். உடலும் மனமும் கனத்தது. அவனிடம் பேசவேண்டுமென்றிருப்பதை அவன் கவனிக்கிறானா?.

சற்று அருகில் வந்ததும், 'மருந்து சாப்பிடுறீங்களா' என்றான்.

ஆங்..

மருந்து... மருந்து சாப்பிறீங்களா?

அ... உனக்கு விருப்பமிருந்தா கொடு சாப்பிடறேன்.

எனக்கு என்ன விருப்பம் இருக்கு

ஆங்...

வாய் குழறியது. விட்டுவிட்டு வந்ததாக தோன்றியது. கேட்டுவிடவேண்டும் அவன் என்ன தான் சொல்கிறான் என்று பார்த்துவிடவாவது வேண்டும்.

'எனக்காகவா இவ்வளவும் பண்ற..' என்றார்.

'எது'

என்னை கவனிக்கிறது.. இந்த வேலையெல்லாம்.

'இல்ல'

ஆங்..

‘இல்ல, எம் மவனுக்கா பண்றேன்’ என்றான் தீர்க்கமாக

இரண்டுநாளா ஏதோ பேசுறீங்கன்னு பார்த்தா.. ரொம்பத்தான் கேள்வி கேக்குறீங்க என்று கூறியபடி கடந்து சென்றான்.

அவன் செல்வதையே கவனித்துக்கொண்டிருந்ததில் அவர் கண்களில் வர்ணஜாலங்களாக தெரிந்தன. என்ன சொல்கிறான். இந்த பழநியாண்டவர் தெருவில்தான் அப்பாவுடன் தெருமுனையில் இருக்கும் கோயிலுக்கு சென்றிருக்கிறார். அப்பாவுடன் வேண்டாவெறுப்பாக அப்பா பாடிய கந்தரனுபூதி ஞாபகத்தில் வருகிறது. குருவாய் வருவாய் அருள்வாய் குகனே.. ஆம் அது கடைசிவரி. முதல் வரி என்ன? என்னுடைய வாழ்வு யாரை நம்பியிருக்கிறது? எந்த கர்மா என்னை துரத்துகிறது? நான் என் வாழ்வை மட்டும்தான் மனதில் நினைக்கிறேனா? உருவாய் அருவாய் உலதாய் இலதாய். எதற்காக இந்த உலகத்தில் தனியனாக வந்தேன். நானா இந்த உலகத்தில் அனைத்து வளங்களையும் நுகர்ந்து வாழ்கிறேன். மருவாய் மலராய் மணியாய் ஒளியாய். எனக்கு மட்டுமானதா இந்த வளங்கள். என்னுடலா இந்த இன்பதுன்பங்களை அறிந்துகொள்கிறது? கருவாய் உயிராய் கதியாய் விதியாய். என் புலன்கள் எதை இதுவரை அறிந்திருக்கின்றன, எதை விட்டிருக்கின்றன. என் புலன்கள் அழியும் காலத்தில் நான் எதைத்தான் பெறுகிறேன். எதற்காக இவ்வளவு தூரம் ஓடிவந்தேன். அறிவு என்ற ஒன்று அழியும் நிலையில், அறிவில் பிறிது என்ற ஒன்றே அழியும்படியாக. என்ன சொன்னான் அவன். எனக்காக இல்லையா தன் மகனுக்கு என்றா சொன்னான். உடல் ஒருமுறை உதறியது போலிருந்தது. மின்னல் ஒன்று இறங்கி பூமிக்கு வருவது போன்ற ஒளிதாக்கியது. மெல்ல தலைதூக்கி முன்பே அறிந்த பதற்றத்தோடு வாசலை நோக்குகையில் விட்டுகட்டு வாசலில் நின்றிருந்த அந்த கரிய உருவம் தடைகளற்று கடகடவென நடந்து தன்னை நோக்கி வருவதை கண்கொட்டாமல் பார்த்துக்கொண்டிருந்தார்.

• • •

அவன்

அவனைப் பற்றிச் சொல்ல ஏதுமில்லை எனப் பொதுப்படையாகச் சொல்லிவிடலாம். ஆனால் அவனைப் பற்றிச் சொல்ல அதிகமும் இருக்கவே செய்கிறது என எப்போதும் தோன்றும். அவனுக்கென்று சில கொள்கைகள், செய்கைகள், பழக்கவழக்கங்கள் தனித்து உண்டு. ஆனால் அவைகளை அவன் அதிகம் வெளிக்காட்டிக் கொள்வதில்லை. என்னை அவனிடமிருந்து பிரிப்பது இந்த ஒரு விஷயம்தான் என அவ்வப்போது நினைத்துக் கொள்வேன்.

அவனை என்னிடமிருந்து பிரித்துப் பார்க்க முடியாதபடியான அன்யோன்யம் என்றாலும் சில விஷயங்களுக்காக அவன் என்னைவிட்டு விலகிச் செல்வதைத் தவிர்க்க முடிவதில்லை. எனக்குப் புரியாத பல விஷயங்கள் அவனுக்குப் புரிவது ஒரு காரணமாக இருக்கலாம். ஆனால் எனக்குப் புரிந்த சில விஷயங்கள் அவனுக்குப் புரியாததும், அப்படி அவன் நடிப்பதும் எப்போதும் நடந்து கொண்டேயிருக்கிறது. பார்ப்பவர்கள் அவனை என் நண்பன் என்றுதான் சொல்வார்கள், நானும் அப்படித்தான் நினைக்கிறேன். ஆனால் ஒரு எல்லை வரை சென்றதும் அப்படி இல்லையெனத் தோன்றிவிடும்.

அவனை விட்டு எந்த ஊர் சென்றாலும், என்னை அந்த ஊரில் பொருத்திக் கொள்ள ஆகும் ஓரிரு நாட்கள் அல்லது அதற்கு மேல் இருநாட்கள்தான், உடனே அங்கு பிரசன்னமாகியிருப்பான். சிலசமயம் அவனின் இருப்பினால் எரிச்சல் பட்டு கத்தியும் இருக்கிறேன். அவைகளை அவன் ஒரு பொருட்டாக நினைத்ததில்லை.

அவனை நோக்குகையில் நான் மிகுந்த லௌகீக விவேகங்களைக் கொண்டு வாழ்கிறேன் என்று தோன்றும் பிடித்தமானதை அப்போதே செய்யும் குணம் கொண்டவன். இந்த விஷயத்தை அப்புறம் செய்துகொள்ளலாம் என்ற நினைப்பே அவனுக்கு இல்லை. உதாரணமாக, இந்த ஊர் வந்த புதிதில் பக்கத்தில் இருந்த குன்றுகளில் ஏறி நகரத்தைக் காணவேண்டும் என்ற ஆவல் இருந்தது. இதுவரை ஒருமுறைகூட ஏற நேரமோ, மனதோ அமையவில்லை எனக்கு. ஆனால் அவனோ பலமுறை ஏறிவிட்டான். அதன் உச்சிவரை சென்று அதன் அடர்நீல வானத்தையும், கைக்கெட்டும் பஞ்சு மேகங்களையும், முடிகோதி அலையடிக்கும் காற்றையும் கண்டு வந்துவிட்டான். அதைப் பற்றி சிலாகித்தும் பலமுறை கூறியிருக்கிறான். அவனைக் கண்டு பொறாமை கொள்வதைத் தவிர வேறு ஏதும் செய்ய முடிவதில்லை.

அவனுடைய ஆசைகள், மோகங்கள், லட்சியங்கள் எனப் பல சற்று வித்தியாசமானவைகளாகத் தோன்றும். லௌகீக வாழ்வில் இருக்கும் ஒருவனுக்கு சற்றும் இடம் தராத பல விஷயங்கள் அதில் உண்டு என்பதைக் கவனித்திருக்கிறேன். அவன் திருமணமே செய்து கொள்ளமுடியாது என்றும் நினைத்துக்கொள்வேன். அப்படிச் சொல்வதை அவன் விரும்புவதில்லை. அவனுக்கு ஒரு காதலி உண்டு. நம் சமூக அமைப்பில் தேடிக் கண்டுணர்ந்த பேரழகி என்று அவளைக் கூறுவான். சற்று தடித்த குள்ள உருவம்தான். ஆனால் அவன் உயரத்திற்கு ஏற்றவள். சற்று பெரிய மார்பகங்களை உடையவள். இடது முலையில் கருவளையத்திற்கு அருகில் ஒரு மச்சம் உண்டு என்றும் இடது தொடைக்கு மேல் இடுப்பிற்கு கீழ் ஒரு கழுகு டாட்டூ உண்டு என்றும், அவைகள் எப்போதும் அவனை கிளர்ச்சியடையச் செய்கின்றன என்றும் அவன் கூறியிருக்கிறான்.

அடிக்கடி காதலிகளை மாற்றுவதும், பின் புதிய காதலிகளைத் தேடி அலைவதும், பழைய லட்சியங்களை மாற்றிப் புதிய லட்சியங்களை கைக்கொள்வதும், தன்னைப் புதுமைவிரும்பியாக, புரட்சிக்காரனாகக் காட்டிக்கொள்வதுமாக அலைவான். கூடவே இலக்கியம், சமூகம், வரலாறு, அறிவியல் என்று பல விஷயங்கள் மற்றவர்களுக்குப் புரிவதைப் பற்றி கவலைப்படாமல் அது குறித்து நீளமாகபேசிக்கொண்டிருப்பான். கொஞ் சநாள் முன்புதான் காதலியை மாற்றியிருந்தான். இருவரும் ஒரே மாதிரியாகத் தோன்றுவதாகவும், முன்னையவளைவிட பின்னையவள் சற்றேதான் மாறியவளாகத் தெரிகிறாள் என்றும்

கூறியதை அவன் ரசிக்கவில்லை. அவன் லட்சியங்களை நான் கண்டுகொள்வதில்லை, ஏனெனில் எங்கள் இருவருக்குள் மேலும் மனஸ்தாபங்கள் ஏற்படாமல் இருக்கத்தான்.

என் மனைவிக்கு அவனைப் பிடிப்பதில்லை (பொதுவாக எந்த அம்மாக்களும் அப்பாக்களும் அவனைக் கண்டுகொள்வதில்லை.) அவனுக்கு என் மனைவியைப் பிடிப்பதில்லை எனவும் நினைக்கிறேன். அவன் வந்தாலே அவள் கோபமாக ஏதோ முணுமுணுத்தபடி உள்ளே சென்றுவிடுவாள். லௌகீக வாழ்வுக்குப் பயன்படாதவன் என்று அவள்தான் என்னிடம் முதலில் கூறியவள். பல காரணங்களுக்காக அவள் அவனை வெறுத்தாலும் சில சமயங்களில் அவன்மேல் கரிசனம் கொண்டு நல்வார்த்தைகளை அவனிடம் கூறியிருக்கிறாள். இப்படி நடந்து கொள்ளவேண்டும், இப்படி வாழ்க்கையை மாற்றிக் கொள்ளவேண்டும் என்று அவள் ஒரு குழந்தைக்குக் கூறுவது மாதிரி கூறுகையில், அவன் மிகத் தெளிவாக அவளிடம் தலையாட்டிவிட்டு, என்னைப் போல் ஆவதை அவன் விரும்பவில்லை என்று தனியாக என்னிடம் வந்து கூறுவான்.

சிறுவயது முதல் என்னிடம் நட்பாக இருந்தாலும் எப்போது உணர்ச்சி வசப்படுவான் அல்லது எப்போது கோபப்படுவான் என்பதைப் புரிந்து கொள்ளமுடிவதில்லை. அவனைப் பலசமயங்களில் கொஞ்சம் அதிகமாகவே அடக்கி வைக்கவேண்டியிருக்கும். அலுவலக, உறவுகள் வட்டத்தில் நான் யாரிடமாவது கோபம் கொள்வதையோ, அல்லது சாதாரண காரியங்களுக்காக நட்பு கொள்வதையோ, அல்லது வேறு ஏதோ ஒன்றைச் செய்வதையோ அவன் விரும்புவதில்லை. நான் எடுக்கும் முடிவுகளுக்கு எதிரான ஒன்றைத்தான் கூறுவான். எந்த செயலை நான் செய்தாலும் அவனின் குறுக்கீடு இல்லாமல் இருக்காது. மாறாக நான் அவனின் எந்த விஷயங்களிலும் தலையிட்டுவிடக் கூடாது என்பதில் தெளிவாக இருப்பான். இதன் காரணமாகவே பல சமயங்களில் எங்களுக்குள் சண்டைகள் வரும். ஒவ்வொரு சமயமும் சொல்லி வைத்ததுபோல் சண்டையின் முடிவில் அவனே வெற்றி பெற்றிருப்பான். யோசித்துப் பார்க்கையில் நானே அவன் வெற்றிக்குப் பாடுபடுகிறேன் என்றுகூட எண்ணத் தோன்றும்.

அவன் அழகை, அவன் நுண்ணுணர்வை, அவன் ஆளுமையின் திறனை நான் சந்தேகப்பட்டாலும் அவனுக்கு அவனின் மீதான அழகு, நுண்ணுணர்வு, ஆளுமையின் திறன் மீதான எந்த சந்தேகமும் வருவதில்லை. மிகத் தீர்க்கமாகச் செயல்படுவதாகப் பலசமயங்களில்

தோன்றும். அவன் அத்தகைய தீர்க்கமானவன் இல்லை என்பதை அவன் மறைத்தாலும் நான் கண்டுபிடித்திருக்கிறேன். இவற்றிலிருந்து எனக்குப் புரிந்தது என்னவென்றால், அது அவன் கனவுகளின், ஆசைகளின் பட்டியல் அவனே மறக்குமளவிற்கு மிக நீளமானது என்பதுதான். எப்போதும் அது குறித்தே சிந்தித்து வருபவனாக இருப்பான். அவனுக்கு வேறுவேலைகள் இருப்பதாக எனக்குத் தோன்றியதே இல்லை. அவன் மீதான இந்த வசீகரம் காரணமாகவே தொடர்ந்து நட்பாக வைத்திருக்கிறேன் எனத் தோன்றும். அவனைக் கழட்டிவிட எண்ணும் போதெல்லாம், இந்த வசீகரம் என் எண்ணத்தை மாற்றி விடுவதாகவும் தோன்றும்.

யாருமே இல்லாத நீண்ட சாலையைப் போன்றது அவனின் இன்மை, அதே யாருமற்ற சாலையில் திடீரெனத் தோன்றும் ஒரு கனரக வாகனத்தின் உருவம் தரும் அச்சம் போல அவனின் இருப்பு துணுக்குறச் செய்வது. அதைக் காட்டிக் கொள்ளாததைப்போல நான் நடந்துகொண்டாலும் அவன் அதைப் புரிந்தே, எதிர்பார்த்தது போல செயல்படுகிறான்.

அவனைப் பற்றி ஏதும் சொல்கிறேன் என்றால் அவனுக்கு அது பிடிப்பதில்லை. அவனுக்குத் தெரியாமல்தான் செய்யமுடியும் சொல்லப்போனால் அவன் இதைச் சொல்லியிருந்தால் இன்னும் வீச்சுடன், உருவாக்கத்துடன் எழுதியிருப்பான் என எண்ணத் தோன்றுகிறது. சில நேரங்களில் அவன் சொல்லி நான் எழுதுகிறேன் என்றும் தோன்றும். ஆனால் என்னை எப்போதும் அவன் பின்பற்றுவதில்லை, பெரியதாகப் பொருட்படுத்துவதில்லை என்பதை கவனித்திருக்கிறேன். எதுவானாலும் நான் அவனாகமுடியாது என்பது அத்தனை நிச்சயம், ஆனால் நிச்சயம் அவன் நானே.

●●●

பின்தொடரும் காலம்

முருகானந்தத்தின் அப்பா நமச்சிவாயம் மாமாவின் கண்களில் இதற்குமுன் பதற்றத்தைப் பார்த்ததாக நினைவில்லை. முதன்முதலாக அப்போதுதான் பார்த்தேன், அவரின் பதற்றம் சற்று தணியக் காத்திருந்தேன். மிக நிதானமாக இருப்பதுபோல் அவர் பேச்சைத் தொடர்ந்தாலும் மெல்லிய கம்மலோடு பேசியது அவர் நிதானத்தில் இல்லை என்பதைக் காட்டியது. முருகானந்தத்தை இப்படி ஒரு மோசமான நிலைமையில் வைத்து அவனைப் பற்றி சமாதானமாகப் பேசுவதென்பது அந்த இடத்தில் எவருக்கும் பெரும் சிரமமாகவே இருக்கும் என நினைக்கிறேன். அவரைப் பற்றி கொஞ்சம் அறிந்தவன் நான். பொதுவாக எதற்கும் பயப்படாதவர், எந்த பெரிய பிரச்சனையையும் தனியாக நின்று எளிதில் சமாளிக்கக் கூடியவர். அவர் கலங்கி நிற்பது அதிர்ச்சியாக, மனம் ஏற்றுக்கொள்ளும்படி இல்லாமல் இருந்தது.

மடப்புரத்து தெருக்களில் நமச்சிவாய மாமாவைக் கண்டால் ஏற்படும் பயம் அங்கு வந்து இறங்கியது முதலே தோன்றிவிட்டது. அவர் தோள்களை சற்றுக் குறுக்கி கைகள் அழுத்திப் பிடித்த ஹாண்டில்பாருடன் வேட்டியில் மறைந்திருக்கும் நீண்ட கால்களால் சைக்கிளை மிதித்து வருவதே பயம் அளிப்பதாகஇருக்கும். தெருக்களில் விளையாடுவது அவருக்குப் பிடிப்பதில்லை. அதுவும் கிட்டிப்புள், பளிங்கு போன்றவைகள் சுத்தமாகப் பிடிக்காது என்பதை கவனித்திருக்கிறேன். விளையாடும்போது தூரத்தில் வருவது தெரிந்தாலே அவர் கண்ணில் படாமல் ஓடிவிடுவேன், அவர் போனபின்தான் வந்து விளையாட்டைத் தொடர்வேன். சிலநேரங்களில்

விளையாட்டு மும்முரத்தில் அவர் வருவதை கவனிக்காமல் போய்விடுவது உண்டு. அப்போது பக்கத்தில் வந்ததும் அவரது பரந்த கால்களில் ஒன்றை ஊன்றி வேறு எங்கோ பார்ப்பதுபோல் 'அப்பாட்ட சொல்லட்டுங்களா தம்பி...' என்று இழுப்பார். குரலில் இருக்கும் அழுத்தமும் தொனியும் சேர்ந்து சூடான பொருளின்மீது பட்டதுபோல உடலில் ஒரு உதறல் எடுக்கும். 'போய்ப் படிங்க, போங்க, நா பின்னாடி வாரேன்,' என்பார். அவரைப்பார்த்து சங்கோஜத்துடன் ஒரு நமட்டுச் சிரிப்பு ஒன்றை உதிர்த்துவிட்டு தபதபவென்று ஓடிவிட வேண்டியிருக்கும். நான் போகும்வரை நின்று பார்த்துவிட்டு வேறு செல்வார்.

விளையாட்டில் வீணாகும் நேரத்தில் இரண்டு கேள்விகளைப் படித்து, நல்ல மதிப்பெண்கள் பெறமுடியும் என்பார், படிப்பைத் தவிர விளையாட்டில் இருக்கும் கவனம் படிப்பைப் பாதிக்கும் என்ற எண்ணமும் அவருக்கு உண்டு. கண்டிப்புடன் பிள்ளைகளை இப்படித்தான் வளர்க்கவேண்டும் என்ற கொள்கை அவருக்கு எப்போதும் இருந்தது. படிக்கிற பிள்ளைக்கு ஒரு நிமிடம்கூட வீணாகக் கூடாது, இப்போது வீடு சென்றால் கூட முருகானந்தம் படித்துக் கொண்டிருப்பதை பார்க்கலாம் என்று ஒவ்வொரு பேச்சின் போதும் சொல்லிவிடுவார். என் வகுப்பில் படிக்கும் அவர் மகன் முருகானந்தம் எந்நேரமும் அதுவும் தூக்கத்தில்கூடபடித்துகொண்டிருப்பான் என்ற எண்ணம் நான் உட்பட வகுப்பில் உள்ள அத்தனை நண்பர்களுக்கும் இதனாலேயே ஏற்பட்டு கேலிக்கும் கிண்டலுக்கும் ஆளானான். பள்ளியில் அவனுக்கு படிப்பாளி என்ற ஒரு பட்டப்பெயர் இருந்தது.

நமச்சிவாயம் மாமா மிகக் கனிவானவர்தான் என்றாலும் அவர்மேல் என்னிடத்தில் பயத்தை உருவாக்க அவருக்கு தெரிந்திருந்தது. மிகமென்மையாகக் கையாள வேண்டிய வித்தையாக நினைக்கத் தோன்றும் இந்த விஷயத்தை மிக எளிதாகச் செய்தார். ஒரு சிறிய நாய்க்குட்டியினுடைய கண்கள் போன்றவை அவருடைய கண்கள். அதில் தெரியும் பாவம், பார்ப்பவரை மிகமென்மையாகவசியம் செய்து இழுத்துக் கொண்டேயிருக்கும். மேலவீதி கடைத்தெருவில் ஒரு ஷாப்கடை அவருடையது. கடைக்கு வரிகட்ட வந்ததில் அப்பாவின் நண்பரானார். கரிய, நெடிய உடம்பில் தெரியும் குழைவு எப்போது எல்லோரையும் வசீகரிக்கச் செய்யும்போல. சட்டென எல்லாரும் அவரிடம் நட்பு கொண்டுவிடுவார்கள். எப்போதும் கோபப்பட்டுப் பேசியதில்லை. சொல்லப்போனால் அதிர்ந்து ஒரு

வார்த்தையும் கோபப்பட்டு ஒரு வார்த்தையும் அன்றைய நாட்களில் அவர் பேசியதாக நினைவில்லை. இன்முகத்தோடு பேசுவது, வாடிக்கையாளர்களைப் பொறுமையாகக் கவனிப்பதை அவர் ஒரு வழக்கமாகக் கொண்டிருப்பதாக அப்பா சொல்லியிருக்கிறார். நான் கடைக்குச் சென்ற போதெல்லாம் என்னிடம் எத்தனை கூட்டமாக இருந்தாலும் இரண்டு வார்த்தைகள் பேசாமல் அவர் அனுப்பியதில்லை. பொதுவாக படிப்பைப் பற்றி இருக்கும். நல்லா படிக்கணும், சொன்னபேச்சைக் கேட்கணும் இந்தமாதிரியானதாக இருக்கும். ஆனால் வழக்கமான தேய்வழக்காக இல்லாமல் புண்படுத்தாத, மென்மையான வார்த்தைகளாக இருக்கும். சரி அப்படியே செய்கிறேன் என்று மகிழ்ச்சியுடன் சொல்லவைக்க அவருக்கு எப்படி முடிந்தது எனத் தெரியவில்லை.

முருகானந்தத்தை அவன் அப்பாவிடமிருந்து பிரித்துப் பார்க்கமுடியாது. அவனது பழக்கவழக்கங்கள், சிந்தனைகள், செய்கைகள் அனைத்தும் அவன் அப்பா அவனுள் விதைத்த மிகச்சரியான விதைகள். படியவாரிய எண்ணெய் தலை, நெற்றியில் விபூதி, கையில் பெரிய சிவப்புநிற சாமிகயிறு, எப்போதும் தூய வெள்ளைநிற பின்னணி கொண்ட உடைகள் என காட்சியளிக்கும் அவன் தோற்றம். தூரத்தில் வரும்போதே அது முருகானந்தம் என்று சொல்லிவிடமுடியும்.

முருகானந்தத்திடம் எப்போதும் ஒருவகை நேர்த்தியும், பண்பும் இருந்தன, பெரியவர்களை மாமா அல்லது அண்ணன் என்றே விளிப்பான். மற்றவர்கள் பேச்சின்போது கைகட்டியே கேட்பான். நமச்சிவாயம் மாமாவிடம் முருகானந்தம் ஒரு சொல் மாறி நடந்து நான் அறிந்ததில்லை. அவர் ஒரு வார்த்தை சொன்னதுமே செய்ய ஆரம்பித்துவிடுவதை கவனித்திருக்கிறேன். என்னிடம் இல்லாத பல விஷயங்கள் முருகானந்தத்திடம் கண்டு நான் ஆச்சரியமும் பொறாமையும் கொண்டிருக்கிறேன். உயரம், பேச்சில் தெளிவு, மரியாதை குணங்கள் என மற்றவர்கள் சுட்டிக்காட்டும் விஷயங்களில் என்னைவிட உயர்ந்திருந்தான், அதை நான் சரியாக புரிந்துகொண்டேனா எனத் தெரியவில்லை. குறிப்பாக, சிறுவயதிற்கே உரிய விளையாட்டுத்தனமான பேச்சுக்கள், பால்யகாலக் குறும்புகள் போன்றவைகள் அவனிடம் இருந்ததில்லை. அதே விளையாட்டுப் பேச்சுகள், பால்யவயதுக் குறும்புகள் முருகானந்தத்திடம் நான் செய்தபோது அவன் ஒரு கண்ணியத்துடன் பொறுத்துக்கொண்டு லாவகமாக அவற்றில் எதிலும் படாமல் இருந்ததை மெதுவாகப் புரிந்து கொண்டேன்.

அவனுக்கு இரண்டு அக்காளும் ஒரு தங்கையும் இருந்தார்கள். அப்பாவின் மூலமாக மட்டுமல்ல, இரண்டு அக்காக்கள் மூலமாக அந்த பக்குவத்தை அடைந்திருப்பான் என அப்போது நினைத்துக் கொள்வேன். டியூசன் சொல்லிக் கொள்ளாமல் அக்காளிடமே படித்துக் கொண்டதன் காரணமாக எல்லா பாடத்திலும் அவனால் அதிக மதிப்பெண்கள் பெற முடிந்தது.

ஒருசமயத்தில் அது ஆறாவது முடித்த சமயம் என் நினைக்கிறேன் முருகானந்ததை ஓர் உறைவிடப்பள்ளியில் சேர்க்க முடிவுசெய்தார் நமச்சிவாயம் மாமா. பள்ளியின் தரம், அதன் ஆசிரியர்களின் தரம், அதன் முந்தைய சாதனைகள், என அனைத்தையும் கண்டபின்னே அந்த பள்ளியில் சேர்க்க முடிவு செய்தார். இங்கிருந்து 100 கிலோமீட்டர் தொலைவில் இருந்தது. இவ்வளவு தூரம் இருப்பதைப் பொருட்படுத்தாமல் தைரியமாக அனுப்ப முடிவு செய்தது அப்போது பெரிய விஷயமாக எல்லோராலும் பார்க்கப்பட்டது பிறர் பிள்ளைகளையும் தன் பிள்ளைக்கு இணையாகப் பார்க்கும் அவர் குணத்தால் என்னையும் அப்பள்ளியில் சேர்த்துவிட நினைத்தார். அப்பா மாற்றல் வருமென்பதால் பேசாமல் இருந்துவிட்டார்.

நல்லா படிக்கிற புள்ள, ஏன் மாத்தறீங்க என்றார்கள் பள்ளியில். புள்ள அப்பா அம்மாவ காணாம ஏங்கிடப்போவுது என அக்கம் பக்கத்தார் கூறினார்கள். ஆனால் நமச்சிவாயம் மாமா பெரியதாக அலட்டிக் கொள்ளவில்லை. எல்லோரையும் சமாளிக்கத் தெரிந்திருந்தார். அவன் எதிர்காலத்துக்கு நல்லதுன்னா பண்ணிதானே ஆகணும் எல்லாம் தாண்டிவருவான் என்றார்.

நான் கவனித்தவரையில், உடனே பலன் அளிக்காத அல்லது காலம்தாழ்த்தியேனும் அவர் எதிர்பார்த்ததைப்போல் நல்ல பலனைக் கொடுக்காத எதையும் அவர் செய்ய துணிவதில்லை நல்ல பலனளிக்கும் விஷயங்களுக்கு சொத்தை விற்றாவது செலவழிக்கவும் பயப்படுவதில்லை. அத்தோடு இங்கேயே இருந்தால் இங்கிருக்கும் பிள்ளைகளுடன் சேர்ந்து விளையாட்டுத் தனத்துடன் இருக்க நேர்ந்திடும், ஆனால் உறைவிடப்பள்ளியில் அப்படி செய்யமுடியாது, அவனை ஒத்த நன்கு படிக்கும் மாணவர்களோடு தொடர்ந்து ஆசிரியரின் கண்காணிப்பிலே இருக்கதான் முடியும் என்று அவர் எண்ணினார். இப்படி முருகானந்ததிற்கு சிறப்பு வகுப்புகள் நல்ல பள்ளி, என்று அத்தனையையும் அவர்தான் அவன் எதிர்காலத்தை உத்தேசித்து தேர்தெடுத்தார்.

அந்த உறைவிடப் பள்ளியில் படித்து அவர் நினைத்தது போலவே யாரும் பெறமுடியாதநல்ல மதிப்பெண்களுடன் பள்ளிப்படிப்பை முடித்தான் முருகானந்தம். அப்போது பிரபலமாக இருந்த பாலிடெக்னிக்கின் ஒரு துறையில் அவனைச் சேர்த்தார். அதை முடிக்கும் முன்பே வேலையும் வீடுதேடி வந்தது. முன்னமே அதற்கான ஏற்பாடுகள் அவர் செய்திருக்கக் கூடுமென நினைக்கிறேன். நான் அப்போது கல்லூரியில்தான் படித்துக்கொண்டிருந்தேன். அந்தசமயத்தில் அப்பா கூறியது நினைவிருக்கிறது. 'இப்பவே அதுவும் சின்னவயசிலயே பெரிய வேலைக்கு போய்ட்டான், வெளியே வரத்துக்குள்ள பெரிய பதவியில இருப்பான் பார்' என்றார்.

ராஜஸ்தானின் ஒரு ஊரில் வேலைக்கு சேர்ந்திருந்த புதிதில் விடுமுறைக்கு வந்திருந்த முருகானந்தம் கல்லூரியில் என்னைக் காணவந்திருந்தான். நன்கு ஷேவ் செய்திருந்த முகத்துடன் அப்போதைய மோஸ்தர் கால்சிராயும், சட்டையும் அணிந்திருந்தான். வேர்வையில் ரம்யமான சென்ட் வாசனையுடன், பெரிய ஆளுக்குரிய தோரணை அப்போதே வந்துவிட்டிருந்தாலும் அதே அமைதியுடனும் கண்ணியத்துடனும் நடந்துகொண்டது நினைவிருக்கிறது. உயர்பதவிக்கு மேலும் படிக்கப்போவதாகக் கூறியிருந்தான். எப்போதும்போல அவனை வியந்து பார்த்தபடி, நான் கல்லூரியை முடிப்பதற்குள் பெரிய பதவியில் இருக்கப் போகிறான் என நினைத்துக்கொண்டேன். அதற்குபின் வேறு ஊருக்கு வந்துவிடவும் பழக்கமற்றுபோய், மீண்டும் 12 ஆண்டுகளுக்கு பின் அவனது தங்கையின் திருமணத்தில் சந்திப்பதென்பது சற்று உணர்ச்சி வசப்படுத்தும் நிலையில்தான் இருந்தது.

கடைசி மகளின் திருமணத்தை விமர்சையாக செய்துவிடவேண்டும் என்ற முனைப்பு அந்த திருமண நிகழ்ச்சியில் தெரிந்தது. நான் அம்மா அப்பாவுடன் சேர்ந்து மடப்புரம் வந்தபோது ஊர் எப்படி மாறியிருக்கிறது என்ற பேச்சாகவே எங்களுக்குள் இருந்தது. நான் வளர்ந்துவிட்டேனா அல்லது ரோடு உயரமாவிட்டதா என்ற குழப்பத்தோடு வீடுகளைக் கவனித்துவந்தேன்.

கல்யாண மண்டபத்தில் நமச்சிவாயம் மாமா எங்களை அதே சந்தோஷத்துடன் வரவேற்றார். உடல் தளர்ச்சியடைந்திருந்தாலும் அதே வேகம் அவரிடமிருந்தது. எனது வலதுகை அவரது கைக்குள் இருக்க சின்ன வாஞ்சையுடன் என்னை அழைத்துச்

சென்றார். அவரின் மனைவியும் மகள்களும் கல்யாணக் களைப்பில் முழுமையாக அகப்பட்டிருப்பது தெரிந்தது.

கல்யாண வேலையின் காரணமாக நடுநடுவே காணாமல் போனார் நமச்சிவாயம் மாமா. திடீரென்று தோன்றுவார் ஆனால் பேசக்கூட அவருக்கு நேரமிருக்கவில்லை. உறவினர்களையும் நண்பர்களையும் ஒரு கல்யாண வீட்டில் கவனிப்பதென்பது சாதாரணமல்ல என தோன்றியது. தூங்காத களைப்பு அவர் கண்களில் தெரிந்தாலும், சிரித்த முகத்துடன் களைப்பை மறந்து இருக்க முயற்சி செய்வது அவர் முகத்தில் அதே பழைய நமச்சிவாயம் மாமாதான் கண்முன் நிறுத்தியது.

பந்தி முடிந்து கைகழுவியபோது குறுக்கே வந்த அவரை மடக்கி முருகானந்தம் எங்கே என நான் நீண்டநேரமாகக் கேட்க நினைத்திருந்ததைக் கேட்டுவிட்டேன். ஒரு சிறுயோசனைக்குப் பின், 'அழைத்துச் செல்கிறேன்,' என்றார். அழைத்துவருகிறேன் என்று சொல்லாமல் அழைத்துச் செல்கிறேன் எனச் சொன்னதில் எழுந்த குழப்பம் கல்யாணம் முடியும்வரையில் இருந்தது.

முகூர்த்தம் முடிந்து பெண்ணை அனுப்பி வைத்தபின் சொன்னபடி அழைத்துச் செல்ல வந்தார். அடுப்படிக்கு செல்லும் பாதை, எண்ணெயும் மண்ணும் சேர்ந்து கெட்டித்துப் போன தரைவழியே அண்டாக்கள் தட்டுமுட்டு சாமான்களைக் கடந்து வரிசையாக சேரில் அமர்ந்திருந்த மனிதர்களைத் தாண்டி அழைத்துச் சென்றார். கறுத்த முகமும், பற்கள் வெளித்தள்ளி, ஒடுங்கிய கன்னத்துடன் வீல்சேரில் அமர்ந்திருந்த நபரை முதலில் எங்கோ பார்த்தது போலிருந்தது.

அது முருகானந்தம் என அறிந்தபோது முதுகுத் தண்டில் சில்லென்ற உணர்வு பரவி உடல் கொள்ளும் அவஸ்தை உணர்வை வெளிக்காட்ட முடியாமல் தவித்தேன். அவர் எதிர்பார்த்தது போலவே அவர் சொன்ன பெரிய வேலையில் சேர்ந்து கைநிறைய இருமாத சம்பளம்கூட முழுசாகப் பெறமுடியவில்லை. டவரில் வேலை செய்தபோது மின்கசிவு காரணமாக அதிலிருந்து தூக்கி எறியப்பட்டு கீழே விழுந்து இடுப்பெலும்பு முறிந்துவிட்டது. அன்றிலிருந்து நடைபிணமாக வீல்சேரில் அப்பாவின் உதவியுடன் இருக்கிறான். இதையேல்லாம் நமச்சிவாயம் மாமா கதைபோல கூறினாலும் ஆழ்ந்த மௌனத்தில் வேறு ஒரு உலகத்திலிருந்து கேட்டுக் கொண்டிருப்பதாக தோன்றியது. சிரிப்போ அல்லது வேறு எந்த வார்த்தை சொன்னாலுமோ அது அவனை ஏதோ

ஒருவகையில் பாதிக்கும் என்ற எண்ணம் என்னை பலமாக ஆட்கொண்டது, ஏதுவும் பேசமுடியாமல் முட்டிவரும் கண்ணீரையும் அதை மறைக்கக் கண்களை சிமிட்டியபடியும் நமச்சிவாயம் மாமா சொல்வதைக் கேட்டுக்கொண்டிருந்தேன். ஆனால் பேசாமல் இருப்பதும் கூடஅவனைப் பாதிப்பதாக நினைக்கத் தோன்றியது. அப்பா விஷயம் புரியாமல் அவனிடம் ஏதோ கேட்டுக் கொண்டிருந்தார். முருகானந்தத்தின் கண்களில் நான் அறிந்தேயிராத இலக்கற்ற பார்வையும், வெறுமையும் அங்கிருந்து வெளிவரும்வரை பின் தொடர்ந்து வருவதாக உணர்ந்து உடல் சிலிர்த்தது.

வெளியில் நின்றபோது எதிரில் இருந்த ஆலமரத்து இலைகளின் சலசலப்பு கல்யாண மண்டபத்து இரைச்சலோடு ஒன்று சேர்வதை மட்டுமே உணரமுடிந்தது. மரத்தின் இலைகள் காலமின்மையுடன் இணைவதைப் பிரமை பிடித்தவன் போல, மூச்சுவிடும் அசைவுகளுடன் மட்டுமே நெடுநேரம் கவனித்துக்கொண்டிருந்தேன். நினைத்தே பார்க்க முடியாதபடி காலம் மிக குறுகியதாகத் தோன்றியது. இந்த அதிர்ச்சி தனிப்பட்ட முறையில் என்னைப் பாதிப்பதாகும். ஏதோ ஒரு வகையில் அவனை என் இலக்காக, என் குறிக்கோளின் எல்லையாகக் கொண்டிருந்தேன். நான் சேர்ந்திருக்கும் நிறுவனம், வேலை, சம்பளம் பற்றிப் பேச எண்ணியிருந்தது எத்தனை அபத்தமானது என்று தோன்றியது. அவனின் நிலைமை எதிர்பாராதது. தோற்கடிக்க விரும்பும் எதிர் குத்துச் சண்டைக்காரனின் திடீர்விலகல் போல, கோல்போஸ்ட் நீக்கப்பட்டது தெரியாமல் பந்தை உதைத்துவந்து கவனித்ததும் திகைப்புடன் செய்வதறியாது நின்றுவிடும் கால்பந்தாட்ட வீரனின் மனமாக, அதை அப்போது புதியதாக கண்டுகொள்பவனாக,செய்வதறியாது நீண்டநேரம் நின்றிருந்தேன்.

மெதுவாக திடமற்றநடையுடன் வந்து என்னை அழைத்துச் சென்ற நமச்சிவாயம் மாமாவின் பேச்சில் ஊசியின் கூர்முனையின் குத்தல்போல மௌன இடைவெளி எங்களிடையே தொடர்ந்து வந்தது. அவர் மென்மையாகப் பேசிய பேச்சில் ஒன்றை மட்டுமே கவனித்தேன். எல்லாப் பெண்களையும் கட்டிக் கொடுத்திட்டேன், பொண்ணுகளெல்லாம் கல்யாணமாயிப் போயிட்டாங்க, வீடே வெறுமையாயிடுச்சு. எனக்கப்புறம் முருகானந்தத்தோடஎதிர்காலத்த நினைச்சாத்தான் தம்பி கவலையா இருக்கு'.

• • •

அப்ரஞ்ஜி

இன்றைய தினம் ஏதோ ஒரு வகையில் முக்கியவிதமாக அமையப்போகிறது என்ற எண்ணம் காலையில் எழுந்ததுமே ஏற்பட்டுவிட்டது. ராஜேஸ்வரி மகளின் சாந்தாவின் 25ஆம் வருட திதி இன்று. மஞ்சள் காமாலையில் இறந்த அவளுக்கு கூழுற்றும் தினம், இந்த வருடம் சிறப்பாக செய்துவிடவேண்டுமென ராஜேஸ்வரி நேற்றே கூறிவிட்டார்.

விடியாகாலை வேளையில் அடுப்பு வெப்பத்தின் காரணமாக உடலில் பரவியிருந்த வியர்வை குளிராய் இதமாய் இருந்தது. துடைக்க மனம் வராமல் வேலை செய்துகொண்டிருந்தாள் அப்ரஞ்ஜி. கொழுக்கட்டையின் மணம் அந்த தோட்டத்து ரேழி முழுவதும் பரவியிருந்தது. பெரிய சுவாலைகள் பாத்திரத்தின் பாதியளவிற்கு மேல் பரவி அமானுஷ்ய சத்தத்துடன் எரிந்துகொண்டிருந்தது அடுப்பு. சாயம்போடும் கரிபிடித்த பெரிய பாத்திரங்களும் கரண்டிகளும் தாறுமாறாய் ஒரு பக்கமும், மறுபக்கம் விறகுகளின் அடுக்கு ரயிலொடு சார்புவரைக்கும் உயர்ந்திருந்தன. வெப்பம் தாளாமல் நீர்க்கொழுக்கட்டைகள் பாத்திரத்திலிருந்து வெளியேவர எத்தளிப்பது போலதத்தளித்துக் கொண்டிருந்தன. சூரியன் இன்னும் வெளியே வரவில்லை. வரும் நேரம்தான், காகங்கள், குயில்களின் கத்தும் ஒலிகள் கேட்க தொடங்கிவிட்டன. விடிவதற்குள் முடிந்துவிட வேண்டும் என்ற முனைப்பில் கண்களும் கைகளும் வேகமாக செயல்பட்டன.

'அப்ரஞ்ஜி...' இருட்டிலிருந்து ஒருகுரல் நீண்டகுரல் வெளிப்பட்டது.

கே.ஜே.அசோக்குமார்

‘ஓ...’ பதிலளித்தாள்.

‘ஆயிடுச்சா...’ இது நாகமணியின் மருமகள் ராஜியின் குரல்.

‘ஆயிட்டே இருக்குடியம்மா... இதோ முடிஞ்சிடும்’

ராஜியின் மருமகள் தனத்தின் மாப்பிள்ளைக்கு போனவிருந்தின் போது அவர்கள் ஊரில் கிடைக்காத இந்த நீர்க்கொழுக்கட்டையை விரும்பிச் சாப்பிட்டதால் இம்முறையும், தனம் கேட்டுக்கொண்டதன்பேரில், ஊரிலிருந்து வரும் அவருக்காக விசேஷமாக தயாராகிவருகிறது.

அளவாக இருந்த கொழுக்கட்டைகளாக பார்த்து எடுத்து இரண்டு குண்டான்களில் வைத்துக்கொண்டு, மிச்சத்தை கட்டைகள் இழுத்துவிடப்பட்ட அடுப்பிலேயே விட்டுவிட்டு எதிர்கொண்டுவந்த தனத்திடம் கொடுத்தாள் அப்ரஞ்ஜி. நினைத்ததைவிட வேகமாக முடித்துவிட்ட சந்தோஷத்தில் விரிந்த உதடுகளில் காவிபடர்ந்த பற்களிடையே சிரிப்பாக பெற்றுக்கொண்டாள் தனம். அப்ரஞ்ஜி என்றாலே வேகம்தான். எத்தனை பேருக்கு எத்தனை வகை என்றாலும் சொன்ன நேரத்தில் செய்துமுடித்துவிடக் கூடியவள்.

தனத்தின் மகள் பிருந்தாவிற்கு ‘சந்தோஷில்’ பெரிய செலவழித்து பிறந்த ஆண்குழந்தையை கவனிக்கச் சென்றது அப்ரஞ்ஜிதான். ராசியான கையென்று வீட்டிற்கு வந்ததும் குழந்தைக்கு முதல் சக்கரைத் தண்ணி கொடுத்தது அப்ரஞ்ஜிதான். முன்பெல்லாம் பிரசவத்திற்கு அவளைதான் அழைத்தார்கள். மொட்ட வீட்டு நாகமணி, கீழத்தெரு காவேரியம்மாளுக்கு பத்து பத்து பிள்ளைகள் சளைக்காமல் பிரசவம் பார்த்தாள், பிற்பாடு ஆஸ்பத்திரி, கிளினிக் என வந்துவிட அவளுக்கு உடல் ஒத்துழைப்பு குறைந்துவிட பார்ப்பதை நிறுத்திக்கொண்டாள். ஆனால் இன்றைக்கும் குழந்தைக்கு முதல் சக்கரைத்தண்ணி அவள் கையால்தான், பிறகு குழந்தையை குளிப்பாட்டுவதிலிருந்து பீத்துணி அள்ளுவதுவரை அவள்தான் செய்வாள்.

பஞ்சு பஞ்சாக பறக்கும் வெள்ளைமுடி, லேசான கூன்விழுந்த முதுகு, இறுக்கிக் கட்டப்பட்ட சேலையில் அப்ரஞ்ஜியை பார்க்க தொண்ணூறு வயது என்று சொன்னால் யாராலும் நம்பமுடியாது. இதுவரை அப்ரஞ்ஜி நோய், நொடியென்று படுத்தது கிடையாது. தண்ணீர் இறைப்பது, இந்த தெருவில் நாலு வீடுகளுக்கு வாசல் தெளித்து கோலம் போடுவதும், துணிதுவைப்பதும் இப்போதும் செய்கிறாள். கோரா சாயம் வெளுக்க கும்பகோணத்தில்

இப்போது கூப்பிட்டாலும் போய் செய்வாள். லெட்சுமி வீட்டில் முன்பு தொடர்ச்சியாக செய்துகொண்டிருந்தாள். நாகமணி இருக்கும் வரை அடிக்கடி சொல்லிக்கொண்டிருப்பாள். “நல்லா பொறுப்பா வேலைய பாக்குற அப்ரஞ்ஜி நீ, அங்க கூப்பிறாங்க இங்க் கூப்பிறாங்கனு எங்கேயும் போயிறக் கூடாது ஆமா, நம்ம கூடவே இருக்கனும்” என்பாள். “ஆபத்துல உதவுற நா உன்னைய விட்டு எங்க போயிறப்போறேன் நாவமணி” என்று அப்ரஞ்ஜியும் சளைக்காமல் கூறுவாள். அவளின் பத்து பிள்ளைகளையும் பிரசவம் பார்த்து வளர்த்தவள் அன்றுமுதல் என்ன விசேஷங்கள் என்றாலும் அவள்தான் முன் நிற்பாள்.

கொழுக்கட்டைகளை வாங்கிகொண்ட தனம், ‘அப்ரஞ்ஜி, நேத்து சொன்னமாரி இன்னிக்கு நாள் நல்லாயிருக்கு மொன பொங்கல் வச்சிடு, இந்தா காசு’ என்று பணத்தை கொடுத்துவிட்டுச் சென்றாள்.

‘சரிடியம்மா, கூழூத்தி முடிஞ்சொன்ன, பதினொரு பன்னன்டு மணிக்கா வெச்சுறேன்’.

எப்போதும் மொனபொங்கல் செய்வது அப்ரஞ்ஜிதான். லச்சுமியம்மா வீட்டுக் கொல்லையில் மூன்று செங்கல்லும், ஒரு சிறு சட்டியும், ஒரு செம்படமும் இருக்கின்றன அந்த தெரு மொனைக்கு தோதாக. கொஞ்சம் அரிசியும், வெல்லமும் வாங்கி அந்த சின்ன சட்டியில் போட்டு மூன்றுகல்லில் அடுப்பு மூட்டி கொதித்ததும் வடித்து மொகனையிலேயே உள்ள திரிசூலமோ, பிள்ளையாரோ, அல்லது வேறு ஏதேனும் சாமிக்கோ படைத்துவிட்டு, சுற்றியிருக்கும் பிள்ளைகளுக்கு கொடுத்ததுபோக மிச்சத்தை அங்கிருக்கும் சிறுகல்லில் வைத்துவிட்டு வருவாள். தெரு தாண்டி புருஷன் வீட்டிற்கு பிறந்த குழந்தையோடு செல்பவளுக்கு, குழந்தைக்கும், அவளுக்கும் எந்த காத்து கருப்பு அண்டாமலிருக்க மொனபொங்கல் செய்வது ஐதீகம்.

மொனபொங்கல் என்றில்லை வளைகாப்பு, காதுகுத்து, கல்யாணம், கருமாதி இப்படி விசேஷ நாட்களில் முறையாக செய்யஅப்ரஞ்ஜி இல்லாமல் முடியாது. சில நேரங்களில் எல்லா வீட்டு விசேஷங்கள் ஒரேநாளில் அமைந்துவிட்டால் எல்லா வீட்டிற்கும் போகமுடியாமல் அவள் பாடு திண்டாட்டமாக இருக்கும். இதுபோக பாவில் சிக்கல் எடுக்க, சாயம்போட, பிறந்த குழந்தைக்கு குளிப்பாட்ட, தீட்டுக் கழிக்க, காட்டேரி பூசை செய்ய, அரிவுரி அம்மன் பூசை செய்ய எல்லாவற்றிற்கும் அப்ரஞ்ஜிதான்.

தீபாவளி சீசனில் பட்டுஜவளி கும்பகோணத்தில் அமோகமாக இருக்கும். வேலையும் அதற்குத்தகுந்தாற் போல அவளுக்கு இருக்கும். வீதியில் பாவுபோடும் சமயங்களில் வாசு ஆள்சொல்லி அனுப்பிவிடுவார். அப்ரஞ்ஜியின் விரல்களின் அசைவுகளுக்கு மட்டுமே பாவின் சிக்கல்கள் விரைந்து நேராகும்.

பெண் பிரசவத்தின்போது. 'அப்ரஞ்ஜிஞ் பச்ச உடம்பு, பொண்ண பாத்துக்க' என்பார்கள் இரண்டுநாள் வீட்டோடு இருந்து முதுகு, கால், தொடையில் எண்ணைவிட்டு நீவி பச்ச உடம்பு பெண்ணை சுகப்படுத்துவது அவளுக்கு கைவந்த கலை. குழந்தை பிறந்ததும் கவனித்தது போக பதினோராம் நாளோ அல்லது பதிமூன்றாம் நாளிலோ அரிவுரி அம்மன் பூசை இருக்கும். வீட்டின் கிழக்கு பார்த்த சுவரில் கண்மையால் நான்கு குமிழுடைய கோலம்போட்டு இரண்டு பக்கம் பொம்மைகள் வரைந்து வைத்து – குழந்தை அதைப்பார்த்து சிரிக்கும் என்பாள். – அதற்கு ஐந்து வகை காய்கறியுடன் பூசை செய்வாள் அப்ரஞ்ஜி.

குழந்தை ரொம்ப அழுதால் அப்ரஞ்ஜியை கூப்பிட்டுவிடுவார்கள். எண்ணெய் தேய்த்து நீவி, சாம்பிராணி போட்டு பாட்டு படிப்பாள்

"தாள மாமையா – தசரத
ராம சந்திரையா
கஞ்சி வரதையா எனை
கொஞ்சி வருதையா"

என மடியில் வைத்து குழந்தைக்கு லட்டுபிடிப்பது போல காட்டி அப்ரஞ்ஜி பாடும் போது குழந்தை சொக்கி சிரிப்பதை கண்டு ஊரே மகிழ்ந்துபோகும்.

செத்தவர்களின் திதிநாள், பொங்கபடைப்பை அய்யர் வந்து கூறுவதற்கு முன்பே ஞாபகப்படுத்துவது அப்ரஞ்ஜியாகத்தான் இருக்கும். சரியான நாளில் அவளின் கனவில் வந்து இறந்தவர்கள் சோறு கேட்டுவிடுவார்கள். சோறு கேட்டபின் பூஜை வைக்காமல் விட்டுவிட முடியாதே? திதி வைக்கும் நாளில் செத்தவர்கள் அன்றிரவு அவர்கள் வீட்டிற்கு வருவது அவளுக்கு மட்டுமே தெரியும். தனக்கு பிடித்ததை வைத்து படைத்தற்கு நன்றி சொல்லிவிட்டோ அல்லது பிடிக்கவில்லை என்று அவளிடம் திட்டிவிட்டோ செல்வார்கள். இருபது வருடம் முன்பு ராஜேஸ்வரியின் எட்டுவயது மகள் மஞ்சகாமாலை நோய்வந்து செத்தபின் ஒவ்வொரு சித்திரையிலும் அந்த நட்சத்திரத்தில் நாள்

மாறாமல் அவள் வந்து அப்ரஞ்ஜியிடம் கூழ் ஊற்றச் சொல்வாள். இன்று அந்த கூழ் ஊற்றும் நாள்.

தனம் கொடுத்த பழையதை எடுத்து செல்பின் மீது வைத்துவிட்டு அரசலாற்றிற்கு குளிக்க கிளம்பும்போது இறந்த ராஜேஸ்வரியின் மகளை நினைத்துக்கொண்டாள். நேற்று மாதிரி இருக்கிறது அதற்குள் இருபத்துஐந்து வருடங்கள் ஆகிவிட்டன. சட்டென போய்விட்டாள். அவளிடம் பேச்சு கொடுத்து மாளாது. அத்தனை சுட்டி. கிள்ளிபோடும் வெத்தலை தொடுமைகள் அவளுக்கு பிடிக்கும். பாட்டி பாட்டி என்று அவள் பின்னாலேயே சுற்றுவாள். அவள்தான் கேட்டாள் அப்ரஞ்ஜின்னா என்ன பாட்டி என்று.

ம்.. தங்கம்டி தங்கக்கட்டி பாத்திருக்கியா அதான் அர்த்தம்'

அப்ப தங்கக் கட்டியா நீ' என்று கூறிவிட்டு சீவலை வாயில் போட்டபடி ஓடினாள்.

நாகமணி வீட்டில் சாயம் போட்டுக்கொண்டிருந்த சின்னையாவைத்தான் அப்ரஞ்ஜிக்கு கட்டிவைத்தார்கள். உண்மை பெயரான செல்லம்மா, பருவத்தில் கல்யாணம் கட்டிவந்த சமயத்தில், அவள் அழகில் மயங்கி அப்ரஞ்ஜி என்று மாமியாகாரி செல்லமாக அழைக்க அதுவே நிலைத்துப் போனது. கூறப்பட்டு சேலையில் அவ்வளவு பாந்தமாக இருந்தாளாம். சின்னையாவை பார்த்து, இந்த பழத்துக்கா இவளை கட்டிக்கொடுத்தார்கள் என்று கேட்காதவர்கள் இல்லையாம். மாமியாக்காரி 'போடி, உங்க வேலைய பாத்துக்கிட்டு' என்பாள்.

என்ன சாபமோ, கொடுப்பினையோ தெரியவில்லை, கொஞ்ச நாளில் சின்னையா சித்தபிரமை பிடித்துபோனது. வறுமையில் உழன்ற அவளுக்கு என்ன செய்வது என்று தெரியாமல் அப்படியே விட்டுவிட்டாள். தெருக்களிலேயே அலைந்து கொண்டிருந்தவன் அப்புறம் என்ன ஆனான் என்று யாருக்கும் தெரியவில்லை.

அவன் மூலமாக பிறந்த அவளின் மகள் அம்புஜம் வளர்ந்தபின் இருக்கும் காசை வைத்து தாராசுரத்தில் கட்டிக்கொடுத்தாள். கொஞ்சநாளில் அவளும் காணாமல் போனாள். ஆற்றில் விழுந்து செத்துவிட்டதாகவும், அவ்வூரின் வியாபாரி ஒருவரை இழுத்துக் கொண்டு ஓடிவிட்டதாகவும், அவளின் ஒரு கொழுந்தனை வைத்துக் கொண்டு அம்மாபேட்டையில் குடித்தனம் நடத்துவதாகவும் பேச்சு அடிப்பட்டது. அப்ரஞ்ஜி என்ன ஏது என்று புரியாமல் காலத்தை ஓட்டினாள்.

சின்னனையா காணாமல் போனபோதும், அம்புஜம் விட்டுபோன போதும் ஆறுதலாய் இருந்தவர்கள் நாகமணியும் காவேரியும் தான். ‘ஒன்னுக்கும் கவலபடாத ஒன்னைய அப்படியே விட்டுடமாட்டோம்’ என்று ஆறுதல் சொன்னார்கள். மூன்று தலைமுறைகள் தாண்டியும் இப்போதும் அதே பாசத்துடன்தான் பார்க்கிறார்கள். அவர்கள் போய் பல ஆண்டுகள் ஆனபிறகும், அவர்கள் சந்ததியர்கள் லெட்சுமி, மல்லிகா, மீனாட்சி என்று அத்தனை பேரும் அவளுக்கு துணையாக இருக்கிறார்கள். அவர்கள் போனபின்பும் அவர்களின் மகன்கள் மகள்கள் அவர்களின் மகன்கள், மகள்கள் என்று பார்த்துவிட்டாள், எல்லாருக்கும் அவள் பிரியம்தான்.

இத்தனை காலத்திலும் தலைசுற்றலை தவிரநோய்நொடி என்று வந்து படுத்தது கிடையாது. மற்றவர்களுக்கு பாரமாக இருந்துவிடுவோமோ என்ற பயம் அவளுக்கு இருந்தாலும் ‘அப்படி நம்பள ஆண்டவன் வைக்கமாட்டான் என்று திடமாக நம்பியிருந்தாள்’. அவளுக்கு இன்றைய தினம் இற்றோடு. இந்த நெசவாளர் குடியிருப்பில் வேலை செய்து கிடைக்கும் சொற்ப பணத்தில் அவர்கள் வீடுகளிலேயே ஆங்காங்கே தங்கிகொண்டு வாழ்க்கை நடத்தி வந்தாள்.

பாதியிருட்டிலேயே அரசலாற்றில் குளித்துவிட்டு ஈரம் சொட்ட இன்று செய்யவேண்டிய கூழுற்றுதல், மொனபொங்கல் வேலைகளை பற்றி நினைத்தபடி நிதானமாக நடந்துவந்தாள், துவைத்த துணிகள் ஈரத்தோடு தோள்களில். சொட்டிய துளிகள் அவள் நடந்துவந்த பாதையை காட்டின. ரோட்டில் அந்த நேரத்தில் யாரும் இருக்கப்போவதில்லை. மும்மூர்த்தி விநாயகர் கோவில் அருகில் வந்தபோது தலைசுற்றலாகவந்தது. விநாயகரை நின்று வழிபட்டுச் செல்வது வழக்கம். முன்னாடி வச்சலா மட்டுமே பால் வாங்க குவளையோடு சென்றுகொண்டிருந்தாள். அவளை கூப்பிட நினைத்தாள் ஆனால் கொஞ்ச நேரத்தில் சட்டென மயங்கி விழுந்தாள்.

பொழுதுபுலர்ந்தபோது அப்ரஞ்ஜி மயங்கி விழுந்து கிடப்பது தெரிய, ரோட்டில் சென்றவர்கள் பயந்து வீடுகளிலும் கடைகளிலும் ஏறிக்கொண்டார்கள். டீக்குடிக்க வந்த ரெங்கா பார்த்துவிட்டு நாகமணியின் கொள்ளுபேரன் தினேஷிடம் ‘பட்டுநூல்காரம்மா மயங்கி விழுந்துகிடக்கு’ என்ற செய்தி சொன்னான். வெய்யில் ஏறி அப்ரஞ்ஜி மேல் மென்மையாக அடித்துக்கொண்டிருந்தது. தெரு முழுவதும் இதே பேச்சாக இருந்தது. அப்ரஞ்ஜி இப்படி

ஆயிட்டாளே என்றார்கள், அவளுக்கு நல்ல மனசு அதான் இப்படி சட்னு போய்ட்டா என்றார்கள்.

சைக்கிள் மிதித்து வந்த தினேஷ், உதட்டோரம் ரத்தகரையைப் பார்த்துவிட்டு முனிசிபாலிட்டிக்கு உடனே தகவல் சொன்னான். கொஞ்ச நேரத்தில் முனிசிபாலிட்டிகாரர்கள் வந்து வண்டியில் தூக்கி போட்டு சென்றபின்னே கடைகளிலும், வீடுகளிலும் நின்றவர்கள் இறங்கி நடந்து செல்ல ஆரம்பித்தார்கள்.

• • •

பஸ் ஸ்டாண்ட்

அவன் பெயர் பஸ் ஸ்டாண்ட், ஆனால் அது அவனுடைய உண்மையான பெயரல்ல. சொல்லப்போனால், அவனுடைய உண்மையான பெயர் அவனுக்கே மறந்து போய்விட்டது. சிலர் அவனை கோழி என்பார்கள். சாப்பாட்டை கொத்திக் கொத்தி தின்பதால் அப்பெயரை வைத்து அழைத்தார்கள். இதை தவிர மண்டை, டவுசர், தண்ணிப் பாம்பு முதலியன வேறு பெயர்களும் அவனுக்கு உள்ளன. முதலாளி எப்போதும். 'கோழிப்பய' என்று செல்லமாக அழைப்பார்.

திருச்சி பஸ் ஸ்டாண்ட் வந்தபோது அவனுக்கு ஆச்சரியமாக இருந்தது. இத்தனை பெரிய ஊரா? அணைக்கு வரும் தண்ணீரும், மதகுகளை வெளியேறும் தண்ணீரும் போல இத்தனை பேருந்துகள் வருவதும் போவதுமாக இருந்தது முதலில்அவனுக்கு வியப்பாக இருந்தது. அவனிருந்த பேரளத்தில் மிகச் சிறிய பஸ் ஸ்டாண்டே உள்ளது. இரண்டு பேருந்துகள் நிற்க மட்டுமே இடமிருக்கும், இரவு ஒன்பது மணிக்கு மேல் வண்டியே கிடையாது.

இங்கு வந்த புதிதில் சென்னை செல்லும் பேருந்துகள் நிற்குமிடத்தில் கொஞ்ச நேரம் நின்று மக்களை வேடிக்கை பார்ப்பான். அவர்களின் பரபரப்பு, அவர்களின் உடைகள், அவர்கள் அருந்தும் பானங்கள், உணவுப் பொருட்கள் போன்றவைகள் அவனுக்கு மிகவும் உவப்பானதாகவும், விசித்திரமானதாகவும் இருக்கும். பின்பு பயணிகள் தாங்கும் அறைக்கு சென்று சிறிது நேரம் அமர்ந்திருப்பான். பயணிகள், மீதமான வைத்துவிட்டுப்போன உணவுகளை உண்பான்.

சிலநேரங்களில் அவர்களே அவனுக்கு கொடுப்பார்கள். பின்பு யாரும் இருக்காத தென்மேற்கு மூலையில் மூத்திர அறைகளுக்கு மேலுள்ள மதில் சுவரில் சிறிதுநேரம் அமர்ந்து எல்லாப்பக்கமும் வேடிக்கை பார்த்துக் கொண்டிருப்பான். ஒரு நாள் சென்னை செல்லும் பேருந்துகள் பகுதியில் அமர்திருந்தபோது இருவர் சிநேகிதமாக அவன் தோளை தொட்டார்கள். பின்பு அவனை ஓரிடத்திற்கு அழைத்து சென்றார்கள். ஓட்டலும், லாட்சுமாய் பேருந்து நிலையத்தை ஒட்டியிருந்த பகுதியது. மூன்று வேளை சாப்பாடும் தங்குவதற்கு இடம் இலவசமாகவும் கொடுத்தார்கள். தினமும் லாட்சிலுள்ள கக்கூஸ்களை கழுவவேண்டும். அதுதான் வேலை அவனுக்கு. நன்றாக செய்தான் என்று சொல்ல முடியாது. ஆனால் 'கவுரவமாக' வைத்திருந்தார்கள். கொஞ்சநாளில் முன்னால் உள்ள ஓட்டலுக்கு மாற்றிவிட்டார்கள். அங்கு சாப்பிட்டபின் இலை எடுத்து மேஜையை துடைக்கும் வேலை. ஓட்டல் முதலாளி ஒல்லியாக டிபி வந்த ஆள் மாதிரி கொள்ளு கொள்ளு என்று எப்போதும் இருமிக்கொண்டிருப்பார்.

அவர் மகன் கதிர் இவன் வயதுதான் இருப்பான் அல்லது ஒன்றிரெண்டு வயது பெரியவனாக இருப்பான். கதிர்தான் முதலில் பஸ் ஸ்டாண்ட் என்று அழைக்க ஆரம்பித்தான். பஸ் ஸ்டாண்டில் கண்டெடுக்கப்பட்டதால் இப்பெயர். பிரியமாக வைத்தான் கதிர். 'டே... பஸ் ஸ்டாண்டே', 'டே... பஸ் ஸ்டாண்டே' என அழைப்பான். வரும் வாடிக்கை கஸ்டர்மர்களிடம் பஸ் ஸ்டாண்டில் கண்டெடுக்கப்பட்ட விவரத்தை கேலியாக கூறி அனைவரையும் சிரிக்க வைப்பான்.

முதலில் எல்லோர் முன்னிலையிலும் அழுதுவிடுவான். நாளாக நாளாக பழகிவிட்டது. இப்போதெல்லாம் அவனும் சிரித்துவிடுவான். அவன் சிரித்துக்கொண்டிருப்பதை பார்த்து, வாடிக்கையாளர்கள் சிலர் 'எந்த ஊரு தம்பி உனக்கு' என்பார்கள். அவன் கேள்விப்பட்டவரை மதுரைதான் பெரிய ஊர், ஆகவே மதுரைங்க என்று கூறிவிடுவான். 'எந்த தெரு' என்றால் அங்கன ஒரு கோயில் அங்கன ஒரு குளம் அங்கன ஒரு தெரு என நீளமாக கூறுவான். பேரளத்தில் அம்மாவும் அப்பாவும் இருக்கிறார்கள். இப்போதும் இருக்கத்தான் வேண்டும். இருவரும் கூலிவேலை செய்பவர்கள். நாலைந்து பிள்ளைகள், அவர்களில் இவனும் ஒருவன். ஊரில் எதாவது பிரச்சனையை என்றால் பிள்ளைகளை போட்டு சாத்துவார்கள். அவர்களுக்குள் பிரச்சனை என்றாலும் இவர்களை போட்டு சாத்துவார்கள்.

கே.ஜே.அசோக்குமார் ◆ 137

அவன் சென்று வந்த பள்ளிக்கூடம் ஊருக்கு வெளியே இருந்தது, பேருந்தின் பின்பக்க ஏணிப்படிக்கட்டில் தொத்திக்கொண்டு பயணம் செய்வது அவனுக்கு ஆனந்தமாக இருக்கும். பள்ளிவரை காலையில் வரும் ராமஜெயத்திலும் வீடுவரை மாலையில் வரும் ஸ்ரீலஷ்மியிலும் தொத்திக்கொண்டு வருவான். ஒருநாள் கொக்கியில் மாட்டிக்கொண்டுவிட்ட புத்தகப்பையோடு பஸ் பறந்துவிட்டது. இனி பள்ளிக்கூடம் செல்லமுடியாது, பள்ளிக்கு சென்றால் வாத்தியாரிடம் அடி, வீட்டிற்கு சென்றால் அம்மாவிடம் அடி. என்ன செய்வதென்று தெரியாமல் சிறிதுநேரம் முழித்துவிட்டு வழியில் வந்த ஏதோ ஒரு வண்டியில் கூட்டத்தோடு கூட்டமாக ஏறிக் கொண்டான். சின்னப் பையன்களையெல்லாம் நடத்துனர் பயணச்சிட்டு கேட்க மாட்டார் என்பதை புரிந்துகொண்டான். ஏதோ ஒரு ஊரில் இறக்கி விடப்பட்டான். வழியில் கிடைத்ததெல்லாம் உண்டான். மீண்டும் சந்தோசமாக வேறொரு வண்டியில் ஏறிக்கொண்டான்.

படித்ததென்னவோ இரண்டாம் வகுப்பு, ஆனால் எழுத படிக்கவே தெரியாது. அந்த பள்ளியின் லட்சணம் அவ்வளவுதான். படிக்கத் தெரியாவிட்டாலும், தாண்டி வந்த கொரடாச்சேரி, நன்னிலம், அம்மாபேட்டை போன்ற ஊர்களின் பெயர்கள் நினைவில் உள்ளன. கடைசியாக வந்து சேர்ந்த திருச்சி பஸ் ஸ்டாண்டை பார்த்ததுமே கூட்டத்தோடு கூட்டமாக கரைந்து ஒளிந்து வாழ தனக்கு ஏற்ற ஊர் என நினைத்துக் கொண்டான். ஆரம்பத்தில், தன்னை கண்டுபிடித்து அம்மா அப்பா சேர்ந்து தோலை உரிக்கபோகிறார்கள் என்று தோன்றியது அவனுக்கு. இதற்கு முன்பு ஒருமுறை பள்ளிக்கூடம் செல்லாமல், முதலியார் தோப்பில் பசங்களுடன் ஒளிந்துக் கொண்டிருந்தவனை பெருமாள் கூட்டிச் சென்று அவன் அப்பாவிடம் விட்டு விட்டான். செம மாத்து கிடைத்தது. இந்தமுறை அவனை யாரும் பார்க்கமுடியாமல் போய்விட்டது. அவனுக்கு வருத்தமே. ஒருந்தனை காணாமே என அம்மாவும் அப்பாவும் யோசித்திருப்பார்கள், பின்பு மறந்து, இன்னொன்றை பெற்று அந்த இடத்தை நிரப்பியிருக்க கூடும். இப்போது நான்கு ஆண்டுகள் ஆகிவிட்டன. திரும்பிபோனாலும் அவனை அடையாளமும் தெரியுமா என்பதும் சந்தேகமே.

எந்த ஊர் சென்றாலும் அவ்வூரின் பஸ் ஸ்டாண்டை தாண்டி அவன் சென்றதில்லை. சினிமா பார்ப்பதற்காக வெளியே செல்வான், அதிகபட்சம் அவ்வளவுதான். மீண்டும் வந்துவிடுவான். ஒரு ஊரில் கிடைக்கும் நண்பன் அந்த ஊரோடு சரி. அவன்

எந்த ஊர் சென்றாலும் வாழ்விடமாக எப்போதும் நினைப்பது பஸ் ஸ்டாண்டைதான். வாழ்வில் காணும் சுகதுக்கங்கள், ஏற்ற இறக்கங்கள் அனைத்தையும் பஸ் ஸ்டாண்டிலே கண்டுவிட முடியும். ஒரு நல்ல அனுபவத்தை தேடும் ஒருவன் பஸ் ஸ்டாண்டை புறக்கணிப்பதில்லை என்பது அவன் கண்டுபிடிப்பு.

திட்டமிட்டு யாரையும் அவன் ஏமாற்றியதில்லை, திட்டமிடாமல் நிறைய ஏமாற்றி இருக்கிறான். ஒரு முறை வேறு ஏதோ ஊரில், உணவருந்திக் கொண்டிருந்த ஒரு குடும்பத்தின் பக்கத்தில் போய் அமர்த்து கொண்டான். அவனை ஒத்த பையன்களும் அதிலிருந்தார்கள், 'சாப்பிடுறியா தம்பி' என ஒரு காகித தட்டில் புளிசாதம் கொடுத்தார்கள். அதில் ஒருவன் அணிந்திருந்த சட்டையும் டவுசரும் அவனுக்கு பிடித்திருந்தது. 'நாங்க போயிட்டு வர்றவரைக்கும் பாத்துக்க' பைகளை வைத்துவிட்டு குளிக்க சென்ற போது, அந்த பையன் கழற்றி வைத்த சட்டையும் டவுசரும் மட்டும் எடுத்துக்கொண்டு கிளம்பிவிட்டான். வேறொரு ஊரில் பஸ் ஸ்டாண்டை ஒட்டிய ஓரிடத்தில் மூன்று சீட்டு நடந்து கொண்டிருந்தது. அதை நடத்துபவனின் குரலில் இருந்த தொனி, முகத்தின் வசீகரம், சீட்டுகளை கையாளும் லாவகம் போன்றவைகள் அவனுக்கு பிடித்திருந்தன. இவனிடம் டீ வாங்கி வருவது, பீடி வாங்கி வருவது போன்ற வேலைகளை கொடுத்தான். ஒரு நாள் போலீஸ் ரையிடு வந்த போது அவசர அவசரமாக அவனிடமிருந்த பணத்தை இவனிடம் கொடுத்து விட்டு ஒன்றும் தெரியதவனாக போலீசிடம் பேசிக் கொண்டிருந்தான், இந்த சமயத்தில் இவனும் கிளம்பிவிட்டான்.

இந்த ஓட்டலுக்கு வந்த பிறகு இம்மாதிரி வேலைகளை செய்வது கிடையாது. அவன், புலி, டப்பி மூவரும் புதிய கூட்டாளிகள் ஆனார்கள். வாரத்தின் ஒருநாள் மாலை அவர்களுக்கு விடுமுறை. கிடைக்கும் சொற்ப பணத்தில் சோனமீனா அல்லது மெயின் காட்கேட் போய் விடுவார்கள். டப்பி நிறைய சாகசங்கள் செய்வான். திரைஅரங்குகளில் தம் அடிப்பது, பேருந்தில் நடத்துனரிடன் வம்படிப்பது, மாரியம்மன் கோயில் விழாக்களில் டவுசரை கழற்றி விட்டு டான்ஸ் ஆடுவது என பல இருக்கும். அந்த நிகழ்ச்சிகள் ஒரு வார தினப்பேச்சுக்களுக்கு தேவையானவையாக இருக்கும்.

அவர்களின் சந்தோசங்களை பொறுக்க முடியாதவனாக இருப்பான் முதலாளி மகன் கதிர். மூவரில் இளையவன் என்பதால் இவனை விரட்டுவது வேலையாக வைத்திருப்பான் கதிர். துடைத்த டேபிளை துடைக்கச் சொல்வான். மளிகை

சாமான்களை மீண்டும் கணக்கு பார்க்க சொல்வான். இப்படி பலவகையில் தொந்தரவு செய்தான்.

வேறு ஓட்டல்களில் தேவை அதிகரிக்கும் போது, நல்ல சம்பளத்திற்கு சொல்லாமல் கொள்ளாமல் போய் விடுவார்கள். அங்கு பிடிக்காத போது வேறு எங்காவது போய் விடுவார்கள், அல்லது திரும்பி வந்துவிடுவார்கள். அது நடந்து இரண்டாண்டுகள் ஆகிவிட்டன, இப்போது வேறு இடத்திற்கு போவதற்கு கதிர்தான் காரணமென்றாலும் இதை வெளியில் கூறிக் கொள்ளமுடியாது. கதிரின் தொந்தரவுகள் நாளுக்கு நாள் அதிகரித்தது. ஒருமுறை மிக அதிகபட்ச அலங்காரத்துடன் ஒய்யாரமாக சிலிப்பிகொண்டு வந்த கதிரின் அம்மாவை, யாரென்று தெரியாமல் மற்ற நண்பர்களுடன் 'இந்த பட்டற நல்லா இருக்கேடா' என கூறிக் கொண்டிருந்ததை கதிர் கேட்டுவிட்டான்.

'வக்காளி, யாரபாத்து என்னடா பேசுற', என்றான் கதிர்.

சுதாரித்து, நிலைமையை புரிந்து கொண்டவனாக 'இல்ல ஆளே, யாருன்னு தெரியல, அதான் அப்படி சொல்லிட்டேன் ஆளே' என்றான்.

'உனக்கு சோறு தண்ணி கிடைக்காது, செருப்பு பிஞ்சிடும் பாத்துக்க', என்றான் இதைவிட அதிகமாகவே பேசினான். ஆனால் பிரச்சனைகளை சமாளிக்க பழகிக்கொண்டுவிட்டான். இருந்தாலும் மற்றொரு சாகசத்திற்காக அவனும் டப்பியும் சொல்லிக்கொள்ளாமல் 'வெங்கடேஷ்வராவிற்கு' போய்விட்டார்கள். பெரிய ஓட்டல் அது, நல்லபடியான கவனிப்பு இருந்தது. அங்கு இருப்பது கவுரவமாக இருந்தது. சம்பள தேதி கொஞ்சநாள் முன்பு டப்பி தான் அந்த எண்ணத்தை கூறினான்.

ஓட்டலின் பின்பக்கத்தில் சூப்ரவைசர்கள் சம்பளம் கொடுத்து முடிந்த கொஞ்ச நேரத்தில் சரவணன் ஓடிவந்து 'என் சம்பளபணத்த காணல சார்' என்றான். அவன் பேகில் பிளேடால் அடிபக்கத்தை கீறி பணத்தை எடுத்திருந்தார்கள். முதலில் அவர்கள் சந்தேகப்பட்டது அவனையும், டப்பியையும் தான். 'அவனுவோ பேக் இருக்கா பாரு' என்றார்கள், பிறகு 'ஆள் இருக்காணுவோலா பாரு' என்றார்கள்.

பஸ் ஸ்டாண்ட் வந்தபோது ஒரு பஸ்ஸையும் காணவில்லை. பிறகுதான் தெரிந்தது 'பஸ் ஸ்ட்ரைக்' என்று. ஆறு மணிவரை பஸ்கள் ஓடாது என தெரிந்ததும் குழம்பிப் போனான். இன்னும் நாலுமணி நேரம் ஓட்டவேண்டும். நடந்து போனால் நிச்சயம் பிடித்துவிடுவார்கள். ஜங்சன் போய்விடலாமென்று யாரும்

போகாத, பயன்படுத்தாத சுற்றி போகும் சின்ன சந்துகள் வழியாக ஜங்சன் சென்றுவிட்டான். ரயில் வரும் அறிவிப்புகள் கேட்டபடியே இருந்தது. எந்த பிளாட்பாரத்தில் ஏறவேண்டும் இறங்கவேண்டும் என புரியாமல் தவித்தான். கூட்டமும் அதிகமாக இருந்தது. அங்கிருந்த வடநாட்டு கும்பலோடு அவனும் சிறிது நேரம் படுத்துக்கொண்டான். கடந்து போகும் நபர்களெல்லாம் அவனுக்கு சந்தேகமாக தோன்றியது. பதற்றம் தொற்றிக்கொண்டுவிட, பிறகு ஒரு கழிவறைக்கு சென்று தாளிட்டுக் கொண்டான். டப்பி எங்கிருக்கிறான் என்று தெரியவில்லை. பஸ்கள் ஓடியிருந்தால் இந்நேரம் பறந்திருக்கலாம். அவன் இருப்பை காட்டுவதற்காக பேக்கை எடுக்காமல் வந்துவிட்டான். அதில் பெரிதாக ஒன்றுமில்லை.

மேலே எட்டிப்பார்க்கும் தலை நிழலொன்று தெரிந்தது. பின் 'தபதப' வென்று கதவு தட்டப்பட்டது. அதை திறப்பதற்குள் கம்பி நெளிந்து அதுவே வழி விட்டுவிட்டது. இரண்டு பேர் உள்ளே வந்து என்ன ஏதென்று கேட்காமல் மடேர் மடேர் என்று பிடரியில் அவனை சாத்தினார்கள்.

'அண்ணே, அண்ணே... சத்தியமா நா எடுக்கலே, நா எடுக்கலேண்ணே...' என்று சொல்லிக் கொண்டிருந்தான். ஒருவர் மாற்றி ஒருவர் அடித்துக் கொண்டே சட்டையை கழற்றி உதறிப் பார்த்தார்கள். பின்பு டவுரசையும் கழற்றி பார்த்தார்கள். ஒரு கையில் அவனை பிடித்தபடி மறு கையால் தலை, முதுகு, மார்பு என்று மாறிமாறி அடித்தார்கள். அப்படி இருவருமே ஒரே நேரத்தில் செய்து கொண்டே அவனை தள்ளிக் கொண்டு வந்தார்கள். கைகளை விரித்து ஏதேதோ அபிநயம் காட்டி 'நா செய்யலண்ணே' என்று கூறிக் கொண்டே வந்தான். பின்பக்கமாக ஒருகையில் டவுசரை பிடித்திக் கொண்டும் மறுகையில் அவர்களின் அடியை முடிந்த மட்டும் தடுத்துக் கொண்டே வந்தான். வழியில் கண்ட சிலர் பதற்றத்துடன் பிளாட்பாரத்தின் மேல் ஏறி அவன் அடிவாங்குவதை பார்த்தார்கள். பின்பு 'இது சகஜம்தானே' என்பது மாதிரி பழைய மாதிரி நடக்க ஆரம்பித்தார்கள்.

ஓட்டல் வந்ததும் அங்கிருந்த சூப்ரவைசர்கள் 'எங்கடா இன்னொருத்தன்' என்று கேட்டபடி நையப் புடைத்தார்கள். சட்டையையும் டவுசரையும் கழற்றி விட்டு, பின்னாலிருந்த சூர்யஒளி தடுப்பிற்காக போடப்பட்டிருந்த கூரையின் ஒரு இரும்பு தூணில் அம்மணமாக கட்டிவைக்கப்பட்டான். கொஞ்ச நேரத்தில் முதலாளி வந்து அவரும் ரெண்டு சாத்து சாத்திவிட்டுப்

போனார். இரவு வரை அப்படியே இருந்தபின், கடைசியாக எடுத்ததை ஒப்புக் கொண்டான். இல்லையெனில் அடித்தே கொன்று விடுவார்கள், யாரும் கேட்கப் போவதில்லை. பஸ் ஸ்டாண்டின் பொதுக் கழிப்பறையின் மூன்றாம் அறையின் தண்ணீர் போகும் குழாய்க்கு சுவற்றின் அடியில் இருந்த பிளவில் சவுத்தாள் பையில் சுருட்டி வைத்திருந்ததை கூறினான். தயாராக இருந்த இரண்டுபேர் ஓடிச்சென்று எடுத்து வந்தார்கள். பணம் *500 சரியாக இருந்தது.*

சட்டை, டவுசருடன் அவனின் பேக் ஆகியவற்றோடு அவன் வெளியே தூக்கி எறியப்பட்டான். மிகப் பெரிய அவமானமாகிவிட்டது. எல்லா ஓட்டல்களுக்கும் தெரிந்துவிட்டது. எல்லா இடங்களிலிருந்தும் அவனை நோக்குவது போலிருந்தது. கொஞ்ச நேரம் ரோட்டிலேயே உட்கார்ந்து கிடந்தவன், பின்பு மெதுவாக நடந்து பயணிகள் பகுதிக்கு சென்று அமர்ந்திருந்தான். இரவு அங்கேயே கழித்தவன். ஆரம்ப நாட்களில் இங்கு வந்து அமர்ந்த நினைவுகளில் மூழ்கி அங்கேயே தூங்கிப் போனான்.

மறுநாள் நாள்முழுவதும் கிடந்தான். வலதுகண் பெரிதாக வீங்கியிருந்தது. முதலாளி கையில் இருந்த ஒரு பெரிய மோதிரம் கன்னத்தை கிழித்ததில் ரத்தம் வழிந்து கொண்டிருந்தது. பற்களிலிருந்தும் கைகள் கால்கள் முட்டியிலிருந்தும் ரத்தம் வந்து கொண்டிருந்தது. இரண்டு நாளில் லேசாக சுரம் அடிக்க ஆரம்பித்தது. மெயின் காட்கேட் போனான். அங்கிருந்த கோயில்களில் கிடைத்த பிரசாதத்தை உண்டு அங்கேயே படுத்துக் கிடந்தான். பல முறை டப்பியுடன் இங்கு வந்திருக்கிறான். ஆனால் இப்போது டப்பி மட்டும் தப்பிவிட்டான். அவனைப் பார்த்தால் நன்றாக இருக்குமென தோன்றியது. டப்பிக்கு தெரியாத இடமில்லை எல்லா சந்துகளிலும் அவன் நுழைந்து வந்திருக்கிறான். ஒருமுறை அவனை ராணியிடம் அழைத்து சென்றான். அவளை பார்ப்பதற்கே விசித்திரமாக இருந்தது. தலை சற்று பெரியதாக உடலுக்கு பொருத்தமற்று இருந்தது. அவளுக்கு உதடுகளே இல்லை. அந்த இடத்தில் வெறும் தோலே இருந்தது. மூக்குக்கு கீழ் வேர்வை துளிகளுடன் அவள் முகம் வெளிறி இருந்தது. குளோரின் பவுடர்கள் தெளிக்கப்பட்ட ஈரமாக இருந்த ஒரு சந்தில் அவளிடம் தைரியமாக சென்று பேசினான் டப்பி. இவர்களை மேலும் கீழும் பார்த்தபடி பின்னாலிருந்த இருந்த பகுதிக்கு அழைத்து சென்றாள். டப்பி தைரியமாக செயல்பட்டது அவளுக்கு பிடித்திருந்தது. இவனை

கண்டுகொள்ளவே இல்லை. கடைசியாக தலையில் நாலு தட்டுதட்டி பணத்தை பிடுங்கிக்கொண்டு அனுப்பிவைத்தாள். இந்த சாகசம் ஒரு மாதத்திற்கு போதுமானதாக இருந்தது.

இப்படியே இந்தப்பக்கம் எதாவது ஒரு பஸ் பிடித்து வேறு பஸ் ஸ்டான்ட் போய்விடலாம் என யோசித்துக் கொண்டிருந்தான். முன்பைவிட அவன் வளர்த்து விட்டிருப்பதினால் நிச்சயம் டிக்கட் கேட்பார்கள். தப்பிக்க முடியாது. வேறு எங்கு சென்றாலும் ஆரம்பத்திலிருந்துதான் மீண்டும் வாழ்கையை தொடங்க வேண்டும். இப்போதைய நிலையில் வேறுவழியில்லை. இல்லையென்றால் இங்கேயே கிடந்து சாகவேண்டியதுதான். கூட்டமாக வரும் வண்டியை எதிர் பார்த்து காத்துக் கொண்டிருந்தான். லேசாக மயக்கமும் கண் எரிச்சலுமாக இருந்தது. ஜுரம் அதிகமாகி விட்டிருந்தது. உருகி கொட்டிக் கொண்டிருந்த வெயிலில் இன்னும் சற்று நேரம் நின்றால் விழுந்துவிடுவோம் போல தோன்றியது. திடீரென யோசித்தவனாக நடந்தே மீண்டும் பஸ் ஸ்டாண்டிற்கே திரும்பி வந்தான். மீண்டும் பழைய சாந்தி ஓட்டல் வாசலில் வந்து நின்றான்.

இரண்டு மாதத்தில் பழைய முதலாளி இன்னும் இளைத்து விட்டிருந்தார். இவனை கண்டதும் 'ஓடிப் போயிடு இங்க வராதே' என்று கூறிவிட்டுப் போய்விட்டார். ஓட்டலுக்கும் ரோட்டிற்கும் இடையே அமைக்கப்பட்டிருந்த பூங்காவில் இருந்த மரத்தின் அடியில் கொஞ்ச நேரம் கிடந்தான். பசி கொஞ்சம் கொஞ்சமாக கொல்ல ஆரம்பித்தது, போதாதிற்கு இந்த காயங்களின்வலி. கஸ்டமரில்லாத மதிய நேரத்தில் மீண்டும் சென்று முதலாளி முன்நின்றான்.

இவனை பார்த்ததும் கோபம் கொண்டு அங்கிருந்த முனியனிடம், 'இவனை வெளியே தூக்கி போட்றா' என்றார். முனியன் அவனை நோக்கி வருவதற்குள், வேறேதும் யோசிக்காதவனாக சட்டென அவர் காலில் விழுந்தான். 'முதலாளி என்னைய மன்னிச்சுடுங்க முதலாளி, இனிமே இந்த தப்ப பண்ண மாட்டேன் முதலாளி, எங்கேயும் போமாட்டேன் முதலாளி உங்களுக்கு செருப்பா உழைக்கிறேன் முதலாளி'. என்று திரும்ப திரும்ப கூறிக்கொண்டிருந்தான். 'எலே.. தூக்கி வெளிய போட்றா இவன', அதிக சத்தத்துடன் கத்தினார் முனியனை பார்த்து. இனிமே செய்யமாட்டேன் முதலாளி', என்று மீண்டும் மீண்டும் அதையே கூறினான். ஒரு கட்டத்தில் அது உளறலாகவே இருந்தது. 'வீட்டுக் கல்யாணத்துக்கு கூட நா வேல செய்யல முதலாளி இனிமே

இத மாதிரி செய்யமாட்டேன் முதலாளி, இந்த ஒரு முறை மன்னிச்சிடுங்க முதலாளி'.

கடைசி வார்த்தையை கேட்டதும் ஒரு விநாடி திரும்பி பார்த்தார். ஒரு ஆழ்ந்த யோசனைக்குபின் 'சரி போ உள்ள' என்றவர், முனியனிடம் 'எலே, இவனுக்கு சாப்பாட போட்ற', மீண்டும் கண்ணீருடன் காலில் விழுந்தான். 'உள்ள போ' என்று கையை வீசிவிட்டு கல்லாவை கவனிக்கப்போனார்.

உள்ளே போனதும் தரையில் இலையை விரித்து சோறைபோட்டு அள்ளி அள்ளி சாப்பிட்டான். சாம்பார் ஊசிப் போயிருந்தது, ஆனால் அதையெல்லாம் கவனிக்கும் நிலையில் இல்லை அவன். சாப்பிட்டு முடிந்ததும் அந்த இடத்தை தண்ணீர் தெளித்து சுத்தமிட்டான். இப்போதுதான் பார்வை தெளிய ஆரம்பித்தது, ஆனால் மயக்கம் அவனை தள்ளிக் கொண்டிருந்தது.

மாலைக்கான அயிட்டங்களின் தயாரிப்பு வேலைகள் நடந்து கொண்டிருந்தன. அவனை ஒருமுறை பார்த்து விட்டு மீண்டும் வேலையை தொடங்கினர் மற்ற வேலையாட்கள். அவனையும் ராஜாவையும் கூப்பிட்டு டேபிளை எல்லாம் துடைக்க சொன்னான் முனியன். துடைத்துக் கொண்டிருக்கும்போது, சுற்றும் முற்றும் பார்த்துகொண்டு யாரும் இல்லையென உறுதி செய்துகொண்டபின்னர், 'உனக்கு விஷயமே தெரியாதா, அவரு பொண்ணு கல்யாணம் நடக்கலே' என்றான் முனியன்.

'ஏன்?'

மீண்டும் ஒருமுறை பார்த்தபடி, 'அவரு பொண்டாட்டி யார்கூடையோ ஓடிப்போச்சு' என்றான்.

'ஆங்', கதிரின் முகம் ஒரு நிமிடம் அவன் மனதில் வந்து மறைந்தது.

'ஆமாண்டா, கல்யாணத்துக்கு இரண்டு நாளு முன்ன, யாரோ எலக்ட்ரிசியன் ஒருத்தன் கூட ஓடிப்போச்சு, அதனால கதிர்கூட ஓட்டலுக்கு வர்றதில்ல, முதலாளியும் ரொம்ப ஒடிஞ்சு போயிட்டாரு'. ஒன்றும் புரியாமல் முனியனையே பார்த்துக்கொண்டிருந்தான்.

அவர் பொண்டாட்டி எந்த ஊரில் எந்த லோகத்தில் எந்த பஸ் ஸ்டாண்டில் நிற்கிறாளோ என நினைத்துக் கொண்டான்.

• • •

கைக்கு எட்டிய வானம்

சேற்றில் கால்களை ஒவ்வொரு சமயம் ஊன்றும்போது ஒரு நீர்க்குமிழி பொளக் என்று வெளியேறியது. அதை கவனித்தபடி கால்களைத் தொடர்ந்து ஊன்றுவது மிகுந்த உற்சாகத்தை அளித்தது. சேறு கால்களில் அப்பி அழகானகரும் ஜோட்டு ஒன்று அணிந்தது போல ஆகிவிட்டிருந்தது. தவளைக் குட்டியோ, மீன் குஞ்சோ திடீரென எம்பி வந்து சமயங்களில் கால்களை தொட்டு கிச்சுகிச்சு மூட்டிவிட்டு ஓடுயது. அந்தஒரு கணத்தில் கையில் பிடித்திருந்தஒரு சின்ன மீன் அவனிடமிருந்து தப்பி வேறு ஒரு இடத்திற்கு பாய்ந்து சென்றுவிட்டது. விடாமல் துரத்தியும் அது அவன் கைகளில் அகப்படாமல் ஓட முயற்சித்தது. இந்தவிளையாட்டு அவனுக்கு மிகவும் பிடித்திருந்தது. அவனுக்கு முன்பு பாண்டி, செந்தில், அக்காவு சென்று கொண்டிருந்தார்கள் அவர்களின் கால்சிராய்களில் இங்க் தெளித்துபோல சேறுகள். புள்ளிக் கோடுகளாக பரவியிருந்ததை அவர்கள் அதை அறியாமல் நடந்து செல்வதைப் பார்த்து சிரித்துக் கொண்டான் சங்கர்.

வீட்டிற்கு போனதும் வசைகளும் அடிகளும் மாறிமாறி கிடைக்கப் போவதை நினைத்துப் பயம் ஏற்பட்டது ஆனாலும் சந்தோஷம் அவனை நெட்டித் தள்ளியும், முன்னோக்கி இழுத்தபடியும் இருந்தது. கணுக்கால் அளவு இருந்தசேறடர்ந்த கலங்கிய நீரானது சில இடங்களில் சற்று பள்ளமாகவும் சில இடங்களில் மேடாகவும் இருந்தது. பிடிக்கப்பட்ட மீன்களை சேகரிக்க ஆங்காங்கே நீரில் அமுங்கிய கூடை வெறித்துப் பார்க்கும் கோழியின் கண்கள் போல காட்சியளித்தன. அலைகள் தளும்பும் நீருடன் பார்த்து பழகியிருந்த குளம் அது, இறைத்தபின்

கே.ஜே.அசோக்குமார்

நீரற்று இருக்கும் பரப்பை அதன் உள்ளிருந்து பார்ப்பதே ஒரு பிரம்மாண்ட உணர்வை ஏற்படுத்தியது. காதைக் கிழிக்கும் விசித்திர ஒலிகளுடன் மாலைநேர வெப்பமே தெரியாமல் சில்லென்று காற்று வீசிக் கொண்டிருந்தது. குளம், அதன் நாலுபக்கம் மதில் சுவர்களுடன் கரிய நிறத்தில் சேறுபடர்ந்த அதன் உடலை பார்ப்பதே பழக்கமான பெரிய மிருகத்தின் அருகில் ஒரு சிறு துணிவுடன் செல்வது போலஅச்சமமூட்டியது.

இருட்ட ஆரம்பித்ததை அவன் அறிந்த ஒரு சமயத்தில் தெளிந்த நீராக இருந்த ஒரு பகுதியில் கால்களைக் கழுவிக் கொண்டு சட்டென்று வீட்டிற்குப் பறந்தான் சங்கர். உள்ளே போகும்போது அம்மா கவனிக்கவில்லை என்று நினைப்பது பிழை என்பதை மனதில் நினைத்துக் கொண்டு, எப்போதும்போலஒருமுறை உள்ளே சென்று மீண்டும் கைகால்களை கழுவிக் கொண்டு வந்த நேரத்தில் அது உறுதிப்பட்டது. தான் சென்றிருந்த இடத்தை மூன்றாம் வீட்டு மேகலா அக்கா பார்த்துவிட்டு அம்மாவிடம் கூறியிருப்பாள். அவளுக்கு இதுதான் வேலை. அவன் பக்கம் திரும்பாமல் இருப்பது, வேகவேகமாக வேலைகளைச் செய்வது போன்ற அம்மாவின் பாவனைகளே உணர்த்தின. வழக்கமற்று சுத்தமாகக் கவனிக்காமல் இருப்பதுபோலஇருந்தால் அதற்கு வேறொரு அர்த்தம் இருக்கிறது என்று பொருள். மெல்ல புத்தகங்களை எடுத்துக்கொண்டு உள்அறைக்குச் சென்று அமர்ந்து கொண்டான். அந்த இடம் குளிர்ச்சியாக இருந்தாலும் வேர்த்துக் கொட்டியது அவனுக்கு. வேகமாக பக்கங்களை புரட்டி அவனுக்குப் பிடித்த ஒரு பக்கத்தின் நடுவில் கைகளால் குத்தி சமன்படுத்தி சம்மணப்படுத்திய கால்களுக்கு கீழ் வைத்துக்கொண்டு படிக்க ஆரம்பித்தான்.

தங்கை விஜி அறைவாசலில் நின்று எட்டிப் பார்த்தாள். அப்படி அவள் பார்ப்பதே அருவருப்பாகவும் எரிச்சலாகவும் இருந்தது. உள்ளே வந்தவள் ஏதோ எடுக்க வந்த மாதிரி, அவன் பக்கத்தில் நின்று ‘எங்க போயிருந்த,’ என்றாள். அவளைப் பிடித்துத் தள்ளிவிட வேண்டும் போலிருந்தது. பின் அதற்கும் அடிவாங்குவதைத் தவிர்க்க, பேசாமல் ஏதோ ஒரு வேலையில் தீவிரமாக இருப்பது போலிருந்தான். ஆனால் அவன் செவி அவள் என்ன சொல்லப் போகிறாள் என்பதைக் கூர்ந்து கவனித்தது. ‘அம்மா கோவமா இருக்காங்க,’ அவளைக் கவனிக்க அவன் முயற்சி செய்யாது வேகமாக ஏதோ படிப்பதுபோல் பாவனை செய்தபோது ‘அப்பா வந்தோன்ன உனக்கு அடியிருக்கு,’ என்று

சொல்லியபடி தன் கடமையைச் செவ்வனே முடித்ததாக நினைத்து உடனே அங்கிருந்து அகன்றாள்.

அவளை முடியைப் பிடித்துக் குனியவைத்து முதுகில் நாலு சாத்து சாத்த வேண்டுமெனத் தோன்றியது. அவள் போன பின்பும் கோபமும், இயலாமையும் தலைக்குமேல் ஏறியபடி இருந்தது. புத்தகங்கள்பால் அவன் கவனம் செல்லவில்லை. இடமாறி அமர்ந்தும் இலக்கற்று கவனிப்பதுமாக இருந்தான். பிறகு மெதுவாக அடுப்படி சென்று அம்மா பக்கத்தில் அமர்ந்துகொண்டான். இப்போதே சமாதானப்படுத்தி விடுவது மேல் என்று அவனையும் அறியாமல் தோன்றியது. அடுப்படியில் ஒருகால் உயர்த்தி சம்மணம் கட்டி அமர்ந்த அம்மாவின் கால்களை தலைகுனிந்தபடி கவனித்துக் கொண்டிருந்தான். உருளைக்கிழங்கு கறி தயாரித்துக் கொண்டிருந்தாள், அவளின் வேகத்திற்கு கால்விரல்கள் அசைந்து கொண்டிருந்தன. சமைத்துக் கொண்டிருந்த அம்மாவின் கைகள் சில சாமான்களை எடுப்பதும், பொத் என்று வைப்பதுமாக இருந்தன. அதன் வேகம் அந்த இடத்தில் அர்த்தமற்று இருந்தது. நடுவே 'அம்மா,' என்று ஈனக்குரலில் அழைத்தான். அது அவனுக்கே சரியாகக் கேட்கவில்லை போல் தோன்றியது. ஒரு சில விநாடிகள் என்பதுகூட ஒரு நீண்ட மௌன இடைவெளி போன்று அவஸ்தையாக இருந்தது அப்போது. சட்டென ஒரு கணத்தில் திரும்பி 'எங்க போயிட்டு வர்ற,' என்றாள். மீண்டும் பழையபடி திரும்பிய முகம், கைகள் அதே வேகத்தில் இயங்க தொடங்கியிருந்தது.. மனதில் தயாரித்து வைத்திருந்தபதிலை அவனால் தற்போது சொல்ல முடியாதது அவனுக்கு ஆச்சரியமாக இருந்தது. 'வந்து வந்து,' என்றுதான் முழுங்கியவன். 'அப்பா வந்தோன்ன சொல்லாதம்மா,' என்றான் பரிதாபமாக. நிதானமாக திரும்பிய அம்மா முகத்தில் கருமையாகப் படர்ந்த கோபம் முகத்தைக் கிட்டத்தில் மேலும் பெரிதாக அகோரமாகக் காட்டியது. சுளித்த உதடும், சுருங்கிய கண்ணுமாக 'கண்டிப்பா சொல்லத்தான் போறேன்,' என்றவளின் உதடுகளிலிருந்து தொடர்ந்து வார்த்தைகளாகத் தெறித்தன. அந்த இடத்தில் அவைகளுக்கு எந்த பொருளும், தேவையும் இருப்பதாகத் தெரியவில்லை. அந்த முகம் அவன் அம்மா முகமல்ல என்று வெறுப்புடன் தோன்றியது. முகத்தில் கிட்டத்தில் பார்க்கும்போது தெரிந்த பருக்கள், மேடுபள்ளங்கள் தற்போது அருவருப்பூட்டின. தங்கை அவனையே கவனித்துக் கொண்டிருந்தது இன்னும் எரிச்சலாக இருந்தது.

பதற்றமும் பயமும் அதிகரிக்க அம்மாவின் வசைகளுக்கு நடுவே எவ்வளவு நேரம் உட்கார்ந்திருந்தான் எனத் தெரியாமல் மீண்டும் உள்அறைக்குச் சென்று அமர்ந்து கொண்டான். ஏன் பதற்றம் அதிகரிக்கிறது எனச் சட்டென புரியாமல் போனது. தன்னையறியாமல் அடிக்கடி கடிகாரத்தைப் பார்த்துக்கொண்டான். புத்தகத்தை விரித்ததும் அதில் தெரிந்த எழுத்துக்கள் நீரில் ஓடும் மலர்கள் போல ஓடியதில் அவன் கண்கள் கண்ணீரில் மிதப்பதை உணர்ந்தவனாக லேசான கோணல் வாயுடன் கவனித்தான்.

திடீரெனஊர் அமைதியடைந்தது மாதிரி இருந்தது. எந்த ஒலியும் துல்லியமாக கேட்டதும், புலன்கள் கூர்மையடைந்து உடல் சிலிர்ப்பதையும் உணர்ந்தான். அப்பாவுக்கு வரும் கோபம் அவன் அறிந்திருக்கிறான். கொஞ்சம்கூட யோசிக்காமல் அவரால் எப்படி அடிக்கமுடிகிறது என்பது தெரியவில்லை. அடித்து வெறுப்பேற்றப்பட்ட கொடூரவிலங்கு ஒன்று பாய்ந்துவருவது போல பாய்ந்துவந்து என்ன ஏது என்றுகூடகேட்காமல் கண்ணுமண்ணு தெரியாமல் அடிப்பார். அவருடைய முதல் இலக்கு முன்நெற்றியில் இருக்கும் முடிகள்தான். அதைப் பற்றிக்கொண்டார் என்றால் பின் கன்னம், கழுத்து, முதுகு என்று அடிக்க ஏதுவாக இருக்கும். உதட்டு ஓரத்தில் இருந்த தழும்பு அவரால் தான் உருவானது. அப்பா என்ற பேருக்கு இருக்கும் தான் நினைக்கும் ஒரு விசேஷம் அவருக்கு ஏதுமில்லாமல், எந்த விஷயத்திலும் பொண்டாட்டி பேச்சை அப்படியே கேட்கும் சாதாரண மனிதன் தான் என்ற எண்ணம் அவனுக்கு உண்டு.

அடிப்பதைத் தவிர வேறு எதுவும் அவருக்கு தெரியாது. எதிரே இருக்கும் இந்த ஓவியத்தைக் கூடப் புரிந்து கொள்ள அவரால் முடியாது. ஏன் வண்ணத்தின் பெயரைக்கூட அவரால் சரியாக கூறமுடியாது. எதிரே தான் வரைந்து ஒட்டியிருந்த ஓவியத்தைப் பார்த்துக் கொண்டிருந்தபோது சட்டென மனம் அமைதியடைந்து, எல்லா அப்பாக்களும், அம்மாக்கள் அப்படித் தான் என தோன்றியது. அந்த ஓவியத்தை வரைந்த போது கமலியுடனும், வசந்தனுடனும் நடந்த வேடிக்கை நிகழ்ச்சிகள் நினைவுக்கு வந்தன. மூவரும் சேர்ந்துதான் வண்ணங்களைத் தேர்ந்தெடுத்தார்கள். ஒவ்வொன்றையும். அதன் தூரங்களை விளக்க அடர், வெளிர் நிறங்களை தேர்தெடுத்தார்கள். கூட சில மரங்களோடு முன்பக்கம் சற்று தாழ்ந்த மலையும், பின்னால் சற்று உயர்ந்த மலையும் அதன் மேலே மறையும் சூரியனுடன், அதை உணர்த்த மற்ற பொருட்களின் நிழல்கள் சாய்வாய் வரையப்பட்டன. அதில்

செம்பழுப்புப் புற்கள் காற்றில் அசைந்தபடியிருக்கும். புற்களின் மேற்பகுதியில் சூரியஒளி மினுமினுக்கும். வலது பக்கத்தில் இருக்கும் தூங்குமுஞ்சி மரம் அடர்ந்த பல கிளைகளுடன் படத்தின் மேல்பக்கம் முழுவதும் இடப்பக்கம் கொஞ்சமும் நீட்டியபடி நிழல் பரப்பி அந்த இடம் குளிர்ச்சியாய் மாற்றி இருக்கும். மரங்களில் தூங்குமூஞ்சி மரம் அவனுக்குப் பிடித்தது. அந்தப் பேரே அவனுக்கு மிகவும் பிடித்திருந்தது. அதன் இலைகளும், சிதறிக் கிடக்கும் செம்பழுப்புப் பூக்களும் அவனுக்கு எப்போதும் மகிழ்ச்சியளிப்பவைகள்.

அவனுடன் கமலியும், வசந்தனும் ஆளுக்கொரு சின்ன சைக்கிளில் பலவிதக் கூச்சல்களுடன் அந்த மலையைக் கடந்திருக்கிறார்கள். நடுவில் வரும் ஒரு பள்ளத்தாக்கில் கீழ்நோக்கி இறங்கி மறைந்துபோய் சற்றுநேரம் கழித்து மேலேறியிருக்கிறார்கள். உயரமானஇரண்டாம் மலையின் உச்சியில் நின்றபடி மேலே படர்ந்திருந்த நீலவானத்தை, நீரில் கைகளை அலையவிடுவதுபோல், அலைய விட்டிருக்கிறார்கள். கமலி வைத்திருக்கும் காமிக்ஸ், அறிவியல் புத்தகங்கள்படி வானம் மேலே முழுவதும் கருமையே என அவன் அறிந்திருந்தான். ஆனாலும் அந்த கற்பனை அவனுக்கு மிகவும் பிடித்திருந்தது. கற்பனைகள் எல்லையற்றும் அவரவர்களுக்குத் தோன்றிய புதியகற்பனைகளை கூறிக் கொள்வதில் இருக்கும் போட்டியே அந்த ஓவியத்தை பலவண்ணத்தில் வளர்த்தெடுத்தது.

ஒரு வாசனை பவுடர் எப்போதும் போட்டுவருவாள் பக்கத்துவீட்டு கமலி. அவளின் கைவிரல்கள் பீன்ஸ்போல குண்டுகுண்டாக முடிச்சுகளுடன் இருக்கும். அவள் கையைப் பற்றி விளையாடும்போது ரம்மியமாக இருப்பதை உணர்ந்திருந்தான். அதேபோல் எதிர்வீட்டு வசந்தன் புதுப்புது பேனாக்கள், பென்சில்கள் வைத்திருப்பான் குட்டையாக இருக்கும் அவன் செய்யும் சேட்டைகள், அவனின் கருத்த பளிங்கு கண்களை உருட்டி பேசுவது அழகு என நினைத்துக்கொள்வான். கமலியும், வசந்தனுமே எப்போதும் அவனுக்கு பிடித்த நண்பர்கள். இருவருடன் சேர்ந்து பக்கத்திலுள்ளபிள்ளையார் கோயில் குளக்கரையில் அமர்ந்து அவர்கள் உருவாக்கிய கதைகள் ஏராளம். காற்றில் கைகளை அசைத்து வண்ணங்கள் உருவாக்குவதுபோலஒவ்வொரு சமயமும் கதைகள் புதிய செய்திகளையும், திருப்பங்களையும் கொண்டு அவர்களையே ஆச்சரியப்படுத்தும். அதில் அவனுக்கு பிடித்தவிசித்திரமானபிள்ளையாரைப்பற்றிய கதையும் ஒன்று.

வெறும் சுண்டல் மட்டுமே படைக்கப்பட்டதால் பிள்ளையார் கோபத்தில் திரும்பி அமர்ந்து கொள்கிறார். முதுகுகாட்டி அமர்ந்த பிள்ளையாரைக் கண்டு அதிர்ந்த ஊர்மக்கள், பிள்ளையாரை திருப்ப முயன்று முடியாமல் போக மேலும் அதிர்ந்து போகிறார்கள். ஒவ்வொருவரின் கனவிலும் வந்து தான் திரும்பி அமர தனக்கு பிடித்தகொழுக்கட்டை வேண்டுமென்று கேட்கிறார். உடனே ஊர்மக்கள் கொழுக்கட்டைகளை படைத்து வைத்ததும் திரும்பிவிடுகிறார் பிள்ளையார். ஊர்மக்கள் சந்தோஷமடைகிறார்கள். இதை எண்ணற்ற வகைகளில் அவகளால் நீட்டியும், சுருக்கியும் கூறமுடிந்தது. அதைக் கதையாகவும் எழுதி அனைவருக்கும் காட்டி மகிழ்ந்தான்.

இந்த களிப்பையும் சந்தோஷத்தையும் பற்றித் தெரிந்து கொள்ளாமல் வெறும் அறிவிலிகளாக இந்த அப்பா அம்மாக்கள் இருப்பது சங்கருக்கு வெறுப்பாக இருந்தது. சின்னவயதில் இத்தனை அனுபவங்கள் கூடிவரும்போது, இந்த பெருவயதில் எத்தனை இருக்கவேண்டும். அவர்கள் மூளையைப் பயன்படுத்தாமல் இருப்பதாக அவனுக்கு தோன்றியதும் உண்டு.

புத்தகத்தைப் பிரித்திருந்த பக்கம், பள்ளியிலும், டியூசனிலும் பலமுறை படித்திருந்ததுதான். ஒரு படத்தில் நேராகவும், மற்றொன்றில் நீரினால் வளைந்தும் காணப்படும் கண்ணாடித்தண்டு காட்சிப்பிழையை விவரிக்கிறது. அதைக் குறித்து பல தடவைகள் பேசியும், எழுதியும், சிந்தித்தும் அதைத் தாண்டி வந்துவிட்டான். ஆனாலும் புதிய செய்தியாகஎதுவும் இல்லாமல் ஒவ்வொரு தேர்விலும் அதையே தொடர்ந்து படித்து வரிமாறாமல் எழுதுவது அவனுக்கு மிகவும் எரிச்சல் அளிக்கும் விஷயமாக இருந்தது.

பள்ளிப் புத்தகம் தவிர வேறு புத்தகங்களைப் படிப்பதை இந்த அப்பாககள் அம்மாக்கள் வெறுக்கத்தக்கதாக பார்ப்பதை அவன் வெறுத்தான். சிறுவர் பத்திரிக்கை ஒன்றிற்கு அனுப்ப, கதை ஒன்றை எழுதியபோது அவனைச் சுற்றியுள்ளவர்கள் அடைந்த கோபத்தையும், அதிர்ச்சியையும் முழுமையாகவே வெறுத்தான். தான் அமர்ந்திருந்த அறையில் இருந்தமேஜைக்கு அடியில் அப்புத்தகம் கிடந்தது. அதைப் புரட்டியபோது அதில் ஒரு பக்கத்தில் தவளை படம் இருந்தது, அது ஜூஜூவின் ஞாபகத்தை கிளறி விட்டது.

ஒரு மழைநாளில் அவனும் வசந்தனும் சேர்ந்து பிடித்தார்கள் ஜூஜூவை. முதலில் கற்களால் அடித்து கொல்லவே

முயற்சித்தார்கள். இருட்டில் தத்தி வந்த பெரிய தவளையை ஒவ்வொரு கல்லாக எடுத்து அடித்தும் அது தப்பித்தபடி இருந்தது. ஒருசமயத்தில் கல்லென நினைத்து தவளையே பிடித்துவிட்டான் சங்கர். முதலில் உதறியவன், கையில் சொறி வரும் என வசந்தன் பயமுறுத்தினாலும், பிறகு அதனிடம் அவனுக்கு பயமேற்படவில்லை. அதைப்பிடித்து வந்து யாருக்கும் தெரியாமல் கொல்லைப்புர இடிந்த சின்ன மதில் சுவரின் மீது வைத்திருந்தான். அதன் பின்னங்கால்கள் அடிப்பட்டிருந்ததால் அதனால் குதித்து ஓடமுடியவில்லை. கால்களை உதறி இடப்பக்கம் திரும்ப முயற்சி செய்தபோது வலப்பக்கமாக சென்றது. இந்த குழப்பத்தினால் வலம் இடம் என்று மாறிமாறி திரும்பி நின்றதாக தோன்றியது. அது தன் தலையைத் தூக்கி கண்களை சிமிட்டி அவனையே பார்த்தது. 'உனக்கு ஒரு பெயர் வைக்கிறேன். அது என்ன தெரியுமா' என்றான். தொண்டையை அசைத்து உதடுகளை விரித்து சிரித்தது, 'ஜூஜூ' என்றான். அதற்கும் உதடுகளை விரித்து புன்முறுவல் காட்டி தலையசைத்து ஏற்றுக் கொண்டது. அடிப்பட்ட கால்களுக்கு மருந்து தடவினான். இருநாட்கள் அங்கேயே இருந்தது. அந்த இரண்டாம் நாளில் தான் கதை ஒன்றை சொன்னது.

ஒரு அரசன் தன் அழகான மகளுக்கு அவள் விருப்பபடி ஒரு தவளைக்கு மணம் முடித்து வைத்தான். கொஞ்சநாளில் ஒரு தேவதையின் ஆசிர்வாதத்தால் அது ஒரு அழகிய இளம் வாலிபனாக மாறியது. அரசனுக்குப் பின் அவனே இளவரசியை மணந்து அரசாண்டு வந்தான். இந்த கதை பிடித்ததற்கு காரணம். அதில் வந்த இளவரசி மீது அவள் அப்பா கொள்ளும் பாசப் பிணைப்புதான். தன் அப்பா அடிப்பதைப் பற்றி ஜூஜூவிடம் குறைகூறிக் கொண்டபோது அது சொல்லியது 'நீ உன் அப்பாவை திருப்பி அடித்துவிடு,' என்று. அது சொன்னதுபோல் ஒருமுறை அடித்துவிட்டால் பிறகு அவரால் திருப்பி அடிக்கவே முடியாது என்று தோன்றியது. ஜூஜூ அவனுடன் இருப்பதை அவன் அம்மா பார்த்துவிட்டதால் அடுத்தநாள் அது தானாகவே சென்றுவிட்டது. அவள் கொண்ட முகச்சுளிப்பை இன்றும் அவனால் மறக்கமுடியவில்லை. இடுக்கிப் பார்த்த கண்களை இடக்கையால் இறுக மூடிக்கொண்டாள். அடுப்படி வாசலில் உள்ள நிலைப்படியில் இருபக்கமும் கால்களை வைத்து கைகளால் ஊன்றி மேலேறுவதைப் பார்த்தால் வெறுப்பதைப் போல அது இருந்தது. படிப்பை தவிர வேறு எந்த புதிய

திறன்களையும் அம்மாக்கள், அப்பாக்கள் விரும்புவதில்லை என கண்டுகொண்டான். ஒருவாரம் அவன் பக்கம் வரவேயில்லை என்பதிலிருந்து இதைப்புரிந்துகொண்டான்.

அதேபோல் குப்புறப்படுத்து வானத்தை தூளாவிக் கொண்டிருப்பது எத்தனை அலாதியானது என்பதை இவர்கள் அறிந்திருக்கவில்லை. சங்கர், வசந்தன், கமலி மூவரும் மாலை வேளைகளில் கோயில் திட்டுகளில் படுத்துக் கொண்டு எத்தனை முறை நட்சத்திரங்களை எண்ணியிருக்கிறார்கள். கீழே விழும் நட்சத்திரங்கள், பறந்து செல்லும் பறவைகளின் வரிசைகள், சிலசமயங்களில் மேகங்கள் பொங்கி வரும் நுரையைப் போலவும், சிலசமயங்களில் தூவப்பட்டபஞ்சுப்பொதிகளைப் போலவும் காணப்படும். சில சமயங்களில் வானம் கொஞ்சம் கொஞ்சமாக கீழே இறங்குவதுபோல காணப்படும். சிலவேளைகளில் அதுவே எட்ட போய்க்கொண்டே இருக்கும். தேங்காய் துருவலாக மேகங்களும், சீனித் துகள்களாக நட்சத்திரங்களும் அப்பமாக நிலாவும் அத்தனை ரம்மியமாக காட்சி தருகின்றன. பொட்டுக் கடலையும் சீனியும் பேப்பரில் வைத்து அரைத்து சாப்பிடுவது மாதிரி இந்த தேங்காய் துருவலையும் சீனியையும் சேர்த்துச் சாப்பிட வேண்டும் எனமூவரும் நினைத்துக் கொள்வார்கள். அதே மேகம் வெள்ளித் தகடாக இருந்து கொஞ்சம் கொஞ்சமாகதங்கத் தகடாக மாறுவதை எத்தனை ஆச்சரியமாக பார்த்திருக்கிறார்கள்.

அவனுக்கு மரங்கள் தங்களுக்குள் பேசிக்கொள்வதாக தோன்றும், நாய்கள், கோழிகள், பூனைகள் தங்களுக்குள் பேசிக்கொள்கின்றன, ஆனால் மனிதர்கள் மட்டும் தங்களுக்குள் பேசிக் கொள்வதில்லை. மாறாக சண்டை இட்டுக்கொள்வதாகத் தோன்றும். இடத்திற்காகவும், பொருளுக்காகவும், தண்ணீருக்காகவும், பணம், பதவி, அந்தஸ்திற்காகவும் தொடர்ந்து சண்டையிட்டுக் கொள்கிறார்கள். அதைத்தாண்டி அவர்கள் யோசிப்பதாக அவனுக்கு தெரியவில்லை. இரவில் அனைவரும் தூங்கியபின், எல்லோரும் ஒவ்வொருவராக செத்துப் போவதாக யோசித்து, யாரும் அதைப்பற்றி கவலையில்லாமல் தூங்கிக் கொண்டிருப்தை நினைத்து அவன் மனம் வருந்தி அழுதிருக்கிறான்.

இந்த மனிதர்களுக்கு ஒரு சுபாவம் இருப்பதாக அவனுக்கு தோன்றும். இவர்கள் எதற்கும் மனம் உருகி வருந்துவதில்லை. பசியோடு வரும் மனிதர்களுக்கு உணவளிப்பதில்லை. குஞ்சுக் குருவிகளை கொண்ட குருவிகளின் கூட்டை கலைக்க தயங்குவதில்லை, ஆட்டையும், கோழியையும் வெட்டிச் சாப்பிடத்

தயங்குவதில்லை. பூக்கள் மலர்வதைக் கவனிப்பதில்லை, பிறந்த ஆட்டுக்குட்டியின் துள்ளல்களை நின்று ரசிப்பதுகூட இல்லை என நினைத்துக்கொள்வான். கடைசியாக, மனிதர்களாகப் பிறந்த இவர்கள் மனிதர்களாக மட்டும் வாழ்வதில்லை என நினைத்துக் கொண்டான்.

தூக்கத்திலிருந்து சட்டென வெளிவருவதுபோல சைக்கிள் சத்தத்தைக் கேட்டுவிட்டான். தூரத்தில் வரும் அவ்வொலி அருகில் வரவர நாராசமாக ஒலிப்பதாகத் தோன்றியது. எழுந்து பேசாமல் ஒரு ஓரமாக நின்றுகொண்டான். தன்முகத்தை வேறு ஒன்றிலும் கவனம் கொள்ள விடாமல் ஒரே பக்கமாக அறை வாசலையே பார்த்துக் கொண்டிருந்தான். தன் மேலான அன்பின் காரணமாக அவனைக் காட்டிக் கொடுக்காமல் அவள் அம்மா இருக்கக் கூடுமென நினைத்தான். அவர் முகம் கழுவி வந்த வேகத்தில் உடனேயே 'இவன் இன்னைக்கு என்ன பண்ணினான் தெரியுமா?' என ஆரம்பித்தாள். அந்த கணத்தில் அம்மாவின் செய்கையை நிச்சயம் எதிர்பார்க்கவில்லை. தன்னை வேண்டுமென்றே சிறுமைப் படுத்தியதாகத் தோன்றியது. சொன்னதைக் கேட்டவுடன் அவனையும் அம்மாவையும் மாறி மாறிப் பார்த்ததில் அவர் முகத்தில் கோபம் ஏறியதை பீதியுடன் கவனித்தான். 'சரிவிடு, நம்ம புள்ள தானே,' என கமலியின் அப்பா போல சொல்லப் போகிறார் என நினைத்தது மற்றொரு தவறென அடுத்த வினாடியே அடிக்க ஒரு பொருளை இருபக்கமும் திரும்பி தேடுவதில் தெரிந்துவிட்டது. இல்லை என மறுத்தபடி ஓடிச்சென்று சுவருக்கு பக்கத்தில் நின்றுகொண்டான். அங்கும் பாய்ந்து வந்து அவன் தலைமுடியைப் பிடித்தார். ஜூஜூ தவளை சொன்னது நினைவிற்கு வந்தது. ஓங்கிய கையை பலங்கொண்ட மட்டும் தடுத்து, பிடித்த தலைமுடியை பல்லைக் கடித்து விடிவித்துக் கொண்டு அவனே எதிர்பாராத கணப் பொழுதில் ஓடிச்சென்று தரையில் கிடந்த அந்தபத்திரிக்கையை திறந்து சட்டென, ரோட்டில் இருக்கும் சாக்கடை மூடியை திறந்து இறங்குவதுபோல, அதில் குதித்தான். சின்ன பொந்தின் ஒரு கதவுபோல அரவணைப்போடு அவனை மூடிக்கொண்டது.

அவர் எதிர்பார்க்கவேயில்லை. ஒரு நிமிடம் அதிர்ந்துபோனார். மாட்டைப் பார்த்தால் பயந்துவிடுவார், அப்போது எப்படி அதிர்ச்சி காட்டுவார் என அவன் நினைத்தது போலவே நடந்துகொண்டார். கம்பீரமான பெரியதாக இல்லாமல், ஒரு குச்சிமீசை வைத்துக்கொண்டும், உடலுக்கு ஏற்ற அளவாக

இல்லாமல், பாவாடை போன்ற பேண்ட் அணிந்துகொண்டும், தொளதொளப்பான பெரிய டயல் இல்லாமல், வளையல்மாதிரி இருக்கமாக வாட்ச் அணிபவரான தன் அப்பாவை கண்டு இனி பயப்படத் தேவையில்லை என நினைத்தான். அவன் காணாமல் போன இந்த அதிர்ச்சி அவர் கண்களிலேயே தெரிந்தது. மனைவி பக்கத்தில் இருக்கிறாளா என பார்த்துக் விட்டு, இல்லையென்றதும், அவசரஅவசரமாக ஓடி அந்த பத்திரிக்கையை கையில் எடுத்து திறந்து பார்த்தார். முன்பக்கதிலிருந்து பின்பக்கமாகவும், பிறகு பின்பக்கத்திலிருந்து முன்பக்கமாகவும் காகிதங்களை விரித்தார். உதறினார். அவன் கிடைக்கவில்லை. செய்வதறியாது அப்படியே நின்றார். ஜூஜூ தவளை சொன்னதுபோலவே நடந்துவிட்டதாக அவனுக்கு தோன்றியது.

நரநரவென்று அவர் பல்லைக் கடிப்பதை கரகரவென்ற சைக்கிள் செயின் ஒலிபோல வந்ததை, சிரித்துக்கொண்டு, அந்த புத்தகத்தின் கதகதப்பில் அமர்ந்தபடி கேட்டுக்கொண்டிருந்தான்.

• • •

எறும்புடன் ஒரு சனிக்கிழமை

படியேறி மேலே வந்தபோது என் அறையருகே கரும்பூனை ஒன்று நின்றிருந்தது. திடிரென அதைக் கண்டதில் பயமும் அதிர்ச்சியும் மேலிட்டதும், அடிப்பது போல கை தூக்கி, ‘ஏய்.. போ ஒங்க வீட்டிற்கு’ என்றேன். அது பயந்து கொஞ்ச தூரம் ஓடிப்போய் நின்று, திரும்பி என்னை பார்த்து ஏதும் தாக்குதல் தொடுக்கப் போகிறேனோ என ஊகித்துக் கொண்டு, பின் பாய்ந்து அந்தப் பக்கம் சென்று மறைந்தது. இதைக் கவனித்தப்படியே பின்னால் வந்த என் அறை நண்பன் இந்த விலங்குகளுடன் பேசும் ஒரே மனிதன் நீதான் எனக் கூறிச் சிரித்தான். பின் கால்சிரையிலிருந்து சாவி எடுத்து அறையைத் திறந்து உள்ளே சென்றான்.

எந்த ஜீவராசிகளுடனும், அவற்றை எதாவது ஒருவகையில் எதிர்கொள்ளும்போது பேசுவது என் வழக்கம். அப்படி பேசுவதில் எந்தத் தவறும் இருப்பதாக எனக்குத் தெரியவில்லை. அவற்றிக்கு புரிகிறதா இல்லையா என்பதைவிட, அவற்றினுடனான நம் பேச்சை அவைகள் உணர்ந்து கொள்ளும் என்பது என் வாதம். ஆனால் அறைநண்பன் எதையும் ஏற்றுக் கொள்ளமாட்டான். கேலி செய்வான். எதிர் வாதம் புரிவதற்கு தயாராக இருப்பான். முழுமுற்றாக என் கருத்தை நிராகரிப்பான். வீணாக அவனுடன் விவாதிப்பதைவிட பேசாமல் இருந்து விடுவது நல்லது என நினைக்கும்படி பேசுவான். இதில் என்றில்லை, எல்லா விஷயத்திலும் இப்படித்தான்.

ஷிப்ட் முறையில் மாறுபட்ட நேரங்களில் வேலைக்குச் செல்லும் அவனுக்கு தினமும் ஒரே நேரத்தில் வேலைக்குச்

செல்லும் என்மேல் பொறாமை. அதை இரண்டொருமுறை கூறியும் இருக்கிறான். புனேயில் பல நிறுவனங்கள் இந்த முறையில் இயங்குகின்றன. நேற்று அவனுக்கு இரவு நேர ஷிப்ட் காலை உணவு முடிந்து விட்டது. இப்போது சென்று தூங்க ஆரம்பித்து விடுவான்.

அறை நண்பன், அவனுடைய 'காட்'டில் படுத்து தூங்க ஆரம்பிக்க, நான், என் 'காட்'டில் மேஜையை பக்கத்தின் இழுத்துப் போட்டுக்கொண்டு அமர்ந்தேன். மேஜையின் எதிர் விளிம்பில் ஓர் எறும்பு உணவைத் தேடி அங்குமிங்கும் அலைந்து கொண்டிருந்தது. அவன் 'பை'யை தூக்கி அந்தப் பக்கம் போட்டுவிட்டு புத்தகங்களை ஓரமாக அடுக்கி வைத்தேன். இப்போது எறும்பு முன்னோக்கி என் பக்கம் வந்திருந்தது. வாயில் காற்றை நிரப்பி 'உப்பூ' என்று ஊதி அந்தப்பக்கம் தள்ளினேன். திரும்பி பின்பக்க ஜன்னலிலிருந்து என் கண்ணாடியை எடுப்பதற்குள் மீண்டும் இந்தப்பக்கம் வந்துவிட்டிருந்தது. 'இந்தப் பக்கம் வராதே.. நசுங்கி சாவாய், போ அந்தப் பக்கம்' என்று கூறிவிட்டு, என் கண்ணாடியை அணிந்துகொண்டு தினசரியை எடுத்துப் புரட்ட ஆரம்பித்தேன்.

'என் விதி அப்படியிருந்தால் நான் என்ன செய்வது' என்று ஒரு குரல்.

தூக்கிவாரிப் போட்டது. பேசியது எறும்பா? அதையே உற்று கவனித்தேன். பலமுறை பல உயிரினங்களுடன் பேசியிருக்கிறேன். ஆனால் எதுவும் திருப்பி பேசியதில்லை. ஒரு வேளை அறை நண்பன் கேலி செய்ய பேசுகிறானா? அவனையும் உற்றுப் பார்த்தேன். வாய் பிளந்து மேல்அன்னம் தெரிய, உதடுகள் அசைய அதற்குள் நன்கு தூங்க ஆரம்பித்திருந்தான்.

"பேசியது நானே தான்" என்றது எறும்பு. அதன் உதட்டசைவு நன்கு தெரிந்தது. நான் பேந்த பேந்த விழித்துக் கொண்டிருந்தேன். அவனை எழுப்பலாமா என யோசித்துக் கொண்டிருந்தது மனம். நான் பேசாமல் இருப்பதை பார்த்து, "எங்களை மாதிரி ஜீவராசிகளுடன் நீ பேசுவதால்தான் உனக்கு மறுமொழி கூறுகிறேன். உனக்கு விருப்பமில்லை என்றால் நான் சென்றுவிடுகிறேன்" என்று கூறிவிட்டு எறும்பு திரும்பிச் செல்ல ஆரம்பித்து.

"இரு இரு, திடீரென இப்படி பேசியதில் எனக்கு கொஞ்சம் மலைப்பாக இருக்கிறது. நீ பேசுவது ஏதோ விக்கிரமாதித்யன் கதைகளில் வருவதுபோல் உள்ளது. அதனால் பயமாக இருக்கிறது" என்று அந்த நேரத்தில் ஏதோ உளறி வைத்தேன்.

“உண்மைதான். நான் பேசுவது ஏதோ சக்தி வந்ததாக உணர்கிறாய் இல்லையா?” என்றது எறும்பு திரும்பி வந்து. “ம்.. அப்படித்தான் தோன்றுகிறது. உன்னை மாதிரி நன்கு உழைக்கும் ஜீவராசிகளுக்கு பேசுவதற்குகூட நேரமிருப்பதில்லையே..”

“ஆமாம், நாங்கள் எங்கே இருக்கிறோம் என்று தெரிந்தாலே அடித்துக் கொன்று விடுவீர்கள். அதனால் சத்தம்கூட போடுவதில்லை”.

இப்போது அறைநண்பனை நினைத்துக் கொண்டேன். விலங்குகளையோ, பூச்சிகளையோ ஜீவராசிகளாக நடத்துவதுகூட அவனுக்கு தெரியாது. பூச்சிகளை விரட்டுவதைவிட அடித்துக்கொல்வதே சிறந்தது. ஒன்றை விட்டால் அதன் சந்ததிகள் விரைவில் பலநூறாக பெருகிவிடும் என்பான் விலங்கியல் படித்த அவன். கழிப்பறையிலும் குளியறையிலும் இருக்கும் எறும்புகளை விளக்குமாறுகொண்டு பெருக்கி பேப்பரில் அள்ளி மாடியிலிருந்து கிழே பறக்க விடுவான். இருந்துவிட்டுப் போகட்டுமே என்றால் கேட்க மாட்டான். மண்ணெண்ணை இருந்தால் அதை ஊற்றிக் கொல்வது எளிது என்பான். நல்லவேளை என்று நினைத்துக்கொண்டேன்.

“எறும்புகளைப் பற்றி உன்னுடைய நினைப்பு என்ன” நினைவிலிருந்து விலகி “ம்.. நல்ல நுகர்வுத்திறன் உடையது. மழைக் காலத்திற்குக் தேவையான உணவை இப்போதே தேடிக் கொள்வது..”

“அதெல்லாம் முன்பு, இப்போதில்லை”

“ஏன்” என்றேன் சற்று அதிர்ச்சியோடு.

“நீங்கள் குடியிருக்கிறீர்களே இந்த இடம், முன்பு நாங்கள் குடியிருந்த பகுதி. எங்களின் மிகப்பெரிய காலனி இங்கே இருந்ததாக தாத்தா அடிக்கடி கூறுவார். உங்கள் ‘லேன்லார்டு’ இந்த இடத்தை வாங்கி பெரும் ‘மேன்ஷன்’ கட்டிவிட்டார். அதனால்தான் உணவைத் தேடி இங்கே வர வேண்டியுள்ளது” என்று அதன் பழங்கதைகளை விரிவாக சொல்ல ஆரம்பித்தது. கேட்க கஷ்டமாக இருந்தது. என்ன சொல்லி சமாதானப் படுத்துவது?

அதன் பேச்சினுடே சட்டென்று நினைத்துக் கொண்டவனாக “ஏன் கழிவறையிலெல்லாம் சுற்றி வருகிறீர்கள். தண்ணீர் புழங்கும்

இடம் எறும்புகளுக்கு ஆபத்தான பகுதி தானே? அத்தோடு காய்ந்த கழிவுகளைவிட வேறு ஏதேனும் தேடலாமே” என்றேன்.

“உண்மைதான். ஆனால் போட்டி குறைவாகஇருக்கும் இடங்களில் தானே வாய்ப்புகளும் அதிகம் இருக்கின்றன. இப்படி வைத்துக் கொள்ளலாம், நீ எதற்கு புனே வந்தாயோ அதே மாதிரிதான் இதுவும்“.

வாய்ப்புகள் அதிகம், அதேவேளையில் ஆபத்தும் அதிகம். இங்கிருக்கும் ‘புதிய நிர்மாணங்’களும் எறும்புக்கு இருக்கும் ஆபத்துகளுடன் ஒப்பிட்டுப் பார்த்து என் மனம் யோசிக்கலாயிற்று.

“இரு... சிறுநீர் கழித்துவிட்டு வருகிறேன்”, என்று கூறி அவ்விடம் விட்டு நகர்ந்தேன். உள்ளே சென்றதும் கழிவுகளை அது எதனுடன் ஒப்பிடுகிறது என்று யோசிக்கலானேன்.

அங்கு வேறுசில ‘குதிரை எறும்புகள்’ அங்குமிங்கும் ஓடிக் கொண்டிருந்தன. அவைகளுடன் பேசினால் திரும்பி பேசுமா? ஏதுவும் பேசும் மூடில் இருப்பதாகத் தெரியவில்லை. அத்தனை வேகம் எல்லா ஜீவராசிகளும் இப்படி பேச ஆரம்பித்தால் என்னாவது என்ற பயத்துடன் சீக்கிரம் முடித்துவிட்டு வெளியே வந்தேன்.

அறைநண்பன் புரண்டு படுத்து தலைக்கு மேல் ஒரு தலையணை வைத்து ஒரு கையால் அழுத்தி தூக்கிக் கொண்டிருந்தான். வெளிச்சம் அவன் கண்ணில் படக்கூடாது என்பதற்காக எறும்பு போயிருக்கக்கூடும் என்று நினைத்து மேஜை அருகே வந்து குனிந்து பார்த்தேன். கடினமான ஒரு புத்தகத்தின் ஓரத்தில் கால்களை கீழே தொங்கவிட்டு அங்கேயே அமர்ந்திருந்தது.

அறைநண்பனுக்கு எறும்பின் பேச்சைப் பற்றி எப்படிச் சொல்லப் போகிறேன்? அவன் புரிந்து கொள்வானா? இப்போதே எழுப்பி சொல்லிவிடலாமா என யோசித்துக்கொண்டிருந்தேன். பின்பு எறும்பிடம் “உன்னை மாதிரி மற்றொரு எறும்பு கருப்பாக இருக்குமே எங்களுரில் அதை ‘குதிரை எறும்பு’ என்போம், சுறுசுறுப்பாக ஓடுமே..”

“தெரியும் மேலே சொல்”

“அது உன்னைவிட பலவீனமாக் இருக்கிறது. லேசாக அடிப்பட்டாலே செத்து விடுகிறது”.

“உண்மைதான். ஆமாம் நாங்கள் அதை எறும்பாக் மதிப்பதில்லை”

"ஏன்?"

"அதற்கு பல காரணங்கள் இருக்கின்றன. நாங்கள் அதனுடன் ஒத்து வாழ்வதில் சில தயக்கங்கள் உள்ளன".

விசித்திரமாக இருந்தது. அதெப்படி இப்படியெல்லாம் இருக்க முடியும் என்று தோன்றியது.

"நீ சொல்வது எனக்கு புரியவில்லையே" என்றேன்.

எறும்பு கால்களை இப்போது மேலே தூக்கிவைத்துக் கொண்டு ஆசுவாசப் படுத்திக் கொண்டது.

"சரி இங்கிருக்கும் மனிதர்களுக்கும் உன் தமிழ்நாட்டில் இருக்கும் மனிதர்களுக்கும் என்ன வித்தியாசத்தை உணர்கிறாய்".

என்ன கூறவருகிறது என்பதை மனதில் வாங்கிக் கொண்டவனாக "பெரிய வித்யாசம் ஒன்றுமில்லை" என்றேன். "காளியையும், துர்க்கையம்மனையும் நாங்கள் வீட்டில் வைத்து வணங்குவதில்லை. அது இங்கே இருக்கிறது. சிவனின் சிலைகள் இங்கு வணங்கப்படுகின்றன. அங்கு லிங்கவடிவம் மட்டும்தான். இங்கிருக்கும் மனிதர்கள் துளசிமாலை ஒன்றை அணிந்து "நான் புலால் உண்பதில்லை" என்று கூறி அனைத்தையும் செய்கிறார்கள். புகையிலையிலிருந்து குட்டிவரை. மற்றபடி வேறொன்றும் சொல்லமுடியாது".

"அதைத்தான் நான் கூறுகிறேன்" என்றது எறும்பு. "மரபான சில விஷயங்கள் அனைவருக்கும் உள்ளன. அவற்றை கடைபிடிப்பதில் எப்படி உனக்கும் அவனுக்கும் வேறுபாடு உள்ளதோ, அப்படியே எங்களிருவருக்கும் உள்ளது" என்று தொடர்ந்து அதன் விளக்கங்களை கூற ஆரம்பித்தது.

நானே இதைக் கூறி அதனுடன் மாட்டிக் கொண்டது பிற்பாடுதான் புரிந்தது. சற்று நேரம் அமைதியாக இருந்தோம். என்ன பேசலாம் என்ற நினைப்பில் ஒரே இடத்தில் பார்த்துக்கொண்டு அமர்ந்திருந்தேன். பேசிய களைப்பில் சற்று நேரம் படுத்துக் கொள்ளலாமா என்று தோன்றியது.

"கழிவறை, குளியலறை பகுதியில் மட்டும் செல்லாதே. உங்களை காப்பாற்றுவது பெரும் கடினமாக உள்ளது. அத்தோடு இந்த அறைநண்பனின் தொல்லைவேறு" என்றேன் அமைதியை போக்கும் விதமாக.

"சரி, அவனிடம் இதைப்பற்றி பேசிப்பாரேன்".

கே.ஜெ.அசோக்குமார்

"அவன் காது கொடுத்து கேட்கும் நபராக இல்லையே! அதுதானே பிரச்சனை"

"எல்லோரும் எல்லா நேரங்களிலும் ஒரே மாதிரி இருப்பார்கள் என்று கூறமுடியாது, சில நேரங்களில் அவன் கேட்கலாம். எதற்கும் எனக்காக மற்றொரு முறை முயற்சித்துப் பாரேன்".

"சரி, இவ்வளவு தூரம் சொல்கிறாய், அவனிடம் மீண்டும் பேசிப்பார்க்கிறேன்" என்றேன்.

வேறு எதைப் பற்றி பேசலாம் என்று யோசித்துக் கொண்டிருந்தேன்.

"ஏ..ஃபேனை நிறுத்து, குளிர்கிறது எனக்கு" என்றான் அறைநண்பன் திடீரென தூக்கத்தின் நடுவே. "இரு வருகிறேன்" என்று எறும்பிடம் கூறிவிட்டு ஃபேனை அணைக்கச் சென்றேன்.

"மணி என்ன?" என்று கேட்டபடி எழுந்தமர்ந்து மேஜை மீதிருந்த வாட்சைப் பார்த்தான்.

"மூணா.. அடப்பாவி, ஏண்டா எழுப்பவில்லை? சாப்பிட போகவேண்டாமா? இன்று சனிக்கிழமை வேறு, மதிய சாப்பாடு சீக்கிரம் தீர்ந்துவிடும். உனக்கு படித்துக் கொண்டிருந்தால் எல்லாம் மறந்து போகுமே" என்றுசத்தம் போட்டுக்கொண்டே "மேஜையை வேறு தூசியாக வைத்திருக்கிறாய்" என்று தினசரியை எடுத்து மடார் மடாரென தட்ட ஆரம்பித்தான்.

"ஏ ஏ ஏ.. இரு இரு" என்று கத்திக் கொண்டே ஓடிவந்தேன்.

கிட்ட வந்து பார்த்தபோது கால்களைப் பரப்பி மல்லாக்க கிடந்தது எறும்பு. பேனாவின் முனைகொண்டு தள்ளிப்பார்த்தேன். அது செத்துவிட்டது.

ஒன்றும் புரியாமல் கையை ஆட்டி "என்ன?" என்றான்.

சிறிய மௌனத்திற்குப் பின் "ஒன்றுமில்லை.., சாப்பிடப் போகலாம்" என்றேன்.

• • •

ட்ரேடு

என் அப்பாவை பொருத்தவரை உலகில் இரண்டு வகை மனிதர்கள் மட்டுமே உண்டு. ஒன்று பணம் உள்ள மனிதர்கள், மற்றொன்று பணமில்லாதவர்கள். அவர் உலகில் மற்ற உயிரினங்களாக நாம் நினைக்கும் மரம், செடி, பாம்பு, பல்லி, பறவைகள் சித்தர்கள், முனிவர்கள், கலைஞர்கள் என்று யாரும் கிடையாது. எல்லோரும் அந்த இரண்டு வகைக்குள் தான்.

நான் கும்பகோணம் வந்து இறங்கிய போது மீண்டும் அந்த ட்ரேடைப் பற்றி நினைத்துக் கொண்டேன். இந்த நினைப்பு எப்போது வரும் என்று சொல்லமுடியாது அல்லது எப்போது போகும் என்றும் சொல்லமுடியாது. என் சின்ன வயதிலிருந்தே இந்த நினைப்பு என்னை சுற்றி வந்த படியே இருக்கிறது.

என் அப்பாவிற்கு அடிக்கடி ஊர் மாறும் வேலையில் ஒரு வேலை, மூன்று ஆண்டுகளுக்கு ஒரு முறையாவது ஊர் மாறிவிடுவோம். அப்போது நாங்கள் மடப்புரத்தில் கீழத் தெருவில் இருந்தோம். தெரு முனையில் முக்தி வினாயகர் கோவிலும், பக்கத்தில் ஒரு குளமும் உண்டு. கோவிலின் பின் பக்க தெருவான மேலத் தெருவின் ஒரு புது மாடிவீட்டில் இளங்கோ இருந்தான்..அவன் என் பள்ளியில் என் வகுப்பில் படித்து வந்தான். படிப்பில் மிக கெட்டிக்காரனாக இருந்தான். நிறைய விஷயங்கள் தெரிந்திருந்தன அவனுக்கு. அவனிடமிருந்து தான் இந்த ட்ரேடை பற்றி தெரிந்து கொண்டேன். அந்த ட்ரேடு அவனின் ஐந்தாம் வகுப்பிலிருந்து ஆறாம் வகுப்பின் தேர்ச்சிக்காக அவன் அப்பா அவனுக்கு வாங்கி கொடுத்தது.

பள்ளியில் ஒவ்வொரு நாளும் அதை பற்றிய செய்தி ஒன்றை கூறிக்கொண்டிருந்தான். எனக்கும் என் மற்றொரு நன்பனான ராஜாவிற்கும் மிகுந்த ஆர்வம் ஏற்பட வைத்தது அவன் பேச்சு. அதற்காகவே அவன் அப்படி பேசி இருக்கவேண்டும். ‘அதை எங்களுக்குக் காட்டேன்’ என்றதற்கு, வீட்டிற்கு வாங்க என்று உடனே கூறிவிட்டான். அவன் கூறியபடி அன்று மாலை நானும் ராஜாவும் அவன் வீட்டிற்கு சென்றோம்.

மேலத் தெரு நடுவில் அவன் வீடு இருந்தது. எங்கள் வீட்டை விட நன்கு பெரியதாக வெளிச்சமாக இருந்தது. மேஜைக்கு விரிப்பு, சன்னல்களுக்கு திரைகள் என்று அழகு படுத்தப்பட்டிருந்தன. சேரில் அமரச் சொல்லிவிட்டு உள்ளே சென்றான் இளங்கோ. ஒயர்களால் பின்னப்பட்ட இரும்பு சேர் அது. அதன் கைப்பிடி வட்டவடிவமாக இருந்தது. ராஜா சேரின் மையத்தில் அமராமல் வட்டவடிவக் கைப்பிடியின் ஒரு பக்கத்தில் அமர்ந்து மற்றொரு பக்கத்தை பிடித்துக் கொண்டிருந்தான். “அங்க பாருடா யானை”, “இங்க ஒரு மானு”, என்று சுவரில் மாட்டபட்டிருந்த மூங்கில் பொருட்களால் செய்யப்பட்டிருந்த யானையையும், ஒயர்களால் பின்னப்பட்ட சிறிய மான், ஒட்டக சிவிங்கிகளையும் காட்டிக்கொண்டிருந்தான். நான் அவன் வரவை ஆவலுடன் எதிர்பாத்திருந்தேன்.

இளங்கோவும் அவன் அப்பாவும் ஓர் அறைலிருந்து திரைச்சீலையை விலக்கிகொண்டு வெளிவந்தார்கள். அவன் அப்பா தடிமனான கண்ணாடி ஒன்றை அணிந்திருந்தார். நன்கு ஷேவ் செய்து ஏதோ ஓர் இந்தி நடிகரை ஞாபகப் படுத்தும் விதமாக, படிய வாரிய தலையுடன், பக்கத்தில் வந்தபோது லேசான வாசனையுடன் இருந்தார். அவர் எங்களிடம் என்ன படிக்கிறீர்கள்? எங்கே இருக்கிறீர்கள்? அப்பா என்ன செய்கிறார்? என்று கேட்டு தெரிந்துகொண்டார். ஏதோ வாய்க்கு வந்ததை உளறிக் கொட்டினோம். அவருக்கு புரியாத போது இளங்கோ எடுத்து கூறினான். அவன் அப்பாவிற்கும் அவனுக்கும் இடையே ஒரு நல்ல இணக்கம் இருந்தது. என் அப்பா இதையெல்லாம் கேட்கமாட்டார், எவனையாவது வீட்டிற்கு கூட்டி சென்றால், விரட்டி விட்டுவிடுவார். என்னையும் அவர்கள் முன்னால் திட்டி மானத்தை வாங்குவார்.

இளங்கோவின் கையில் ஒரு டப்பா பெட்டி இருந்தது. ‘இது தான் ட்ரேடு’ என்றான். அதை திறந்து, அதிலுள்ள பகுதிகளை எங்களுக்கு விளக்கி கூறினான். நாங்கள் புரிந்துகொள்ள முடியாத

போது அவன் அப்பா எங்களுக்கு விளக்கினார். ‘ட்ரேடுன்னா என்ன’ என்றேன் அவர் பேச்சின் நடுவில் புகுந்து. அப்போதைய காலகட்டத்தை பொருத்து ‘வியாபாரம்னு சொல்லாம் இல்ல வணிகம்னு சொல்லாம்’ என்றார். ஏதோ கொஞ்சம் புரிந்தது, இருந்தாலும் நன்றாக தலையாட்டி வைத்தோம். பிறகு நான், ராஜா, இளங்கோ, அவன் தங்கை கிருத்திகா நால்வரும் சேர்ந்து விளையாடினோம். நடுநடுவே எழுந்து போய் அவரிடம் சந்தேகம் கேட்டேன், பொறுமையாக விளக்கினார். ஊர் பெயர்கள், ரயில் நிலையம், விமான நிலையம் என்று அதில் உள்ள பெயர்கள் எனக்கு அதிசயமாக இருந்தன. இதையெல்லாம் தெரிந்துகொண்டால் நானும் இளங்கோ மாதிரி அறிவாளியாக ஆகிவிடலாம் என நினைத்து கொண்டேன். அவன் அப்பாவிடம் இது எங்கே கிடைக்கும் என்றதற்கு, ‘உன் அப்பாவிடம் கேள் அவர் வாங்கி வந்துவிடுவார்’ என்றார்.

இதைக் கேட்டால் உதைதான் கிடைக்கும், இருந்தாலும் ‘சரி’ என்று கூறிவிட்டேன். தினமும் நானும், ராஜாவும், இளங்கோவும் விளையாடிக்கொண்டிருந்தோம். நாளாக ஆக எனக்கு அதன் மீது மோகம் அதிகரித்தது. என் பிறந்த நாளுக்கு என் அப்பா வாங்கி தந்தால் எப்படியிருக்கும், எப்படி நண்பர்களிடம் பெருமையாக கூறிக்கொள்ளலாம், அதை எப்படி மாரோடு அணைத்துகொண்டு நடந்து செல்லலாம் என்றெல்லாம் யோசிக்க ஆரம்பித்தேன். கனவில் ட்ரேடு வந்து, தூக்கத்தில் உளற ஆரம்பித்தேன். என்னவென்று புரியாமல் இந்த உளறலை அம்மா எல்லோரிடமும் கூறிக்கொண்டிருந்தாள்.

முழு ஆண்டு விடுமுறையில் வரும் என் பிறந்த நாளுக்கு ட்ரேடை பரிசாக கேட்டால் என்ன? ஐத்தாம் வகுப்பிலிருந்து ஆறாம் வகுப்பிற்கு சென்றதற்கு கேட்டால் என்ன? வாங்கிக் கொடுப்பாரா? தெரியவில்லை. கேட்பதற்கே இவ்வளவு யோசிக்க வேண்டியிருக்கிறது. ஒரு நாள் மாலை அன்றைய பேப்பரோ ஏதோ படித்துக் கொண்டிருந்த அப்பாவிடம் இதைப் பற்றி கூறினேன். அவருடைய நல்ல மூடிற்காக காத்திருந்து கேட்கவேண்டியிருந்தது. அதுவும் தயங்கி தயங்கியே கேட்டேன். கேட்டதும் மின்சாரம் தாக்கியது மாதிரி அல்லது வெந்நீரில் கைவிட்டது மாதிரி என்னை திரும்பி பார்த்தார். அது என்ன என்றுகூட கேட்காமல் பண்ணக்கூடாத தப்பை பண்ணிவிட்டது மாதிரி நீ படிப்பில் கவனம் செலுத்தவேண்டும், படித்து சம்பாதிக்கிற வழியை பார் என்றெல்லாம் கத்த ஆரம்பித்தார். ஏதோ பெரும் சினம் கொண்டது

மாதிரி இரவு வரை இருந்தார். இது இளங்கோவின் 'பிறந்த நாள் பரிசு' என்றேன் நடுவில் மெல்லிய குரலில். யார் இளங்கோ, எப்போது என் பிறந்த நாள் என்கிற ஞாபகம் கூட இல்லாமல், உன் பிறந்த நாள் ஒரு கேடு, என் பிறந்த நாளுக்கு யாரும் எதுவும் வாங்கி தந்ததில்லை, உன்னை ஐஸ் விக்க அனுப்பவேண்டும், அப்போது தெரியும் என்றெல்லாம் பேச ஆரம்பித்தார். இனி இதைப்பற்றி பேசிப் பயனில்லை என்றாகிவிட்டது.

தினமும் விளையாட ஆரம்பித்தோம். சதுரங்கம், பரமபதம் என்று வேறு சில விளையாட்டுகள் அவனிடம் இருந்தன, ஆனால் எனக்கு இதுதான் பிடித்திருந்தது. வீட்டிற்கு எடுத்துச் சென்று விளையாட எனக்கு கொடுப்பாயா என்றேன் ஒருநாள் இளங்கோவிடம் . ஓ.. என்று உடனே கொடுத்துவிட்டான். நானாயிருந்தால் கொடுத்திருக்க மாட்டேன், கொடுத்தால் காணாமல் போய்விட்டது எனக் கூறி தராமல் இருந்துவிட்டால் என்கிற பயம்.

எடுத்துப் போய் நானே தனியாக விளையாடிக் கொண்டேன். அதனுடன் 'டைஸ்' அல்லது தாயக்கட்டை இருந்தால் போதுமானது. அப்போது தான் எனக்கு ஓர் எண்ணம் தோன்றியது. நானே தயாரித்தால் என்ன? என்னிடம் சீட்டுக்கட்டுகள் மாதிரி செவ்வக வடிவ அட்டைகள் இருந்தன. ஒரு நாள் ஞாயிற்றுக் கிழமையில் அமர்ந்து அனைத்தையும் அதைப்போலவே தயாரித்தேன். இதில் என் சுய அடையாளம் வெளிப்படதாக பெருமைப்பட்டுக் கொண்டேன். என் தங்கையிடம் காட்டி பார் எப்படி தயாரித்திருக்கிறேன் என்று மீண்டும் பெருமைப்பட்டுக் கொண்டேன். குறைந்தது இருவர் விளையாட வேண்டிய அதில், நான் ஒருவனே விளையாடி சந்தோசம் அடைந்தேன். அவள் கேட்டபோது, கொடுக்க மறுத்து, என் பெட்டியில் வைத்து பூட்டி விட்டு, அன்று மதியமே இளங்கோவிடம் பத்திரமாக அவன் ட்ரேடை திருப்பி கொடுத்தேன்.

அவனிடம் நான் புதியதாக தயாரித்திருப்பதை கூறினேன். ஏன் புதியதாகவே வாங்கிவிடலாமே என்றான். அவனிடம் எப்படி விளக்குவது என்று புரியவில்லை, சரி நான் போகவேண்டும் என்று கூறி விட்டு உடனே திரும்பி வந்துவிட்டேன். வீடு வந்தால் என் தங்கை நான் தயாரித்த டிரேடை தரையில் விரித்து என்ன பண்ணுவது என்று தெரியாமல் பார்த்துகொண்டிருந்தாள். என் பெட்டி திறந்து கிடந்தது. என்னைக் கண்டதும் கீழுதட்டை மடித்து 'கிளுக் கிளுக்' என பழிப்பு காட்டி முகத்தை திருப்பிக்

கொண்டாள். ‘எப்பட்றீ திறந்த’ என்று சத்தம் போட்டேன். அதற்குள் அடிக்க வருவது மாதிரி பயந்து ‘அப்பா..’ என கத்தி எல்லாவற்றையும் வாரிக் கொண்டு உள்ளே ஓடினாள். உள்ளே சேரில் அமர்ந்திருந்த அப்பாவின் பக்கத்தில் பாதுகாப்பாக நின்று கொண்டு தோள்களை உயர்த்தி மீண்டும் கிளுக் கிளுக் என்றாள். ‘என்னடா..’ என்றார் தலையை உயர்த்தாமல், கடிதம் எழுதிக் கொண்டிருந்தார். என் ட்ரேடை மார்போடு அணைத்தபடி நின்றிருந்ததை பார்க்க வெறுப்பாக இருந்தது. என் பெட்டியை அவளுக்கு திறக்க தெரியாது. இவள் கேட்டிருக்கிறாள் என்று அவர்தான் திறந்து கொடுத்திருக்க வேண்டும். அவள் கேட்டால் கொடுத்துவிடுவதா? எத்தனை துரோகம் செய்திருக்கிறார் எனக்கு? அவளை அடிக்கமுடியாமல் பார்த்துகொன்டிருந்தேன். ‘அப்பா.. நான் தயாரிச்ச ட்ரேடை அவள் எடுத்திருக்காப்பா.’ என்றேன். ‘பரிச்சைக்கு ஏதோ படிக்கிறேன்னு பாத்தா, இத வெச்சு விளையாடிகிட்டு இருக்கியா நீயி.. போடா போயி வெலைய பாருடா’. என்றார். ‘அப்பா, அது எனக்கு வேணும்’ என்றேன் மீண்டும். ‘தருவா போடா’. என்றார் அதே வேகத்துடன்.

இரண்டு நாட்கள் உம்மென்றிருந்தேன். கோபமாக இருந்து காட்டி காரியம் சாதித்துகொள்ளும் பழக்கம் என்னிடம் இல்லை. ஏனெனில் என் அப்பாவிடம் இதெல்லாம் பலிக்காது. இருந்தாலும் இந்த விஷயம் எனக்கு மிகுந்த வருத்தத்தை தந்தது. ‘ஏன் உம்னு இருக்கான்’ என்று அவ்வப்போது அம்மாவிடம் கேட்டுக்கொண்டிருந்தார். ‘என்னவோ யாருக்கு தெரியும்’ என்றாள் அம்மா. ‘அந்த பேப்பரை கொடுத்துட்டேன்ல அதான் இப்படி இருக்கான்’ என்று கூறிக் கொண்டார். அது பேப்பராம் அவருக்கு என நினைத்துக் கொண்டேன். அதற்கு பின்னால் அந்த ட்ரேடை நான் தொடவே இல்லை. என் தங்கை ஆசைக்காக வைத்துக்கொண்டு, பின் எங்கே போட்டாளோ தெரியவில்லை. கொல்லையில் வெந்நீருக்காக உள்ள பாய்லரில் எரிப்பதர்காக அதை அம்மா பயன்படுத்தியிருக்கலாம்.

இப்படி செய்துவிட்டதன் பொருட்டு மனம் வருந்தி, என் பிறந்தநாள் அன்று பரிசாக வாங்கி வந்து ‘இதோ பார்..’ என அப்பா அதிர்ச்சியளிப்பாரோ என்று நினைத்துக் கொண்டேன், அல்ப ஆசை தான். பிறந்தநாள், பள்ளி தேர்ச்சி, தீபாவளி, பொங்கல், என்று வரிசையாக போனது எந்த ஆச்சரியமும், அதிர்ச்சியும் ஏற்படவில்லை. வெறும் தினங்கள் தான் கழிந்து போயின.

ஒரு சமயத்தில் எனக்கே மறந்து போனது. ஆனால் அதன் வலி எப்போதும் தொடர்ந்தபடியே இருந்தது. எப்போதாவது நினைப்பு வரும், ஒவ்வொரு முறையும் தோற்கடிக்கப்பட்டவன் போல் உணர்ந்தேன். யோசித்துப் பார்த்தபோது நான் ஆசைபட்டதை மனமுவந்தோ, என் ஆசை நிறைவேறும் பொருட்டோ எதையும் அவர் செய்ததில்லை என புரிந்தது. என் கண்களை சந்தித்து பேசியதாக கூட நினைவில்லை.

படிப்பு, வேலை என சென்னை, தில்லி, புனே, பங்களூர், என்று ஊர் ஊராக செல்லவேண்டியிருந்தது. பல இனமொழி மக்களிடம் பழகி, வேலையை தக்கவைத்து கொள்ளும் பொருட்டு பல சாகசங்கள் புரிந்து, பனியிலும், வெய்யிலிலும் அலையவேண்டியிருந்தது. மாதங்கள், வருடங்கள் என்று பல நாட்கள் வீட்டைவிட்டு வெளியே இருந்திருக்கிறேன். அப்பாவிற்கு, நான் எப்போது ஊருக்கு வருகிறேன் என்ன செய்கிறேன், எதுவும் தெரியாது. அதில் எதிலும் அவருக்கு பெரிய ஆர்வமிருந்ததில்லை.

பல தினங்களுக்கு பின் கும்பகோணம் வந்திறங்கியபோது நினைவிற்கு வந்தது எனக்கே ஆச்சரியமாக இருந்தது. கும்பகோணம் கூட வளர்ச்சி அடைந்துவிட்டிருந்தது, சாமான்களுடன் ஆட்டோவில் வந்திறங்கியபோது, அம்மா எதிர்கொண்டு வாசல்வரை வந்து 'வாடா..' என்றாள். ஊர் இன்னும் முழுசாக விழிப்பு கொள்ளவில்லை, தெருவில் பெண்கள் அங்கொன்றும் இங்கொன்றுமாக, வாசல் பெருக்கிக் கொண்டிருந்தார்கள்.

சாமான்களை உள்ளே வைத்தபோது 'அப்பா வாக்கிங் போயிருக்காங்க' என்றாள். குளித்துவிட்டு வெளியே வந்து பார்த்தபோது வாசலில் தள்ளுவண்டியில் காய்கறி வாங்கிக் கொண்டிருந்தாள் அம்மா. 'இது வாங்கிக்கவா, இது வாங்கிக்கவா' என்று எனக்கு பிடித்தவற்றை திரும்பி பார்த்து கேட்டுக் கொண்டாள். 'ஆரது' என்றாள் காய்கறிகாரி மிகுந்த அக்கறையுடன், 'எங்க புள்ளதான் ஊர்லெந்து வந்திருக்கு' என்ரதும், 'அப்படியா,.. நல்ல இருக்கிங்களா தம்பி..' என்றாள் என்னைப் பார்த்து. யாரென்று நினைவில்லை, முன்பு பார்த்திருக்கலாம். 'ம்.. நல்லா இருக்கேன்' என்று மட்டும் கூறினேன். தங்கை வீட்டிற்காக கொடுக்க வைத்திருந்த பொருட்களை தனியே வைத்து, மற்றவற்றை மேஜை மீது வைத்து விட்டு உள்ளே சென்றேன்.

அப்பாவின் பேச்சரவம் கூடத்தில் கேட்டது. நான் திரும்பிப் போனபோது, முன்பக்கம் குனிந்து, கண்களை சுருக்கி

வைத்திருந்தவைகளை பார்த்துக் கொண்டிருந்தார், வயதானதினால் ஏற்பட்ட பார்வை குறைவிலிருந்து அவர் இப்படிதான் பார்க்கிறார். அவர் பார்வைக்கு படும்படி சற்று தொலைவில் கைகட்டி நின்ற போது, 'என்னடா.. எப்படா வந்தே..' என்றார் என்னை பார்த்து சிரித்தபடியே.

• • •

கால்கள்

பெண்களின் கால்களை எப்படிப் படிக்கவேண்டும் என்று கற்றுக் கொடுத்தது ராமசுப்புதான். குட்டைக் கால்கள், நெட்டைக் கால்கள் தவிர பூனைமுடி கால்கள், கரடிமுடி கால்கள், பாம்புத்தோல் கால்கள் என்று பல கால் வகைகளைப் பற்றிக் கூறுவார்.

கடந்து செல்லும் பெண்ணின் காதில் விழாதபடி, 'கால பாத்தியா. இது அதுல ரொம்ப வீக்கு டே' என்பார். அல்லது அதிர்ந்து நடந்து செல்லும் பெண்ணைக் காட்டி 'இது அடியில கட்டி டே' என்று எதாவது கூறுவார். சில நேரங்களில் காதில் விழுந்து விடும். திரும்பிப் பார்க்கையில், நாங்கள் மூலைக்கு ஒருவராக தெறித்திருப்போம். ராமசுப்பு அதற்கெல்லாம் கவலைப்படாமல் 'என்ன மதனி.. எப்படி இருக்காப்பல?' என்பார் எதுவும் நடக்காத மாதிரி.

ராமசுப்புவை முதலில் பார்த்தது பிள்ளையார் கோவிலில் வைத்துதான். பிள்ளையார் கோவிலிலிருந்து பார்த்தபோது ஆரம்பப்பள்ளிக்குப் போகும் தெருவில் தூரத்தில் சண்முகம் வருவது தெரிந்தது. கூடவே ஏதோ ஒரு மிருகம் ஒன்றை நடத்தி வருகிறானே என நானும் முரளியும் பயந்துவிட்டோம். பக்கத்தில் வந்தபோது சண்முகத்திடம், 'என்னடா இவரு இப்படி நடந்து வராரு..' என்றேன். சட்டேன முகம் மாறி 'டேய்..' என்று இழுத்தான். 'இருக்கட்டு டே... எல்லாம் நம்ம பிரன்ஸ்ங்கதானே' என்று சண்முகத்திடம் கூறிக்கொண்டே பிள்ளையார் கோயில் கட்டையில் ஏறியமர்ந்து வெள்ளையும், கருப்பும் கலந்து ஒரு மாதிரி காய்ந்து போன முட்டிகளை பிடித்து மேலே தூக்கி வைத்துக் கொண்டார். பேசிக்கொண்டே தோளில்

கைபோட்டுக்கொண்டார் அவ்வளவு எளிதாக எல்லோரையும் நட்பாக்கிக் கொள்ளக்கூடியவர் என்பது பிறகுதான் தெரிந்தது.

காக்கி கலர் டவுசர்தான் எப்போது அணிந்திருப்பார். மேலே பேருக்கு வேட்டியை சுற்றியிருப்பார். உட்காரும் போது அதையும் தூக்கி விட்டுக்கொள்வார். கொஞ்சம் வேர்த்தாலே போதும் உடனே சட்டையை கழட்டி பக்கத்தில் வைத்துக்கொள்வார். முருகன், அம்மன் டாலர்கள் கொண்ட வெள்ளையாக மாறி நைந்துபோன கயிறுகள் ரெண்டு மூணு கழுத்தில் பின்னிக்கொண்டிருக்கும். வற்றலான உடம்பு, பாத்தி கட்டியது மாதிரி நடுநெஞ்சில் முடியுடன் கூடிய உள்ளடங்கிய வயிறு. பாம்பு வயிறு என்று அவர் கூறிக்கொள்வார். 'நடக்கும்' நேரம் தவிர மற்ற நேரங்களில் அந்தப்பக்கம், எந்தப்பக்கமாக ஆடும் சூம்பிப்போன கால்கள்.

எங்கள் காலனி தெருவின் எதிர்சாரியில் சண்முகம் வீடு இருந்தது. அந்த வீட்டின் ஒரு பகுதியை தான் சண்முகத்தின் உறவுக்காரரான ராமசுப்பு வாங்கி இருந்தார். அந்த வீட்டிற்குக் கிழக்கே வெறும் தோப்பு தான். அந்த வீடு முன்பக்கம் ஓடாகவும், பின்பக்கம் கீற்றாகவும் இருக்கும். அதற்கு பின்னால் தோட்டமும் கிணறும் உண்டு. வீட்டின் நடுவில் தடுப்புச் சுவர் எழுப்பி கிழக்கு பக்கத்தை அவருக்கு விற்றிருந்தார்கள். அவ்வீட்டிற்கு ராமசுப்புவும் அவரின் பெரியம்மா கிழவியும் வந்தார்கள்.

அவர் வந்தபிறகு அவர் வீட்டுத் திண்ணையிலும் தோட்டத்திலும்தான் எங்கள் அரட்டை நடக்கும். கணேசன், முரளி, இளவரசு, ராஜா இவர்களுடன் நான். உலக விஷயங்கள், அரசியல், மலைப் பயணம், பெண்கள், நீச்சல், உணவு வகைகள் என்று பல விஷயங்களைப் பற்றி கூறுவார் ராமசுப்பு. எந்த அவசர வேலையாகப் போய்க் கொண்டிருந்தாலும் கூட, பக்கத்தில் உட்கார வைத்து எதைப் பற்றியாவது சொல்லிக் கொண்டிருப்பார். சொல்லும் ஒவ்வொரு விஷயத்திலும் தனக்கு எல்லாம் தெரியும் என்கிற நினைப்பை விட மற்றவர்களுக்கு நாலு விஷயம் கற்றுக் கொடுக்கிறோம் என்கிற பெருமிதம் மேலோங்கி நிற்பதாகத் தோன்றும். அதேசமயம் எதிர்வினைகள் எப்படிப்பட்டதாக இருந்தாலும் ஏற்றுக்கொள்வார். சொல்லப்போனால் அவற்றை மிகவும் விரும்புவார். அவற்றைப் பேசி வெற்றி கொள்வது அவரின் சாகசங்களில் ஒன்று. வேறு இடத்தில் நடந்த பேச்சு சாகசங்களையும் எங்களிடம் பகிர்ந்துகொள்வார்.

ஆனால் இளவரசுக்கு எப்போதும் அவர் மேல் சந்தேகம் உண்டு. 'சின்னப் பசங்கன்னு, நல்லா கத விடறீங்களா..?' இப்படி

வீராப்பாக ஏதாவது கூறுவான். பொதுவாகவே அவன் கொஞ்சம் உணர்ச்சிப் பிழம்பானவன். சின்ன விஷயதிற்குக்கூட நாக்கை மடித்துக்கொண்டு சண்டைக்கு வருவான்.

\ஒரு முறை அவன் தங்கையை அழைத்துக்கொண்டு பள்ளி செல்லும்போது, 'என்னம்மா பள்ளியோடம் போறியா' என்று கன்னத்தை கிள்ளி முத்தம் கொடுத்தார், இளவரசுக்கு வந்ததே கோபம் 'பொம்பளிகிட்ட பேசுற முஞ்ச பாரு..' என்று கூறி அவளை அழைத்துப் போனான். ராமசுப்பு விழுந்து விழுந்து சிரித்தார். 'டே.. அதுக்கு இன்னும் பத்து வருஷம் ஆவனும்டே' என்றார். என்னைப் பார்த்து 'என்ன மாப்ளே, இப்படி சொல்றான்' என்றதற்கு, இளவரசின் பார்வைக்குப் பயந்து – பெரும் கோபக்காரன் வேறு – தோளைக் குலுக்கிவிட்டு கம்மென்று இருந்துவிட்டேன். அவனுக்கு ஒரு தங்கை தவிர இரண்டு அக்காக்களும் உண்டு. அவன் அம்மா சின்ன வயதிலேயே இறந்துவிட்டாள். பெரிய அக்காள் தான் அவனையும் அவன் தங்கையும் வளர்த்தாள். அதனாலேயே அவன் எங்களில் வித்தியாசமாக இருப்பதாகப்பட்டது. எங்கேயாவது உட்காரும்போது சட்டையை தூக்கிவிட்டு தான் உட்காருவான். சட்டை அழுக்காகிவிடும் என்பான். சிலநேரங்களில் சட்டை காலரின் உட்பக்கத்தில் பெரியாள் மாதிரி கர்சீப் வைத்திருப்பான். பவுடர் கலையாத முகத்தின் நெற்றியில் விபூதியும் குங்குமமும் கலையாது இருக்கும். சைக்கிளில் பாரில் உட்காரமாட்டான், சீட்டில்தான் உட்காருவான். எல்லாம் அவன் அக்கா சொல்லிக் கொடுத்த பாடங்கள்.

ராமசுப்பு கால்களை பற்றி சுவாரஸ்யமாக கூறிக் கொண்டிருந்தபோது, 'ஆங்... உங்க கால் மட்டும் ரொம்ப அழகோ.' என்று கூறிவிட்டான். அடிக்கத்தான் போகிறார் எனப் பயந்துக்கொண்டிருந்தோம், 'பொம்பளக்குதான்டா காலப் பாக்கணும், ஆம்பளைக்கு முட்டியதண்டா பாக்கணும், இதல்லாம் உனக்கு வயசுக்கு வந்த போறவுதான்டே தெரியும், எம் முட்டிய பாரு, முட்டியில நடந்து நடந்து எப்படி சொர சொரனு இருக்குதுன்னு பத்தியா, இதுதான்டே தேவை' என்றார். அவருடைய விளக்கம் அவனுக்கு திருப்திப்படுத்தியதாக இல்லை. இருந்தாலும் பேசாமல் இருந்தான். பெண்களைப் பற்றி இப்படி கூறுவது கொஞ்சமும் பிடிக்கவில்லை அவனுக்கு.

பேச்சு சுவாரஸ்யமாக நீண்டுகொண்டே செல்லும். போன தீபாவளி சமயத்தில் நடுஇரவுவரை சென்றுவிட்டது. பிறகு கிழவி வந்து சத்தம் போட்டாள். ராமசுப்புவை வைதாள் கிழவி, 'விடு

கிழவி, என்னாயிப் போச்சு' முகத்தில் சிரிப்போடு சமாதானப் படுத்தினார்.

'களிசால போறவனே.. ஏன்டா நடுராத்திரியில கூத்தடிக்கிற, உனக்கு புலிவலத்த விட்டு மடப்புரம் வந்தது போறாதா மானங்கெட்ட பயலே.'

'நீயேஞ்சாமி, இவன்கூடல்லாம் சேர்ற, உங்கப்பாரு பார்த்தாருன்னா வையப் போறாரு பாத்துக்க..' என்று என்னையும் எல்லோரையும் அனுப்பி வைத்தாள்.

பின்மாலையில் நாங்கள் என்றால், காலையும், மதியமும் 'வடிவு டீக்கடை'யில் அரட்டை அடிப்பார் ராமசுப்பு. எப்போதாவது அங்கு இட்லி வாங்கச் செல்வேன். நான் போனாலே ராமசுப்பு, 'நமக்கு வேண்டப்பட்ட தம்பி. முதல்ல கொடுங்க' என முதலில் வாங்கி கொடுத்துவிடுவார். புகையால் கறுத்துப்போன கூரைகளை உடைய டீக்கடை அது. இரண்டு நீள பெஞ்சுகள் இருக்கும்; ஒன்றின் ஓரத்தில் ராமசுப்பு அமர்ந்து போவோர் வருவோரிடம் கதை அளந்துகொண்டிருப்பார். பலமான அரசியல் விவாதங்களும், வாய்ச்சவடால்களும், சிலசமயம் அடிதடிகளும் எனப் பரபரப்பாக இருக்கும் இடம். ஒருமுறை மீன்காரர் ஏழுமலை ஒரு பொது சவால் ஒன்றை விட்டார் உண்மையில் அது ராமசுப்பை வம்பிழுக்கதான் ராமசுப்பு துள்ளி எழுந்தார். ஏழுமலை விருப்பம் போலவே சவாலை அவர் தான் முதலில் ஏற்றுக் கொண்டார். ஏழுமலைக்கு நூற்றிஐம்பது டீ, ராமசுப்புக்கு நூற்றிஐம்பது பரோட்டா சாப்பிடவேண்டும். இது தான் போட்டி. இப்படி வாடிக்கையாக எதாவது நடக்கும். 'வடிவு கடை' பொன்னுசாமிக்குக் கொண்டாட்டமாக இருந்தது. அந்த தெருவே போட்டியை நின்று வேடிக்கை பார்த்தது. ராமசுப்பு சப்ளை பையனிடம் 'டே, எம்பக்கத்தில தண்ணியே காட்டாத', மிரட்டும் தொனியில் சொல்லிவிட்டு குருமாவை கொஞ்சம் கொஞ்சமாக ஊற்றி ஒன்று விடாமல் காலிசெய்து காட்டினார். ஏழுமலையால் நினைத்துபோல முடியவில்லை, தொண்ணூற்றி ரெண்டுலே வாந்தி எடுத்தார். பிறகு 'பந்தய பணம் ஐநூறை வாங்கிட்டேன்ல' என்று எல்லோரிடம் கூறிக்கொண்டிருந்தார் ராமசுப்பு.

மறுநாள் பேச்சில் 'ஏந் தண்ணிய வைக்ககூடாதுன்னு சொன்னிங்க' என்றான் முருகேசன். 'அது வந்துடே..' என்று ஆரம்பித்து ஒரு பெரிய விளக்கத்தைக் கூறினார். முருகேசன் வாயில் ஈ போவது தெரியாமல் கேட்டு வியந்து போனான்.

எடுத்த காரியம் எதையும் முடிக்காமல் அவர் விட்டதில்லை. அதனாலேயே ராமசுப்புவின் மீது ஒரு வியப்பு எல்லோருக்கும் இருந்தபடியே இருந்தது.

காலையில் எழுந்ததும் ராமசுப்பு ஒரு வேலை செய்வார். சுருட்டு குடிப்பது. அதுவும் முதலியார் தோப்பில் போய்தான் குடிப்பார் பிள்ளையார் கோயில் குளத்தின் மேல்கரை முழுவதும் தோப்புடன் இணைத்திருந்தது. ஒரு நாள் மதியம் என்னை அங்கு அழைத்து சென்றபோதுதான், ஏன் இங்கு வருகிறார் என்று தெரிந்தது.

குளத்தின் வடகரை பெண்களுக்கானது. மற்ற இருகரைகளும் பொதுவானது. தோப்பிலிருந்து பார்த்தால் பெண்கள் குளிப்பது தெளிவாக தெரிந்தது. ஆனால் தோப்பில் இருப்பவர்களை அவர்கள் காண வாய்ப்பில்லை. பாவடை கட்டி குளிக்கும் பெண்களின் கால்களை ரசித்து ஒவ்வொன்றாக வர்ணிக்க ஆரம்பித்தார். கொஞ்சம் கொஞ்சமாக வர்ணனை உயர்ந்து ‘அங்கெல்லாம் புள்ளி புள்ளியாக இருக்கும், எந்தெரியுமா..’ என ஆரம்பித்தார். இம்மாதிரி நேரங்களில் அவர் முகம் ஒரு கொடூர பாவனை கொண்டுவிடும். உற்று நோக்கும் கண்களோடு எதிராளியை வேறு பக்கம் கவனப்படுத்தவிடாமல் பேச ஆரம்பிப்பார். ‘அண்ணே.. சும்மா இருங்கண்ணே’ யாராவது பார்த்த அடிதான் விழும் என்றேன். ‘எவனாவது ஒரு வார்த்த கேட்டுடுவானா நம்பல’, என்றார் ஏதோ நகைச்சுவை கூறும் பாவனையோடு.

ராமசுப்புவிற்கு மடப்புரதிலுள்ள எல்லா ஆண்களும் நண்பர்கள் மாதிரி பெண்களும் நண்பர்கள். பெண்களுக்கு வேறு மாதிரியான ஜோக்குகள் வைத்திருப்பார். அவரது கம்பீரம் அப்போது மாறிப்போய்விடும். பேச்சில் அழுத்தம் குறைத்து மென்மையாக பேசுவார். அதே நேரத்தில் பெண்களில் ஆளுக்கு தகுந்த மாதிரி பேசுவார். ஆத்தா கடை வாசுகியிடம் ஒருமாதிரியும், பாரவண்டி ராசு மகளிடம் ஒருமாதிரியும் பேசுவார். சில பெண்கள் கோபப்பட்டு ஏதாவது பேசுவதும் நடக்கும், அப்போது அவர் முகபாவனையே மாறி அது அவர்தானா என்கிற சந்தேகம் வந்துவிடும். இளவரசுவின் அப்பா அந்தத் தோப்பிற்கு காவலாளியாக உள்ளார். வீடும் குளக்கரையின் தெருவின் முனையிலேயே உள்ளது. என்னை எப்போதும் காலனி தெருப் பையன் என்று மரியாதையாக நடத்துவார். அதை கெடுத்துக்கொள்ள விரும்பாமல். ஓடி வந்து வந்துவிட்டேன்.

அந்த மாதத்திலேயே புலிவலத்தில் ராமசுப்புவிற்கும் அவரது உறவுகாரப் பெண்ணிற்கும் திருமணம் நடந்தது. இரண்டு நாள் கழித்து அழைத்துவந்தார். பெண் வெளுப்பாக வட்ட முகத்துடன் இருந்தாள். அவளையும் காலைப் பார்த்துத்தான் கட்டியிருப்பார்.

அன்று மதியம் கல்யாணத்திற்கு வராத டீகடை நண்பர்கள், சைக்கிள் கடை நண்பர்கள், காலனி நண்பர்கள் அனைவருக்கும் விருந்து கொடுத்தார். அவர் மனைவி ஓடி ஓடி வேலை செய்தார். பெரியம்மா கிழவிதான் கொஞ்சம் கடுப்பில் இருந்தாள்.

சாப்பிட்டு முடிக்கும் போது ஒருவன் வந்து இளவரசை அழைத்துக் கொண்டு போனான். நான் ரோட்டிற்கு வந்தபோது வடகரையில் ஒரே கும்பலாக இருந்தது. சில வினாடிகளில் அக்கூட்டம் பெரிதாக ஆரம்பித்தது. நான் அங்கு ஓட்டமாக ஓடிப்போய் நின்றபோது ஒரு நிமிடம் அதிர்ச்சியில் உறைத்து போனேன்.

உடல் முழுதும் புழுதியுடன் இளவரசு தரையில் விழுந்து புரண்டு கொண்டிருந்தான். எழுந்து சுற்றிச் சுற்றி ஓடினான். குளக்கரை கட்டையில், புளியமரத்திலும் இடித்துக்கொண்டான். கூடவே 'அய்யய்யோ, அய்யய்யோ' என்று குரல் வெளியே வராத ஒருவினோத ஒலியுடன் அடித்தொண்டையிலிருந்து கத்திக் கொண்டிருந்தான். அதைப் பார்த்தபின் எல்லோரும் சிலையாக நிற்பது மாதிரி தெரிந்தது. முடிதிருத்தும் முனியாண்டிதான், 'கொளத்துல விளுந்துடபோறான் பார்' என ஓடிவந்து பிடித்தார், நழுவி நழுவி ஓடினான். கடைசியில் ஓரிடத்தில் அவனைப் பிடித்தார். அப்போதும் கால்களைத் தளர்த்தியும் இறுக்கியும் இழுத்தபடி இருந்தான். முனியாண்டி பலமாகப் பிடித்திருந்தார். இளவரசு 'யக்கோவ், யக்கோவ்' என்று கத்திகொண்டே இருந்தான். அவன் வீட்டு குறுகிய வாசல்படி வழியே, பக்கத்து வீட்டு அம்மா அவன் தங்கையை மாரோடு அணைத்து அவள் முகத்தை மூடியபடி வெளிவந்தாள். வாசலை நோக்கி கூடியிருந்த மக்களை 'நகரு நகரு' என்று கூறியபடி கதவை திறந்தார் ஒருவர். வெளிர் நீல புடவையில் இடுப்புவரை தெரிந்தது. குனிந்து பார்த்தபோது, எந்தவித பிடிமானமும் இல்லாமல் தன்னிச்சியாக கொடுக்காபில்லி காய் மாதிரி, மல்லிகா அக்கா தூக்கில் தொங்கிக்கொண்டிருந்தாள். சட்டெனக் கதவைச் சாத்தி, 'பசங்களா எல்லாம் ஒடுங்க ஒடுங்க', என்று விரட்டினார்.

பதற்றம் அதிகரித்தது. நெஞ்சுக்குக் குறுக்கே கைகளைக் கட்டியபடி விலகி நின்றேன் சிறிது நேரம். இதயம் துடிக்கும் வேகத்தை அதிர்ச்சியோடு கவனித்தேன். பதற்றம் மேலும் அதிகரித்தபடியே இருந்தது. யார் எங்கே போகிறார்கள் யாரை நோக்கி பேசுகிறார்கள் என்று புரியவில்லை. திடீரென ஒரு கட்டத்தில் வீட்டை நோக்கி ஓட ஆரம்பித்தேன். எதிரே வந்த சைக்கிளை இடித்துக்கொண்டு எதையும் கவனிக்காமல் ஓடினேன். வீட்டிற்கு சென்று சேரில் அமர்ந்தபோது தொடைகள் நடுங்கிக் கொண்டிருந்தன. அம்மாவின் பார்வைக்கு விலகியபடியே இருந்தேன். கண்ட நிகழ்வுகளை அப்போது ஒருங்கிணைக்க முயன்றேன் முடியவில்லை. வெளிர் நீல புடவையில் மஞ்சள் பூசிய, பூனைமுடி கொண்ட, பச்சை ரத்தம் பரவிய, முட்டிவரை தெரிந்த அழகான கால்களே என் நினைவுக்கு வந்தன.

• • •